चोरा मी वंदिले!

"दिलीपराज प्रकाशन प्रा. लि.'च्या नवीन पुस्तकांची यादी व माहिती हवी असल्यास आपला पत्ता, दूरध्वनी क्रमांक किंवा Email आमच्या diliprajprakashan@yahoo.in या Email address वर पाठवावा किंवा आमच्याशी दूरध्वनी क्रमांक फॅक्ससहित : ०२०-२४४८३९९५/२४४९५३१४ /२४४७१७२३ यावर संपर्क साधावा.
आमच्या वेबसाईटला एकदा अवश्य भेट द्या.
Blog: http:.//diliprajprakashan.blogspot.com

चोरा मी वंदिले!

(कथासंग्रह)

भा. ल. महाबळ

दिलीपराज प्रकाशन प्रा. लि.

२५१ क, शनिवार पेठ, पुणे - ४११०३०.

चोरा मी वंदिले / Chora Mee Vandile

प्रकाशक
राजीव दत्तात्रय बर्वे,
मॅनेजिंग डायरेक्टर,
दिलीपराज प्रकाशन प्रा. लि.,
२५१ क, शनिवार पेठ,
पुणे - ४११ ०३०

© भा. ल. महाबळ

ए-६०१ए साईनाथ अपार्टमेंट
युनियन बँकेच्यावर,
नवघर रोड, टाटा कॉलनी
मुलुंड (पूर्व), मुंबई ४०००८१
फोन नं. ०२२-२१६३१९४०

प्रथमावृत्ती : १५ ऑगस्ट २०१२

प्रकाशन क्रमांक : १९६६

ISBN : 978-81-7294-956-6

मुद्रक
Repro India Ltd,
Mumbai.

टाईपसेटिंग
पितृछाया मुद्रणालय,
९०९, रविवार पेठ,
पुणे - ४११ ००२

मुद्रितशोधन : मिलिंद बोरकर, पुणे

मुखपृष्ठ : सुहास चांडक

४ / चोरा मी वंदिले !

मनोगत

लिहिल्यावाचून राहवत नाही म्हणून लिहितो. लिहिलेले वाचकांपर्यंत पोचावे असे वाटते, म्हणून लेखन नियतकालिकांकडे पाठवतो.

लिहिते ठेवल्याबद्दल वाचकांचा व प्रसिद्धी देणाऱ्या नियतकालिकांचा मी आभारी आहे.

लेखन पुस्तकरूपात प्रसिद्ध व्हावे असे वाटणे, ही पुढची पायरी. त्या वेळी दिलीपराजचे मॅनेजिंग डायरेक्टर श्री. राजीव बर्वे यांचे स्मरण होते. त्यांचा माझ्यावरचा लोभ १९९२ पासूनचा, म्हणजे माझ्या पहिल्या पुस्तकाच्या प्रकाशनापासून आहे. त्यांचे आभार वर्षानुवर्षे मनात मानतोच आहे; आज ते कागदावर उतरवतो.

— भा. ल. महाबळ

अनुक्रमणिका

चोरा मी वंदिले!

बस-ड्रायव्हर शितोळे आरामात, मजेत बस चालवत होते. आज तसे ते जास्तच आनंदात होते. ड्रायव्हिंग करणे त्यांना आवडत असे. आज आपण जास्तच आनंदात का आहोत, हे त्यांना माहीत होतं; पण त्यांना विचारलं असतं तरी त्यांनी आनंदाचं कारण सांगितलं नसतं. शितोळे बोलणाऱ्यांपैकी नव्हते, करणाऱ्यांतील होते.

स्टॉपवर बस थांबली, पण कंडक्टरनं एकाही नव्या प्रवाशाला आत घेतलं नाही. स्टॉपवरचे प्रवासी चिडले. दोन प्रवाशांनी बसला लोंबकळायचा प्रयत्न केला; पण कंडक्टर कांबळे ओरडले, ''उतराऽ उतराऽऽ जागा नाही.'' प्रवासी उतरले. बसमध्ये जागा होती तरीही कांबळेंनी 'जागा नाही' असं सांगितल्यामुळे उतरावे लागलेले प्रवासी चिडले; पण चिडून करणार काय? कंडक्टर असेच बेपर्वाईने वागत राहणार, प्रवासी असेच हताशपणे चडफडणार!

वरच्या डेकवरच्या कंडक्टर अहमदनं कांबळेला शहाणपण देण्याचा प्रयत्न केला, "कांबळे, जागा असताना 'जागा नाही' म्हणालास! काही तरी वेगळं कारण सांगायचं... पॅसेंजरला किती राग आला!"

"आपण या कामावर आज नवीन आहोत; अनुभवी नाही. वेगळं कारण तरी काय सांगायचं?"

"गाडीचं इंजिन नादुरुस्त आहे... गाडी डेपोकडे जाणार, असं सांगायचं."

कांबळे व अहमद यांच्यातील संवाद ऐकून बसमधले मोजके प्रवासी हसले. हसा लेको! तुमच्या नशिबात काय वाढून ठेवलं आहे याची तुम्हाला कल्पना नाही, म्हणून हे हसणं तुम्हाला सुचतं आहे.

हे हसरं व खेळकर वातावरण दोन प्रवाशांना आवडलं नसावं. त्यांपैकी एक सावधपणे उठला व दमदार पावलं टाकत शितोळ्यांच्या मागं गेला. त्यानं पँटच्या खिशातून पिस्तूल काढलं व शितोळ्यांच्या मानेवर टेकवलं. तो हिंदीत ओरडला, "गाडी सीधी चीफ मिनिस्टर के बंगले पर लो. पीछे देखा तो गोलीसे उडा दूँगा."

दुसऱ्या प्रवाशानंही आपलं पिस्तूल काढलं व एक गोळी उडवली. जोराचा आवाज झाला. गोळी उडून कोठे गेली, कोणास ठाऊक! नशीब, ती कोणाला लागली नाही; पण पळत्या डबलडेकर बसमधला गोळीचा आवाज व धूर रस्त्यावरच्या पादचाऱ्यांना जाणवला. ते 'गोळीबारऽ धूरऽ आगऽऽ' असा ओरडा करू लागले. ट्रॅफिक पोलीस गोंधळून पळत्या बसच्या दिशेनं पाहू लागला. या दुसऱ्या पिस्तूलवाल्यानं दरडावलं, "बस हायजॅक झाली आहे." या दुसऱ्या पिस्तूलवाल्यानं सर्व प्रवाशांना व कांबळे आणि अहमद या कंडक्टरना बसमधील बाकांच्या मधल्या जागेत, मुंड्याखाली घालून हूं का चू आवाज न काढता बसायला सांगितलं. एकानंही विरोधाचा शब्दही उच्चारला नाही. पिस्तूल पाहिल्यावर कोण विरोध करेल?

आपण अद्याप आपले चेहरे लपवलेले नाहीत, चेहऱ्यावर काळा बुरखा चढवला नाही तर आपल्या गुप्तपणाला धोका येईल; कोणी तरी आपल्याला ओळखेल, हे दोघा पिस्तूलवाल्यांच्या ध्यानी आलं. त्यांनी घाईघाईनं काळे कापडी मुखवटे चढवले. शितोळे ड्रायव्हरना हसू आलं; पण त्यांनी ते दाबलं. तेवढ्यात पुढचा बसस्टॉप आला. बस थांबवायची, मग प्रवासी आत येणार, त्यांना आपण जागा नाही असं म्हणायचं— हा सर्व व्याप टाळण्यासाठी शितोळ्यांच्या मागं उभा असलेला अतिरेकी खेकसला, "रुकना नहीं, बस चलने दो."

“क्या गडबड है, तेजाब?” दुसऱ्यानं विचारलं.

“कुछ नहीं. समशेर, तुम होशियार रहो. मै ड्रायव्हर को सम्हाल लूँगा. ऊपरवाले पॅसेंजर गडबड नहीं करेंगे ना?”

“नीचे क्या हो रहा है उसका उपर डेकवाले को क्या पता होगा? अहमद तर खालीच आहे. उपर अपना गणपत आहे ना?”

“है, लेकिन गणपत ऐसा नाम मत लेना. बॉसने उसका नाम जोरावर रखा है।”

ड्रायव्हर शितोळ्यांनी मनात नोंद केली. अतिरेकी स्थानिक व मराठी आहेत. बसस्टॉप आला व गेला. बस थांबली नाही. कशी थांबणार? शितोळ्यांच्या मानेला पिस्तुलाची नळी टेकलेली होती. स्टॉपवर न थांबता बस तशीच पुढं निघाली म्हटल्यावर दोन तरुण प्रवासी पळती बस पकडण्याकरता धावले. त्यांचं धावत येणं पाहून शितोळ्यांनी बसचा वेग कमी केला.

“वेग कमी का केला?” तेजाबनं विचारलं.

शितोळे शांतपणे म्हणाले, “दोन प्रवासी धावत येत आहेत. ते बसखाली आले व मेले तर? पब्लिक जमा होईल, बसला घेरेल. तुम्हाला मुख्यमंत्र्यांच्या बंगल्यापर्यंत पोहोचायचं आहे का नाही?”

शितोळ्यांचा मनावरचा ताबा वाखाणण्याजोगा होता. या परिस्थितीतही त्यांचं भान कायम होतं. खासगी प्रवासी बसजवळ येता कामा नयेत, पादचाऱ्यांनी बसला घेरता कामा नये!

समशेर पिस्तुलासह बसच्या प्रवेशद्वारापाशी गेला. पळत येणाऱ्या प्रवाशांवर तो ओरडला, “ए कुत्तेऽऽ आ, अंदर आ. तुझे मरनाही है तो आ.” समशेरनं पिस्तूल त्याच्यावर रोखलं आणि काळजीपूर्वक हवेत उडवलं. काळा बुरखेवाला व त्याच्या हातातील पिस्तूल पाहून बसजवळ आलेला प्रवासी हबकला. त्यात पिस्तूल उडालं होतं. गोळीचा आवाज झाला. प्रवासी व रस्त्यावरचे पादचारी भयचकित झाले. ‘हटो, हटो, बस हायजॅक हुई है’ असं बसमधील सर्व प्रवासी बाकाखालून ओरडले. अतिरेक्यांनी बस ताब्यात घेतली आहे, हे रस्त्यावरच्या, बसस्टॉपवरच्या पब्लिकला स्पष्टपणे समजलं. पिस्तुलाच्या आवाजानं दचकलेले शितोळेही गोंधळले. त्यांनी विचारलं, “तेजाब, काय घडलं?” शितोळ्यांची सलगी तेजाबला आवडली नाही. तो दरडावून म्हणाला, “बस हायजॅक हुई है। चीफ मिनिस्टर के बंगले की ओर चलो. मरना नहीं है, तो अपना काम करो.”

बसच्या वरच्या मजल्यावरून वॉकीटॉकीतून मोठा आवाज आला, “बस

हायजॅक की है। बस हमारे कब्जे में है। तेजाब, समशेर व मैं जोरावर बस लेके चीफ मिनिस्टर को मिलने जा रहे है। बस में बीस पैसेंजर है। किसी ने बस रोकने की कोशिश की तो हम सब पैसेंजर को मार देंगे... एक एक लाश बाहर फेक देंगे.''

समशेरला तेजाब म्हणाला, ''हा जोरावर हिशेबात कच्चा दिसतो आहे. आपण सगळे मिळून वीस आहोत. आपण तिघे व ड्रायव्हर शितोळे सोडले तर पॅसेंजर सोळाच उरतात.''

शितोळे म्हणाले, ''मला मारू नका. बस चालवण्याचं काम चालू राहायला हवं!''

समशेर ओरडला, ''तेजाब, ड्रायव्हर जास्तच बकबक करतो आहे. ड्रायव्हर के माथे पे पिस्तूल जोर से मार.''

शितोळे मोठमोठ्याने ओरडले, ''मेलोऽ मेलोऽऽ वाचवा, वाचवाऽऽ.'' शितोळ्यांचा ओरडा संपल्यानंतर तेजाबनं पिस्तूल शितोळ्यांच्या मागच्या सीटवर आदळलं. मग शितोळे पुन्हा ओरडले. मघाशी ते भीतीपोटी आधीच ओरडले असावेत!

एव्हाना बसस्टॅण्डवर लटकलेले पॅसेंजर, ट्रॅफिक हवालदार, काळ्या मुखवट्यातील अतिरेक्यांना प्रत्यक्ष पाहणारे दोन प्रवासी, ''मेलोऽ वाचवाऽऽ'' हा शितोळ्यांचा आक्रोश ऐकणारे रस्त्यावरचे पादचारी पूर्णपणे ज्ञानी झाले होते. अतिरेक्यांनी बस हायजॅक केली आहे व सर्व प्रवाशांचे प्राण धोक्यात आहेत, ही बातमी सर्वदूर पसरली. धकधक, ए. बी. टीव्ही, पहारा समय या तीन वाहिन्यांच्या चित्रीकरण करणाऱ्या गाड्या बसच्या बाजूनं धावू लागल्या. या वाहिन्यांना फोन करून एक तासापूर्वीच ही बातमी कळवण्याची चोख व्यवस्था कोणी तरी केली होती. वाहिन्यांना कार्यवाही करावयास वेळ लागला होता.

वाहिन्यांच्या गाड्या येण्याचीच जणू जोरावर वाट पाहत होता. बसच्या वरच्या खिडकीतून सहा इंच व्यासाची व चार फूट लांब नळी बाहेर डोकावली. ती नळी पाहताच मुरब्बी वाहिन्यांना हा रॉकेट लाँचर आहे, हे न सांगताच समजलं. वाहिन्यांनी ती नळी घरोघरीच्या टीव्हीवर, पुन: पुन्हा दाखवून ''लष्करे तोयबाने बस पर कब्जा किया है। उनके पास रॉकेट लाँचर है'' असा पुकारा चालू ठेवला.

ज्या दोन प्रवाशांनी काळ्या बुरख्यातील पिस्तूलधारी अतिरेक्यांना पाहिलं होतं, त्या प्रवाशांचा या तीन वाहिन्यांना शोध लागला. घरोघरीच्या टीव्हीच्या पडद्यावर या प्रवाशांच्या मुलाखती चालू झाल्या. जोडीला वाहिन्यांचं लाइव्ह चित्रण

चालूच होतं. दक्षिण मुंबईच्या दिशेने बस चालली आहे, ड्रायव्हर शितोळ्यांच्या मानेला पिस्तूल लावून तेजाब उभा आहे, बसच्या बाकांच्या मधोमध मुंड्या खाली घालून असहाय प्रवासी पाय दुमडून बसले आहेत, त्यांच्यावर पिस्तूल रोखून समशेर पहारा देतो आहे... ही सारी दृश्ये स्पष्ट-अस्पष्ट स्वरूपात घरोघरच्या टीव्हीवरच्या पडद्यांवर उमटत होती. ऑफिसातील कामे थांबली होती. ऑफिसातील टीव्ही चालू झाले होते. तेवढ्यात बसच्या बाकामधील एक प्रवासी 'पोटात दुखतंय... मला वाचवा, डॉक्टरला बोलवाऽऽ' असं ओरडत, कळवळत उठला. समशेर त्याच्यावर "ए कुत्तेऽ चूप! ए कमिनेऽऽ आवाज बंद करऽ" असं ओरडला आणि त्यानं पिस्तुलातून एक गोळी झाडली. प्रवासी निपचित खाली पडला व लाल रक्ताचा लांबलचक ओघळ बसभर पसरला.

तीनही वाहिन्यांना चित्रीकरणाची मोठीच पर्वणी मिळाली. टीव्हीच्या पडद्यांवरून रक्ताचे ओघळ पुन:पुन्हा वाहू लागले. तीच ती चित्रं इतक्या वेळा दाखवली जात होती, की बसच्या तक्तपोशीला लाल रंगाचा जणू झराच फुटला, असं वाटत होतं.

आणि शिट्या व सायरन वाजवत पोलिसांच्या गाड्या आल्या. पोलिसांच्या गाड्या नेहमीप्रमाणे उशिरा आल्या होत्या! पोलीस निरीक्षक मोकाशी पोलीस दलाचे प्रमुख होते.

पोलिसांच्या गाड्या पाहून अतिरेकी घाबरले तर नाहीतच, उलट त्यांना अवसान चढले. जोरावर वॉकीटॉकीवरून गर्जना करू लागला. "हमें मुख्यमंत्री से मिलना है... हमें पकडने या मारने की कोशिश मत करना. हम सब पॅसेंजर का खात्मा कर देंगे."

तसं पाहिलं तर या तिघांना ठार मारणं पोलिसांना कठीण नव्हतं, पण यांना मारण्याचा प्रयत्न केला आणि या अतिरेक्यांनी प्रवाशांना ठार मारलं तर?

एव्हाना अतिरेक्यांची तेजाब, समशेर व जोरावर ही नावं टीव्हीच्या पडद्यामुळं घरोघर पोचली होती. नावं समजली, पण नावावरून जातपात, प्रांत यांचा बोध होत नव्हता आणि अतिरेकी खऱ्या नावांनी थोडेच वावरतील? ज्या अर्थी हे अतिरेकी परस्परांना नावांनी हाक मारत होते, त्या अर्थी त्यांची नावं खरी असण्याची शक्यता नव्हती.

तेवढ्यात जोरावरनं समशेरला बोलावलं व तांब्याच्या आवरणाचे आठ गोळे दिले. गोळे देताना जोरावर मोठ्यानं म्हणाला, "समशेर, कोई रास्ते में बस के सामने आ गया तो उसे ग्रेनेड से उडा देना."

बाप रे! म्हणजे हे ग्रेनेड होते तर? जोरावर हे मोठ्यानं वॉकीटॉकीवरून

बोलला होता. वाहिन्यांच्या धावत्या गाड्यांना जोरावरचं बोलणं रेकॉर्ड करणं सोपं झालं. चॅनेलवर लाइव्ह चित्रण चालू झालं. जोरावर वरच्या डेकवरून खाली उतरत होता. समशेरच्या हातात ग्रेनेड देत होता. हे चित्रण पुन:पुन्हा दाखवलं जात होतं. प्रत्यक्षात जोरावरनं एकदाच आठ ग्रेनेड दिले होते, पण चित्रण पाहणाऱ्याला वाटत होतं की, ग्रेनेडचे शेकडो गोळे खाली पोहोचवले जात होते! चॅनेलवाले आपल्या व्हॅनवरून अतिरेक्यांना पुन:पुन्हा सांगत होते, "तेजाबजी, समशेरजी, जोरावरजी— हम केवल चित्रीकरण कर रहे है। मुख्यमंत्री निवास के तरफ कैसा जाना है ये भी हम आपको बतायेंगे. हम न्यूज दिखानेवाले है। ग्रेनेड हमारे ओर मत फेकिये।"

रस्त्याच्या दोन्ही बाजूंना लोक उभे होते. शितोळे बस चालवत होते. त्यांच्या मानेच्या मागच्या बाजूला पिस्तूल लावून तेजाब उभा होता. मुंबईच्या हमरस्त्यावरून बस हायजॅक करून, "आम्हाला मुख्यमंत्र्यांना भेटायचं आहे" असं तीन अतिरेकी खुलेआम सांगत होते. तीनही वाहिन्यांच्या गाड्या चित्रीकरण करत होत्या, हे चित्रण घराघरांतून दाखवलंही जात होतं; पण या अतिरेक्यांविरुद्ध कृती म्हणून होत नव्हती! हा तसा चमत्कारच होता.

पोलीस निरीक्षक मोकाशी फोनवरून पोलीस कमिशनरना सांगत होते, त्यांचं बोलणं चॅनेलवाले ऐकत होते व घरोघर पोहोचवत होते. "आमच्या दोन गाड्या आहेत. आमच्याकडे शार्पशूटर आहेत. या तीन अतिरेक्यांना मारणं शक्य आहे, पण यांना मारलं तर... नंतर काय होईल? साहेब, राहुल राज या बिहारी तरुणाला नोव्हेंबर २००८ मध्ये आपण पोलिसांनी मारलं होतं. 'मला राज ठाकरे यांना मारायचं आहे' असं तो म्हणत होता. त्याच्या हातात पिस्तूल होतं. ते पिस्तूल बसच्या खिडकीतून हात बाहेर काढून तो नाचवत होता. त्यानं एका कंडक्टरची मुंडी धरली होती. राहुल राजनं एकाच्या मांडीत गोळी घातली होती. आपण त्याला मारलं. तो तरुण बिहारी होता, हे आपल्याला नंतर समजलं. त्या वेळी लालुप्रसाद यादव, रामविलास पासवान, नितीशकुमार यांनी आकाशपाताळ एक केलं होतं. समजा, हा तेजाब हैदराबादचा आहे, समशेर काश्मीरचा आहे आणि जोरावर पंजाबचा आहे... त्यांना आम्ही मारलं तर देशात केवढा गहजब होईल? यांना मारायचा आम्ही प्रयत्न केला आणि त्याच वेळी यांनी रॉकेट लाँचरचा उपयोग केला किंवा ग्रेनेड फेकून मारले, तर केवढी जीवितहानी होईल!"

"यू आर राइट! पण मोकाशी, करायचं तरी काय?"

"साहेब, मला वाटतं की, त्यांच्याबरोबर वाटाघाटी कराव्यात. त्यांना वाटाघाटीत गुंतवावं."

"मोकाशी, काही तरी काय बोलताय? अतिरेक्यांनी एकाचा बळी घेतला आहे; त्यांच्याशी वाटाघाटी करायच्या?"

"साहेब, त्या तिघांना गोळ्या घालणं सोपं आहे; पण आपण अतिरेक्यांना मारलं आणि त्या त्या प्रांतांच्या मुख्यमंत्र्यांनी दिल्लीला धाव घेतली तर? आपल्या मुख्यमंत्र्यांवर मधल्यामध्ये ठपका येईल... आपल्या मुख्यमंत्र्यांना विनाकारण पायउतार व्हावं लागेल!"

"असं म्हणता?" पोलीस कमिशनरना मोकाशींचा मुद्दा योग्य वाटला.

"साहेब, एक कल्पना सुचते. वाहिन्यांच्या गाड्या चित्रीकरण करत आहेत. हे चॅनेलवाले खूप हुशार असतात. त्यांनाच विचारलं तर?"

"कल्पना उत्तम आहे. त्यांनाच विचारा." कमिशनरनी हिरवा दिवा दाखवला.

पोलीस निरीक्षक मोकाशी बुलेटप्रूफ जॅकेट घालून आळीपाळीने चित्रीकरणाच्या व्हॅनमध्ये शिरले. त्यांनी तीनही व्हॅनच्या वार्ताहरांना विचारलं, "काय करावं? या तीन अतिरेक्यांना गोळ्या घालाव्यात का, त्यांच्याशी वाटाघाटी कराव्यात?"

वाहिन्यांचे वार्ताहर अवाक् झाले. त्यांना कोणत्याही प्रश्नांची उत्तरं माहीत नव्हती. त्यांना फक्त प्रश्न माहीत होते. पोलिसांनी गोळ्या घातल्या; तर गोळ्या का घातल्या, गोळ्यांचा आकार केवढा आहे, गोळ्या कोणत्या कारखान्यात तयार झाल्या, गोळ्या न घालता अतिरेक्यांवर ताबा का मिळवला नाही— अशा प्रकारचे प्रश्न वार्ताहर विचारणार होते. पोलिसांनी प्रथम गोळ्या झाडाव्यात, अतिरेकी मरावेत किंवा जखमी व्हावेत आणि मग चॅनेलच्या वार्ताहरांना बोलवावं. मग ते प्रश्नावर प्रश्न विचारतील. "अतिरेक्यांच्या मागे त्यांच्या वृद्ध आई-वडिलांची जबाबदारी कोण घेणार? अतिरेक्यांच्या कृतीबद्दल त्यांच्या वृद्ध माता-पित्यांना शिक्षा का?" असं वार्ताहर पोलिसांना विचारतील. बरं, पोलिसांनी गोळ्या झाडल्या नाहीत व अतिरेक्यांनी बसमधल्या प्रवाशांना ठार मारलं तर चॅनलवाले पोलिसांच्या नावाने आरडाओरडा करतील!

पण इथं पोलीस अधिकारी मोकाशीच वार्ताहरांना सल्ला विचारत होते. वार्ताहरांनी तातडीनं आपल्या मुख्यालयात फोन केले. मुख्यालयं होती दिल्लीत. अतिरेक्यांनी बस ताब्यात घेतली आहे, एका प्रवाशाला गोळी घातली आहे, बसमध्ये रक्त सांडलं आहे, अतिरेक्यांशी वाटाघाटी कराव्यात का त्यांना गोळ्या घालाव्यात... पोलीस अधिकारी आपला सल्ला मागत आहेत. हे सर्व ऐकल्यावर व मुंबईतील

चित्रण दिल्लीतून पाहत असल्यामुळं तीनही चॅनेलच्या प्रमुखांनी सल्ला दिला, "चित्रीकरणाची व्हॅन बसच्या जास्तीत जास्त जवळ न्या. सारखं चित्रीकरण चालू ठेवा. अतिरेक्यांना फोन पुरवता आला तर पाहा. त्यांच्याकडून फोनवरून जास्तीची माहिती घ्या. मुख्यमंत्र्यांशी संपर्क साधा."

हे सर्व ऐकल्यावर मोकाशींनी चॅनेलवाल्यांची आशा सोडली.

बस चालली होती. बसच्या खिडक्यांतून तेजाब व समशेर दोघंही हातातील पिस्तूल नाचवत होते. 'धकधक'ची चित्रीकरण व्हॅन बसच्या जरा जास्तच जवळ आली, हे पाहून तेजाबनं व्हॅनच्या दिशेनं पिस्तूल उडवलं. केवढा आवाज झाला! बसमधील प्रवासी जिवाच्या भीतीने किंचाळले. 'धकधक'ची व्हॅन त्वरेनं दूर पळाली. घराघरांतील टीव्हींवर हेही दाखवण्यात आलं. बसमधील प्रवाशांचे कुटुंबीय वाहिन्यांच्या स्टुडिओमध्ये आपल्या पायांनी चालत गेले. वाहिन्यांनी त्यांच्या मुलाखती दाखवायला आरंभ केला. "आमच्या मंडळींना वाचवा, अतिरेक्यांचा मागण्या मान्य करा" अशा या कुटुंबीयांच्या आतडी पिळवटणाऱ्या आवाजातील विनवण्या टीव्हीवरून प्रक्षेपित होऊ लागल्या. एव्हाना स्टुडिओमध्ये मान्यवर हजर झाले. तीनही वाहिन्यांनी मान्यवरांच्या प्रतिक्रिया नोंदवायला प्रारंभ केला. "मुख्यमंत्री, गृहमंत्री काय करत आहेत? राज्य कोणाचे आहे— अतिरेक्यांचे का मुख्यमंत्र्यांचे?" यावर दणाणून चर्चा चालू झाली. या चर्चेत पोलीस निरीक्षक मोकाशीही फोनवरून सामील झाले.

मोकाशी सांगत होते, "पोलिसांच्या गाड्या बसच्या उजवीकडे व डावीकडे आहेत. परिस्थिती नियंत्रणाखाली आहे. आम्ही अतिरेक्यांना ठार मारू शकतो, पण आम्हाला तसा हुकूम हवा आहे. आम्ही अतिरेक्यांना मारायला गेलो आणि त्यांनी ग्रेनेडनी बसच उडवली तर? आतील सर्व प्रवासी मरतील. नंतर आमच्यावर खटले भरले जातील. तुम्ही वाटाघाटी का केल्या नाहीत, असं आम्हाला विचारलं जाईल. आम्हा पोलिसांना गुन्हेगारांशी वाटाघाटी कशा कराव्यात याचं शिक्षण दिलेलं नसतं. वाटाघाटी करण्याचा अंगभूत गुण राजकीय पुढाऱ्यांकडे असतो. त्यांनी पुढं यावं, त्यांनी अतिरेक्यांशी वाटाघाटी कराव्यात."

मोकाशींनी वाहिन्यांवरून केलेलं निवेदन गृहमंत्र्यांनी ऐकलं. गृहमंत्री खूश झाले. त्यांना या व्यवहारात विरोधी पक्ष पुढाऱ्यांना गुंतवायचंच होतं. त्यांनी घाईघाईनं पत्रकार परिषद घेतली. त्यांनी सर्व विरोधी पक्षांच्या नेत्यांना आवाहन केलं, "पक्ष पुढाऱ्यांनी बसजवळ जावं. त्यांनी अतिरेक्यांबरोबर वाटाघाटी कराव्यात. अन् प्रवाशांचे प्राण वाचवावेत."

विरोधी पक्ष पुढाऱ्यांनी वाहिन्यांवर यायची संधी गमावली नाही. वाहिन्यांवर त्यांची चर्चा चालू झाली. इकडे बसचा प्रवास चालूच होता. नाही म्हटले तरी तेजाब व समशेर कंटाळले होते. त्यांनी जोरावरला विनंती केली, ''वॉकीटॉकीवरून ओरडण्याचं काम तसं बैठं आहे. पिस्तूल हातात धरून आमची मनगटं दुखायला लागली आहेत. तू शितोळ्यांच्या मानेला पिस्तूल लाव. आम्ही आळीपाळीनं वॉकीटॉकीवरून बोलतो.''

ड्रायव्हर शितोळेही कंटाळले होते, पण गाडीत दुसरा ड्रायव्हर नसल्यानं त्यांना गाऱ्हाणं मांडता येत नव्हतं. तीच व्यथा होती बसच्या बाकांमध्ये मान खाली घालून बसलेल्या प्रवाशांची! पण त्यांनी मान वर केली आणि तेजाबनं किंवा समशेरनं गोळी घातली तर? वाहिन्यांच्या व्हॅनना चित्रीकरणाची संधी मिळेल, घरोघरीच्या टीव्हीच्या प्रेक्षकांना बसमध्ये वाहणारा रक्ताचा आणखी एक ओघळ पुन:पुन्हा शंभर वेळा पाहायला मिळेल; पण मधल्यामध्ये आपला जीव जाईल, त्याचं काय?

विरोधी पक्ष पुढाऱ्यांनी तीनही वाहिन्यांवरून एकमतानं ऐकवलं, ''आम्ही बोलून-चालून विरोधी पक्षातले आहोत. कायदा व सुव्यवस्था ही शासनाची जबाबदारी आहे. तीन अतिरेकी दिवसाढवळ्या येतात, बसवर ताबा मिळवतात, एका प्रवाशाला गोळी घालून ठार मारतात आणि मुंबईच्या रस्त्यावरून दिमाखात मिरवतात; कमाल आहे! या शासनाला राज्य करण्याचा काडीचाही अधिकार नाही. आमच्या हातात सत्ता असती तर आम्ही अतिरेकी जन्माला येण्याच्या आधीच त्यांच्या आई-वडिलांना ताब्यात घेतलं असतं. मुख्यमंत्र्यांनी व गृहमंत्र्यांनी ताबडतोब राजीनामे द्यावेत व सत्ता आमच्या हाती द्यावी.''

तेजाबच्या ओरडण्याचं चित्रीकरण व्हॅन करतच होत्या. ''आम्हाला मुख्यमंत्र्यांकडे जायचं आहे. त्यांनी आम्हाला भेटावं. आमच्या मागण्या मान्य कराव्यात; नाही तर आम्ही प्रवाशांना गोळ्या घालू. आमचा निरोप मुख्यमंत्र्यांपर्यंत पोहोचवा.''

मुख्यमंत्री टीव्हीसमोरच बसून होते. त्यांना विचार करायला वेळ द्यावा, विचार पूर्ण झाल्यावर ते टीव्हीवर येतील व 'या, भेटीला या' असं गंभीर व चिंताग्रस्त आवाजात म्हणतील... त्यानंतर मुख्यमंत्र्यांना प्रश्नावर प्रश्न विचारून वाहिन्यांचे वार्ताहर भंडावतील, ही सर्व दृश्यं टीव्हीच्या पडद्यावर पुन:पुन्हा दाखवली जातील... पण या साऱ्याला म्हणून काही वेळ द्यावा की नाही? बस मुख्यमंत्र्यांच्या निवासस्थानापाशी पोचायला तर हवी! पण समशेरला पाचपोच नव्हता. त्यानं 'मुख्यमंत्र्यांचा आम्हाला निरोप येत नाही? ठीक आहे, या दुसऱ्या पॅसेंजरचा

आम्ही बळी घेतो.' असं म्हणून त्यानं दोन बाकांत मान खाली घालून बसलेल्या प्रवाशाला उठवलं. त्याला गोळी घातली. तो धाड्कन खाली पडला आणि रक्ताचा आणखी एक ओघळ बसच्या तक्तपोशीवरून वाहत चालला.

तीनही वाहिन्यांवर हा दुसरा रक्तप्रवाह शंभर वेळा दाखवला गेला. मुख्यमंत्र्यांनीही तो पाहिला. आपण अतिरेक्यांची मागणी ताबडतोब मान्य केली नाही तर इतर प्रवासी मृत्युमुखी पडणार, हे मुख्यमंत्र्यांना स्पष्ट झालं. मुख्यमंत्र्यांच्या बंगल्याबाहेर सर्व वाहिन्यांचे प्रतिनिधी कॅमेऱ्यांसह हजर होते. मुख्यमंत्र्यांनी तीनच नव्हे तर सर्व वाहिन्यांना सांगितलं, "अतिरेक्यांच्या सर्व मागण्या मला मान्य आहेत. त्यांना देशाबाहेर पळून जाण्यासाठी मी माझे शासकीय हेलिकॉप्टर देतो, त्यांच्या यादीतील सर्व गुन्हेगारांना तुरुंगातून सोडण्यात येईल; पण त्यांनी प्रवाशांचे प्राण घेऊ नयेत. जे दोन प्रवासी मारले गेले आहेत, त्यांच्या नातेवाइकांना दहा-दहा लाख रुपये व कुटुंबातील एकाला शासकीय नोकरी देण्यात येईल."

सर्व वाहिन्या व वाहिन्यांवर हजर झालेले विरोधी पक्षाचे पुढारी मुख्यमंत्र्यांवर तुटून पडले, "हे कसले बिनकण्याचे मुख्यमंत्री! अतिरेक्यांच्या मागण्या काय आहेत, हे माहीत होण्यापूर्वीच मुख्यमंत्री त्या मान्य करून टाकतात, याचा अर्थ काय? मागण्या मान्यच करायच्या होत्या तर दोन प्रवासी मृत्युमुखी पडण्यापूर्वीच करायला हव्या होत्या. मुख्यमंत्र्यांनी ताबडतोब राजीनामा द्यावा."

एव्हाना बस मुख्यमंत्र्यांच्या शासकीय निवासस्थानापाशी पोहोचली होती. तिथं कडेकोट पोलीस बंदोबस्त होता. बस आत आल्याबरोबर पोलिसांनी बसला घेरलं. अतिरेकी प्रथम बाहेर उतरले. त्यांच्यामागून प्रवासी, ड्रायव्हर शितोळे उतरले. बसपाशी दोन स्ट्रेचर आले. त्यांवर निजवून दोन मृत प्रवाशांना नेण्यात आलं. अतिरेकी मुख्यमंत्र्यांजवळ आले. मुख्यमंत्र्यांनी त्यांच्याशी हस्तांदोलन केलं.

सर्व वाहिन्यांवरून विरोधी पक्ष पुढारी व वाहिन्यांचे वार्ताहर किंचाळू लागले, "अतिरेक्यांबरोबर मुख्यमंत्री हस्तांदोलन करतात, याचा अर्थ काय? या अतिरेक्यांचे हात दोन प्रवाशांच्या रक्ताने रंगलेले आहेत."

तेवढ्यात मुख्यमंत्री अतिरेक्यांना घेऊन चहाच्या टेबलापाशी बसले.

वाहिन्यांवरच्या बातमी देणाऱ्यांना, विरोधी पक्ष पुढाऱ्यांना आणि घरोघरच्या प्रेक्षकांना मुख्यमंत्र्यांची अतिरेक्यांबरोबरची सलगी पाहणं असह्य झालं. वाहिन्यांवरच्या निवेदकांनी 'हे असले शेळपट मुख्यमंत्री हवेत का नकोत? हवे असले तर 'येस' (Y) व नको असतील तर 'नो' (N) लिहून एसएमएस पाठवा', असं आवाहन चालू केलं.

वाहिन्या चित्रण करत होत्या व टीव्हीच्या पडद्यांवर लाइव्ह प्रक्षेपण चालू होतं.

मुख्यमंत्री निवेदन करत होते, ''मी काय सांगतो, ते नीट समजून घ्या. माझ्यासमोर बसलेले तीनही अतिरेकी हे अतिरेकी नाहीतच. हे तिघं ज्येष्ठ पोलीस निरीक्षक आहेत. बस ड्रायव्हर शितोळे खुद्द पोलीस उपायुक्त शितोळेच आहेत. त्यांनी लावलेली दाढी-मिशा खोटी आहे. त्यांना ड्रायव्हिंगची आवड आहे, म्हणून ते या नाटकात हौसेनं ड्रायव्हर झाले. सर्वच्या सर्व प्रवासी हे पोलीसच आहेत. स्ट्रेचरवरून ज्यांना नेलं, त्यांना गोळ्या लागलेल्या नाहीत. कारण अतिरेक्यांनी वापरलेली पिस्तुलं ही खरी नाहीत. ही फक्त आवाज करणारी, धूर सांडणारी, चित्रपटांच्या हाणामारीच्या दृश्यात वापरली जातात ती नकली पिस्तुलं आहेत. दोन वेळा रक्ताचे ओघळ बसमध्ये वाहिले; पण ते रक्त नव्हतं, पातळ केलेला टोमॅटो केचप होता. बसच्या अपहरणाचं नाटक करावं, असा आमच्या पोलीस खात्याचा आग्रह होता. गृहमंत्र्यांनी व मी खात्याचा हेतू समजून घेतला व परवानगी दिली. खात्याचा हेतू काय होता, हे गृहमंत्री सांगतील.''

गृहमंत्री सांगू लागले, ''अतिरेकी एखाद्या इमारतीत घुसतात किंवा बसचा ताबा घेतात तेव्हा पोलिसांनी कोणती कृती करावी, हे परिस्थितीचा अंदाज घेऊन पोलिसांनीच ठरवायला हवं. पोलिसांनी काय करावं हे मी, तुम्ही, विरोधी पक्ष पुढारी किंवा वाहिन्यांवरचे निवेदक कसं काय ठरवू शकतील? पोलिसांनी घेतलेल्या निर्णयाची नंतर चिरफाड करणं सोपं आहे. तुम्ही ते पाहिलंत. नकली अतिरेक्यांविरुद्धच्या आजच्या लुटुपुटीच्या मोहिमेत आम्ही विरोधी पक्षांना, वाहिन्यांना सक्रिय सहभागी होण्याची व निर्णय घेण्याची संधी दिली; पण कोणीही सहभागी झालं नाही. कोणालाही एकही उपाय सुचवता आला नाही.''

...वाहिन्या प्रक्षेपण करत होत्या. मुख्यमंत्री व गृहमंत्री यांनी अशा प्रकारचं नाटक करावं का, पोलीस खात्याच्या तालावर शासनानं नाचावं का— जनतेचा पैसा व वेळ अशा नाटकावर खर्च करणं योग्य आहे का यावर प्रेक्षकांनी 'होय' हे मत असेल तर Y व 'नाही' हे मत असेल तर N असे एसएमएस पाठवावेत, असं निवेदक सांगत होते... पुन:पुन्हा शंभर वेळा सांगत राहणार होते.

◻◻◻

समंजस माघार

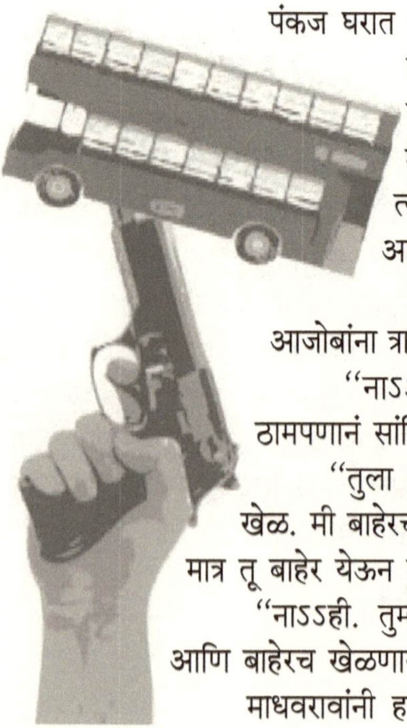

पंकज घरात धुडगूस घालत होता. माधवरावांना झोप लागण्यापूर्वीच त्यांची चार वेळा झोपमोड झाली होती. शेवटी न राहवून माधवराव म्हणाले, "मालती, तू पंकजला तासभर त्याच्या घरी पोहोचवून ये; मला झोपायचं आहे."

मालतीबाई म्हणाल्या, "पंकज, आजोबांना त्रास होतोय. तू इकडे माझ्या खोलीत ये."

"नाऽऽही. मी इथंच खेळणार!" पंकजनं ठामपणानं सांगितलं.

"तुला माझ्याच खोलीत खेळायचं आहे, तर खेळ. मी बाहेरच्या खोलीत जातो. मी बाहेर झोपेन. मग मात्र तू बाहेर येऊन मला त्रास देऊ नकोस."

"नाऽऽही. तुम्ही बाहेर गेलात, तर मी बाहेर येणार आणि बाहेरच खेळणार!" पंकज ठामपणे म्हणाला.

माधवरावांनी हताशपणे मालतीबाईंकडे पाहिलं. त्यांना

नवऱ्याची अडचण समजली होती. पण काय करणार? पंकजचं वय तसं आडनीड, म्हणजे तो चारच वर्षांचा तर आहे!

माधवरावांच्या मनात आलं की, कौस्तुभनं आपल्याला एकदा असंच उत्तर दिलं होतं. तेव्हा कौस्तुभ पंकजच्याच वयाचा होता. त्या वेळी आपण त्याला चापट लगावली होती, कारण कौस्तुभ त्यांचा नातू होता. त्यांना हेही आठवलं की, श्रीधर व रिया जेव्हा जेव्हा दुपारी घरी असत, तेव्हा तेव्हा ते कौस्तुभला आजोबांच्या झोपेच्या आड न विसरता येऊ देत नसत.

शेवटी पंकज हा शेजारच्या जोडप्याचा मुलगा आहे. त्याला लळा लावण्याचा, खाऊ देण्याचा, त्याला त्याच्या आईनं मारलं तर शेजारी जाऊन "विद्या, मुलाला असं वाढवतात का? दे त्याला माझ्याकडं" असं म्हणून त्याला आपल्या घरी घेऊन येण्याचा अधिकार आपल्याला आहे; पण त्याला मारण्याचा अधिकार मात्र आपल्याला नाही.

"आजोबा, पंकज तुम्हाला त्रास देतो; कारण तुम्ही त्याचे फार लाड करता, त्याला धाक दाखवत नाही. त्याच्यावर ओरडा, त्याला चांगला धम्मक लाडू द्या; मग तो सरळ वागेल." असं पंकजचे आई-वडील, विद्या व विश्वास हे सगळे माधवरावांना दहादा म्हणाले होते; पण माधवरावांना जिथे दुसऱ्यांच्या मुलावर जिभेचा वापर करता येत नव्हता, ते त्यावर हात काय उगारणार? चांगला दीड तास पंकज तिथे खेळला. मालतीआजींनी त्याला भरपूर जॅम लावलेला ब्रेड व चहा दिला. त्यानंतरच पंकज त्याच्या घरी गेला. विद्याने त्याला हाक मारली होती, तेव्हा मात्र पंकज घाईघाईनं घरी धावत गेला.

मालतीबाईंनी प्रथम पंकजला "जॅम-ब्रेड खाऊ नकोस, तसलं खाणं प्रकृतीला चांगलं नाही, मी तुला गूळ-तूप-पोळी कुस्करून देते," असं पुनः पुन्हा आवर्जून सांगितलं होतं. त्यानंतर "पंकज, तू चहा न घेता दूध पी—" असंही मालतीबाई म्हणाल्या होत्या, पण पंकज ब्रेड-जॅम व चहा यावर अडून बसला. त्यावर मालतीबाईंचं काही चाललं नाही. कौस्तुभही असाच हट्ट करायचा, पण अखेर शेवटी तो आजीचं ऐकायचा. मुख्य म्हणजे, रियानं हाकावर हाका मारल्या तरी तो आजीजवळून उठत नसे.

पंकज गेल्यावर मालतीबाई कष्टी झाल्या. मनातील ताण त्यांच्या चेहऱ्यावर उमटला. माधवराव म्हणाले, "मालती, शेवटी पंकज हा काही आपला नातू कौस्तुभ नाही. तो शेजारच्या घरात राहतो. आईनं हाक मारली; तो गेला. पुन्हा दोन-एक तासांनी तो येईल."

"आणि आलाच नाही तर? कौस्तुभला जशी मी केव्हाही घेऊन यायची, तशी पंकजला मी केव्हाही आणू शकते का?"

"रोज रात्री निजताना पंकज किरकिर करतो. तू मधल्या भिंतीला अधूनमधून कान लावून ऐक. विद्याकडे जा आणि म्हण, का गं, आज पंकज जास्तच किरकिरतोय? मी पंकजला घेऊन जाते. त्याला कर्णाची गोष्ट सांगते. गोष्ट ऐकता-ऐकता गुलाम लगेच झोपेल. तुझं आवरलं की, तू त्याला घेऊन जा."

"पंकजला कर्णाची गोष्ट आवडत नाही. राम-कृष्णाच्या गोष्टीही आवडत नाहीत. त्याला डाकू-पोलिसांच्या गोष्टी हव्या असतात."

"मग डाकूंच्या गोष्टी सांग.'

"डाकूंच्या गोष्टींनी त्याच्यावर चांगले संस्कार थोडेच होणार आहेत?"

"मालती, मला तुझं म्हणणं कळतं. तुझ्या आणि माझ्या मनात सारखेच विचार आहेत. ही पोरटी वीतभराची असल्यापासून टीव्हीसमोर दुपट्ट्यावर पडून असतात. टीव्हीसमोरच ती पालथी होतात, सरकतात, रांगतात, उभी राहतात. टीव्हीवर जे दाखवलं जातं, तेच ती जन्मापासून पाहतात. तुला आठवतं? एकदा टीव्हीवर कोणता तरी सिनेमा लागला होता. त्यात गुंडांनी पोलीस ठाण्यात शिरून, प्रामाणिक पोलीस अधिकाऱ्यावर गोळ्या झाडल्या. मी टीव्ही बंद केला. कौस्तुभ म्हणाला, 'आजोबा, आता कशाला टीव्ही बंद केलात? लावा ना. आता ते या अधिकाऱ्याला जाळतील. बंदुकांतून आकाशात गोळ्या झाडतील. सर्व जण पांढऱ्या कपड्यांत येतील. पोलीस अधिकाऱ्याचा मुलगा येईल आणि म्हणेल, मी वडिलांच्या खुनाचा बदला घेईन!"

"आठवतं. याचा अर्थ, तो सिनेमा कौस्तुभनं या आधीच दोन-तीन वेळा पाहिला होता. तुम्ही टीव्ही बंद केलात, पण कौस्तुभ कुरकरत होता. आतून रिया म्हणाली, "बाबा, लावा टीव्ही. तो रमतोय ना, रमू दे. त्याची कुरकूर नको."

मालतीबाईंना कौस्तुभचं मासे खाणंही आठवलं. रियाच्या कोणा मैत्रिणीनं मासे पाठवले होते. रियाच्या नादानं श्रीधरही मासे खाऊ लागला होता. हळूहळू तो माशांचा भोक्ताच झाला होता. मालतीबाईंनी सुचवलं, "मासे बाजूला ठेवून द्या. कौस्तुभला घेऊन संध्याकाळी मी बागेत जाईन, तेव्हा तुम्ही दोघं मासे खा."

रिया कळवळून म्हणाली, "आई, एवढे छान मासे आले आहेत, कौस्तुभलाही मिळू द्या ना! मासे प्रकृतीला चांगले असतात. बरं, त्याला आवडले नाही, तर तो खाणार नाही; मी त्याच्यावर सक्ती थोडीच करणार आहे?"

"रिया, तू आणि श्रीधर मासे खाता, त्यावर मी काही म्हणते का? आता

तुम्ही जाणते झाला आहात. तुमचे निर्णय तुम्ही घेता. पण कौस्तुभ लहान आहे, त्याला सवय का लावायची? लहान मुलं अनुकरणशील असतात. त्यांच्यासमोर तुम्ही दारू प्यायलात, तर पुढे मुलंही प्यायला शिकतील. कौस्तुभ मोठा झाला, की त्याचे निर्णय तो स्वतंत्रपणे घेईल, तेव्हा मी मधे येणार नाही.''

रिया यावर बोलली अशी काहीच नाही, पण ती कौस्तुभला घेऊन स्वयंपाकघरात गेली. मालतीबाईंना बाहेर ऐकू आलं. ''नलूमावशीने छान मासे पाठवले आहेत. खोबऱ्यासारखे मस्त लागतात. मला, श्रीला खूप आवडतात... तुला आवडतात का ते पाहा.''

मालतीबाईंना त्या दिवशी खूप वाईट वाटलं. हा प्रसंग त्यांनी माधवरावांना सांगितला. सांगताना त्यांचे डोळे ओले झाले होते. माधवरावांनी समजूत घातली, ''मालती, तुझं म्हणणं पूर्णपणे योग्य होतं. हल्ली श्री, रिया यांच्याबरोबर कौस्तुभही आवडीनं कोक-पेप्सी प्यायला लागला आहे. ही पेयं दातांना चांगली नाहीत, शरीराला पोषक नाहीत, हे मी दहा ठिकाणी वाचलं आहे. त्या लेखांची कात्रणं मी वेळोवेळी रियाच्या टेबलावर ठेवली आहेत. तोंडाने बोललो नाही, एवढंच; पण आपल्या फ्रीजमध्ये कोकची मोठी बाटली येणं बंद झालं नाही. कौस्तुभला तर आता कोकची चटकच लागली आहे. मला त्या वेळी जे दुःख झालं, तसंच दुःख तुला आज त्याच्या मासे खाण्यावरून होत आहे. खरं सांगू? श्रीधर-रिया यांचंही मासे खाणं, कोक पिणं मला अजिबात मान्य नाही. पण आपण काय करणार? स्वतःला सावर. कौस्तुभ आपला मुलगा नाही; नातू आहे. रिया व श्रीधर त्याचे आई-वडील आहेत. कौस्तुभला कसं वाढवायचं, हे ते ठरवतील. मात्र तू एकदा सांगितलंस, हेही तू योग्यच केलंस. आपण एकदा सांगायचं आणि थांबायचं. आपणच हळूहळू त्यांच्या वागण्याची सवय करायची.''

''कसली सवय करायची? मासे खायची? कोक प्यायची?'' मालतीबाई उसळल्या.

''आपण आपल्या खाण्या-पिण्याच्या सवयी बदलायच्या, असं मी कसं म्हणेन? श्री-रिया-कौस्तुभ हे तिघं आपल्या मनाप्रमाणे वागणार नाहीत, हे समजून घ्यायचं. त्यांच्या वेगळ्या वागण्याची सवय करून घ्यायची.''

शेजारचं विश्वास-विद्या हे तरुण जोडपं लाघवी व प्रेमळ होतं. ती दोघं आजी-आजोबांची चौकशी करत. आपल्या अडीनडीला, तसंच पंकजला सांभाळण्याकरता शेजारचे आजी-आजोबा आनंदाने मदत करतात, हे विश्वास-विद्याला समजलं होतं. माधवराव-मालतीबाई हे आजोबा-आजी आपल्या शेजारी

राहायला आले, त्यामुळे प्रथम विश्वास-विद्या नाराज झाले होते. आपण तरुण आहोत, एखादं तरुण जोडपं शेजारीच राहायला आलं असतं, तर मिळून धमाल करता आली असती; असं प्रथम त्यांना साहजिकच वाटलं होतं. नंतर त्यांना कळलं की, आजी-आजोबा मूळचे पुण्याचे आहेत, हा छोटा ब्लॉक त्यांच्या मालकीचाच आहे. या ब्लॉकमध्ये त्यांनी चांगलं पस्तीस वर्षं वास्तव्य केलं होतं. त्यांच्या श्रीधर या मुलाला मुंबईला नोकरी मिळाली, त्यांची सून रिया ही हायकोर्टात वकिली करते, त्यांना पंकजहून वयानं जरा मोठा कौस्तुभ नावाचा नातू आहे. नातवाच्या ओढीनं ते मुंबईला गेले व नातवाकरता ते चांगली सहा वर्षं मुंबईलाच होते, पण मुंबईच्या दमट हवेनं आजोबांना हैराण केलं. खोकला व सर्दी या दोन शत्रूंनी त्यांना सतावलं. सर्व उपाय झाले. शेवटी डॉक्टर म्हणाले, हा हवेमुळेच होणारा त्रास आहे. हवापालट करा. आता साऱ्या मुंबईची हवा आम्ही दोघं म्हातारी माणसं कशी काय बदलणार? म्हणून आम्ही दोघं पुण्याला आलो झालं! ...मालतीबाईंनी विद्याला आपणहून माहिती दिली होती.

मालतीबाईंना तऱ्हेतऱ्हेच्या वड्या करणं, शंकरपाळी-चिवडा बनवणं याचा नादच होता. बनवलेले पदार्थ त्या पंकजसाठी म्हणून, पण भरपूर प्रमाणात, विद्याकडे पोहोचवायच्या. "आवडल्या का रे श्रीखंडाच्या वड्या?" असं मालतीबाई प्रेमानं पंकजला विचारायच्या. "मी देवपूजा करणार आहे. येतोस का माझ्याबरोबर? पाकातल्या पुऱ्यांचा प्रसाद आहे." असं विचारून त्याला आपल्याकडं घेऊन यायच्या.

विद्यालाही निरनिराळे पदार्थ बनवण्याची आवड होती. पण ती अधिकतर मांसाहारी पदार्थ बनवी. बटर चिकन, चिकन लॉलीपॉप, चिकन तंदुरी हे पदार्थ म्हणजे तर तिची खासियत होती. "आजोबा हे पदार्थ खातात का? त्यांच्याकरता पाठवू का?" असा प्रश्नही विद्यानं एकदा दबक्या आवाजात विचारला होता. विद्याच्या घरातून येणारे त्यांचे वास मालतीबाई व माधवराव यांना हैराण करत होते. मालतीबाईंनी हसून उत्तर दिलं, "असले पदार्थ आमच्या देहाला काय मानवणार गं? आम्ही दोघं आता वरण-भाताचे धनी आहोत!"

पाहता-पाहता माधवराव-मालतीबाई यांना पंकजचा आणि पंकजला या आजी-आजोबांचा लळा लागला. विश्वास-विद्या या जोडप्याला वाटलं की, आपल्या शेजारी वयस्कर दांपत्य आलं, हे फार सोईचं घडलं. ही दोघं नेहमी घरीच असतात, पंकजकडं प्रेमानं पाहतात... जणू हे पंकजचे खरे आजी-आजोबाच आहेत!

एकदा विद्यानं थोड्या संकोचानंच विचारलं, "आजी, एक विचारू का?"

"विचार. एक का, दोन गोष्टी विचार."

"मी आणि विश्वास रात्री एका नाटकाला जाणार आहोत. पंकज एकदा झोपला की झोपला. तो झोपी गेल्यावरच आम्ही जाणार. तो मधे उठत नाही. पण काळजी वाटते. आम्ही बाहेरून कुलूप लावून जाणार आहोत. पण किल्ली तुमच्याकडे ठेवून जाऊ का? समजा, पंकज उठलाच, तर तुम्ही आत जाऊन बघाल का?"

मालतीबाई म्हणाल्या, "म्हणजे पंकज घरी बंद दरवाजाआड एकटा निजणार आणि मी त्याच्यावर माझ्या घरातून लक्ष ठेवायचं— तू हेच सुचवत आहेस ना? नाही गं बाई, असा प्रकार मी करणार नाही. विद्या, त्यापेक्षा तू मी सांगते तसं कर. संध्याकाळीच मी पंकजला आमच्याकडं घेऊन येते. तो गुलाम रमतो आमच्याकडं. रात्री तो आमच्याकडेच जेवेल, निजेल. म्हणजे मला निवांत वाटेल. उद्या सकाळी तो झोपेत असतानाच तू त्याला घेऊन जा. सकाळी उठल्यावर आजीकडून आईकडे कसा आलो— अशी त्याला गंमत वाटेल. तेवढीच मजा!" त्या दिवसापासून, नव्हे त्या रात्रीपासून, विद्याला आजी-आजोबांत तिचे आई-वडीलच सापडले.

आपण विद्या-विश्वासचे आई-वडील होणं गरजेचं आहे, त्याकरता आपल्याला खटपट केली पाहिजे, हे माधवरावांनी मालतीबाईंना व मालतीबाईंनी माधवरावांना वेळोवेळी सांगितलं होतं. आपण दोघंही सत्तरीच्या पलीकडचे, आपण आजारी पडणार, आपल्याला तरुण हातांची मदत लागणार. आपण मुंबईहून पुण्याला निघून आलो. का? तर, आपले व आपल्या मुला-सुनेचे विचार एकसारखे नाहीत. रिया व श्रीधर त्यांच्या मनाप्रमाणे वागतात. त्यांची कौस्तुभला वाढवण्याची तऱ्हा आपल्याला रुचत नाही. त्यांचे व आपले मतभेद आहेत, मग आपली मनातल्या मनात चिडचिड होते. हे टाळण्यासाठी आपण मुंबई सोडली व पुण्याला आलो. बरं तर बरं, आपण आपली पुण्याची जागा विकलेली नव्हती! मुंबईची हवा मानवत नाही, असं आपण श्रीधरला सांगितलं व पुणं गाठलं. आता आपण पुण्यात आहोत, तेव्हा आपल्याला शेजारचं विश्वास-विद्या हे जोडपं आपलं मानायला हवं.

आई-बाबांचं मुंबईची हवा न मानवण्याचं कारण श्रीधर-रियाला पूर्णपणे पटलं नव्हतं. आपले पुणेकर आई-वडील गेली सहा वर्षे मुंबईत मजेत राहत आहेत. आई-बाबा आपल्याजवळ आहेत याचा श्रीधर-रियाला आनंद तर होताच,

त्याहून जास्त त्यांच्या मनाला स्वस्थता होती. वयस्कर आई-वडिलांनी पुण्याला राहणं, हा त्यांचा चिंतेचा विषय होता. मुंबईत आई-बाबांच्या प्रकृतीत काही खाली-वर झालं, तर श्रीधर-रिया दोघं जण सहजपणे निभावून नेत होते. मुख्य म्हणजे, इथे आई-बाबांना कोणत्याही कामासाठी घराबाहेर पडायची गरज नव्हती. जवळच पालिकेचं एक उद्यान होतं. त्या उद्यानात आई-बाबा त्यांच्या सोईनुसार पाय मोकळे करण्यासाठी जायचे. त्यामुळं आई-बाबांचं पुण्याला जाणं श्रीधर-रियाला मुळीच मान्य नव्हतं. मात्र, आई-बाबांची पुण्याची ओढ त्यांना स्वाभाविक वाटत होती. त्यांचं उमेदीचं पूर्ण आयुष्य पुण्यात गेलं होतं. त्यांचे मित्र पुण्यात होते. हां! आई-बाबांनी पुण्याला जाण्यात श्रीधरची दुहेरी गैरसोय होती. आईबाबा घरी असले, की कौस्तुभची काळजी म्हणून नसते. आई-बाबांचं नातवाकडं आपल्यापेक्षा जास्त लक्ष असतं. आता कौस्तुभची काळजी करणं आलं आणि पुण्याला दूर असणाऱ्या आई-बाबांचीही. आपण त्यांना रोज फोन करू, प्रकृतीची चौकशीही करू; पण आई-बाबा दोघंही त्यांच्या प्रकृतीपेक्षा आपलीच काळजी करणारे आहेत. ते फोनवर सांगणार, ''प्रकृती ना? उत्तम आहे. आता आम्ही पुण्याला, आमच्या सवयीच्या हवेत आलो आहोत! तुम्ही दोघं कौस्तुभची काळजी घ्या, स्वतःला जपा.'' प्रत्यक्षात त्यांची प्रकृती बिघडली असली, तरीही ते असंच बोलणार. पण काय करणार? आई-बाबांच्या बेताला मनातून अत्यंत नाइलाजानं पण वरकरणी समाधानानं रियानं व श्रीधरनं मान्यता दिली. त्या वेळी कौस्तुभ रडला होता, तो आजी-आजोबांना सोडायला तयार नव्हता.

रिया म्हणाली, ''अरे, आजी-आजोबा महिनाभर तर जाणार आहेत, नंतर परत येणार आहेत.'' कौस्तुभनं विचारलं होतं, ''आणि नाही आले तर?''

''मग शाळेला सुट्टी लागली, की तू पुण्याला जा आणि आजी-आजोबांना घेऊन परत ये. मग तर झालं?'' असं म्हणून श्रीधरनं कौस्तुभची समजूत घातली होती.

मात्र श्रीधर व रिया यांच्या मनात चुकूनही अशी शंका आली नव्हती की, आई-बाबांना आपल्या खाण्या-पिण्याच्या, राहण्याच्या पद्धतीशी जमवून घेता येत नाही व त्यांचा कोंडमारा होतो आहे. अशी शंका यावी तरी कशी? आई-बाबांनी तसं स्पष्टपणे व जोरदारपणे कधी मांडलंच नव्हतं. पुण्याला जाण्याचं कारण म्हणून त्यांनी आपली नापसंती बोलून दाखवली असती, तर श्रीधर व रिया यांनी आपल्या खाण्या-पिण्यावर घराच्या चार भिंतींच्या आत नक्कीच स्वतःवर बंधन घालून घेतलं असतं.

"...माधवराव व मालतीबाई विचार करत होते व संयुक्तपणे चर्चाही करत होते. आपण मुंबई सोडली. का; तर आपली विचारांची दिशा व वागण्याची रीत मुला-सुनेहून पूर्णपणे वेगळी झाली आहे. ही नवी पिढी आपल्यापासून फार दूर गेली आहे. यांच्याशी जमवून घेणं आपल्या मनाला क्लेशकारक होतं. आपण पुण्याला आलो, तेव्हा सोबत आपण आपल्याबरोबर आपलं वार्धक्यही घेऊन आलो. पुढच्या वयात मनाचा पीळ आपण कायम राखला आहे, पण शरीराचं काय? दीड फूट उंचीच्या स्टुलावर आपण चढू शकत नाही. पाच किलो धान्याच्या दोन पिशव्या आणणं आपल्याला जमत नाही, उन्हाच्या वेळी आपण बाहेर पडण्याचं टाळतो, रस्ता ओलांडताना आपण धास्तावतो. या वयात तरुण हातांचा आधार हवा. नव्हे, तो गरजेचा वाटतो. म्हणून आपण किती तरी तडजोडी करून विश्वास व विद्या या तरुण जोडप्याशी जवळीक साधली आहे; पण मग अशाच तडजोडी आपण श्रीधर-रिया यांच्याशी का करू नयेत? श्रीधर व रिया तर आपले सख्खे आहेत. विश्वास व विद्याला आपण जी मोकळीक दिली आहे, ती आपल्या मुला-सुनेला का नसावी? तसं स्वातंत्र्य श्रीधर-रियालाही मिळायला हवं. पंकज चिकनचे पदार्थ खातो. मग कौस्तुभने मासे खाल्ले तर काय बिघडलं?

माधवराव म्हणाले, ''मालती, आपण मुंबईला परतायचं. श्रीधर, रिया, कौस्तुभ यांच्या वागण्याशी आपण जुळवून घ्यायचं; त्यांच्याशी जमवून घ्यायचं.''

''पण आपण कसे परतणार? मुंबईची हवा मानवत नाही, असं सांगूनच तर आपण मुंबई सोडली आहे!''

''मी आताच फोनवर रियाशी बोलतो. पुण्याला आम्हाला करमत नाही, पुण्याच्या हवेपेक्षा आम्हाला आमचा नातू कौस्तुभ अधिक हवाहवासा वाटतो, असं कळवतो. इकडे या आणि आम्हाला मुंबईला घेऊन जा, असंही सांगतो.''

मालतीबाईंना माधवरावांची माघार घेण्याची, तडजोड करण्याची व झाकली मूठ न उघडता आत्मसन्मान शाबूत ठेवण्याची नीती पसंत पडली. त्यांनी त्यांच्या निर्णयावर मान डोलावली.

❑❑❑

शिकवण

विश्वास पोतदारनं दुपारी अडीच वाजता, भर उन्हात चालत चर्चगेट स्टेशन गाठलं व हुश्श केलं. त्यानं आज आणखी एक इंटरव्ह्यू दिला होता. इंटरव्ह्यू छान झाला होता. 'कामाचा पूर्वीचा अनुभव काय?' या प्रश्नावर मुलाखत संपली होती. विश्वासनं जूनमध्येच पदवी मिळवली होती. आता ऑगस्ट महिना होता. गेले दोन महिने तो नोकरीच्या जाहिराती पाहणं, अर्ज करणं, मुलाखतीकरता जाणं हाच अनुभव घेत होता. नोकरी मिळाल्यावर तो नोकरीचाही अनुभव घेणार होता, पण त्यासाठी नोकरी मिळायला तर हवी! तोपर्यंत 'अनुभव नाही' हे ओशाळं उत्तर देण्यावाचून विश्वास वेगळं, काय करणार?

विश्वासनं विचार केला, 'चला, बोरिवली गाडी पकडावी व थेट घरी जावं. घरी जावं, का दादरला मावशीकडं थांबून मग घरी जावं? घरीच जावं. नोकरी नसणाऱ्या व्यक्तीनं आई सोडून सर्व

नातीगोती विसरावीत. घरी जावं व आईजवळच धुसफुसावं. तीच आपली निराशा समजून घेईल.'

विश्वासनं सहज इकडं-तिकडं पाहिलं. स्टेशनच्या एका बाजूच्या रिझर्व्हेशन ऑफिसच्या दरवाजाच्या पायऱ्यांवर, एकदम एका बाजूला, निळ्या रंगाची एअरबॅग एकाकी पडली होती. ही बॅग अशी एका बाजूला का पडली आहे? या बॅगेचा मालक कोण? या रस्त्यावर दुपार असूनही तशी रहदारी आहेच आहे; तरीही या बॅगेची दखल कोणीच घेत नाही, हे कसं काय? विश्वास लांबून त्या बॅगेकडे पाहत होता. चांगली पाच मिनिटं गेली. बॅग तशीच होती. आजकाल अशी एकाकी बॅग म्हणजे धोक्याची वस्तू झाली आहे. काय नेम— त्यात बॉंब असला तर? बहुधा या विचारापोटी माणसं बॅगेकडं लक्ष देत नसावीत. पण पोलिसांना तरी कळवावं... माणसं तेही करायला धजावत नाहीत. पोलीस विचारणार, "बॅग तुम्हालाच कशी दिसली? इतर कोणालाही का दिसली नाही? तुम्ही त्या बॅगेत काय आहे, हे प्रथम पाहिलं नाही कशावरून? त्या बॅगेतील दागिने तुम्ही कोणाला विकलेत?"

पोलीस काही हिशेब मनात धरतात आणि प्रश्न विचारत राहतात, म्हणून माणसं पोलिसांकडं जाणं टाळतात; पण अतिरेकी बसमध्ये, टॅक्सीत बॉंब ठेवतात... लोकलच्या डब्यात ठेवतात... गर्दीच्या ठिकाणी ठेवतात. दुपारची अडीच ही तुडुंब गर्दी असण्याची वेळ नक्कीच नाही. ही बॅग या जागी कोणी तरी विसरला असावा.

असा निष्कर्ष विश्वासनं काढला आणि रस्ता ओलांडून तो बॅगेजवळ पोचला व मनाचा हिय्या करून त्यानं बॅग उचलली. बॅग घेऊन विश्वास समोरच्या हॉटेलात शिरला. चहा घेता-घेता त्यानं बॅगेची वरची चेन बाजूला सरकवली. त्याला आत, त्याच्या कल्पनेतल्या बॉंबसारखं काहीही दिसलं नाही. विश्वास स्वस्थ झाला. त्यानं बॅगेतील वस्तू हाताळायला आरंभ केला. बॅगेच्या मालकाचं नाव, पत्ता मिळाला तर मालकाला बॅग परत करता येईल. बॅगेत काही किरकोळ कपडे होते, मोबाईल फोन होता, एक मनगटी घड्याळ, सुक्या मेव्याची दोन पाकिटं आणि एक कातडी पिशवी होती. कातडी पिशवीत होती हजार रुपयांच्या नोटांची गड्डी आणि पासपोर्ट. विश्वासनं पासपोर्टवरचं नाव वाचलं. व्हिजिटिंग कार्डही मिळालं. विश्वासनं बॅग बंद केली. ही बॅग महत्त्वाची आहे. आपल्याजवळ ही बॅग असणंही धोक्याचं आहे. मालकानं बॅग हरवल्याची तक्रार केली आणि पोलिसांना बॅग आपल्याजवळ सापडली, तर? आपण चोरच

ठरू!

प्रथम व्हिजिटिंग कार्डावरच्या लँडलाइनवर फोन करून बॅग आपल्याजवळ आहे व बॅग घेऊन आपण ऑफिसात येत आहोत, हे सॉलिसिटर काशिनाथ बाळकृष्ण देसाईना कळवलं पाहिजे.

विश्वासनं फोन केला, "देसाईसाहेब, माझं नाव विश्वास पोतदार. आपला व माझा काहीही परिचय नाही. तुमची निळ्या रंगाची एअरबॅग मला सापडली आहे. तुमचा पत्ता मला त्या बॅगेत मिळाला आहे. मी बॅग घेऊन तुमच्याकडं येतो."

देसाईसाहेबांनी विश्वासचे आभार मानले. गॅलक्सी शोरूमजवळ, देना बँकेच्या मागे अशा ऑफिसच्या दोन जास्तीच्या खुणा सांगितल्या व टॅक्सी करून या, असं बजावलं.

देसाईसाहेबांच्या प्रशस्त ऑफिसात विश्वास शिरला. ऑफिसच्या बाहेरची 'के. बी. देसाई, सॉलिसिटर' ही पाटी त्यानं वाचली होती. विश्वासनं बॅग त्यांच्यासमोर ठेवली.

देसाईसाहेब बोलले, "पोतदार, मी आजच थायलंडहून परततो आहे. विमानतळावर मी टॅक्सी घेतली व चर्चगेट स्टेशनवर आलो. दिल्लीला जाणारे माझे एक स्नेही रिझर्व्हेशन काउंटरसमोर माझी वाट पाहणार होते. त्यांना एक पार्सल द्यायचं होतं. मी टॅक्सी वेटिंग ठेवली. टॅक्सीचालकाला म्हणालो की, मी जातो आणि ताबडतोब येतो. मला परत यायला थोडा वेळ लागला. बाहेर आलो आणि पाहतो, तर टॅक्सी नाही. म्हणजे टॅक्सीचालकानं मला फसवलं... त्या वेळी तरी माझा तसा ग्रह झाला. माझ्याकडं टॅक्सीचा नंबरही नव्हता. टॅक्सी युनियनच्या ऑफिसात व पोलीस ठाण्यावर तक्रार नोंदवणार होतो."

"टॅक्सीचालकानं तुमची बॅग टॅक्सीबाहेर ठेवली आणि तो पळाला. मला वाटतं, त्यानं हे भयापोटी केलं."

"भयापोटी?"

"होय, भयापोटी. माझा तसा अंदाज आहे. देसाईसाहेब, तुम्हाला भरपूर दाढी आहे. तुम्ही आंतरराष्ट्रीय विमानतळावरून उतरलात. मित्राला पार्सल देण्यासाठी म्हणून तुम्ही टॅक्सीतून उतरलात आणि टॅक्सीचालकाच्या आडाख्यानुसार बराच वेळ आला नाहीत. टॅक्सीचालकानं मागच्या जागेवर पाहिलं, तिथं त्याला तुमची बॅग दिसली. अनोळखी टॅक्सीचालकाच्या विश्वासावर कोण अशी बॅग सोडून जाईल? तुमची दाढी, पार्सल देण्याच्या बहाण्यानं बाहेर पडणं, परत न येणं,

बॅग मागं सोडणं... यातून तुम्ही बाँब असलेली बॅग टॅक्सीत ठेवून न येण्याकरता गेले असणार, असा निष्कर्ष टॅक्सीचालकानं काढला.''

''मी ऐकतो आहे, पुढं बोला—''

''पोलिसात जाणं म्हणजे मागं झंझट लावून घेणं. त्यापेक्षा सोपा मार्ग म्हणजे तुमची बॅग पायऱ्यांवर दूर एका बाजूला ठेवावी, टॅक्सीचं भाडं विसरावं व निघून जावं— हाच विचार टॅक्सीचालकानं केला असणार. बाँब फुटलाच तर कमीत कमी हानी व्हावी, या हेतूनं चालकानं तुमची बॅग एका बाजूला ठेवली होती. तुम्ही परतलात. टॅक्सी नाही, एवढंच तुम्ही पाहिलंत. जरा दूरवर पाहिलं असत, तर तुम्हाला तुमची बॅग दिसलीही असती. नंतरही त्या बॅगेकडं पाहूनही न पाहिल्यासारखं काही जणांनी केलं असणार. आजकाल एकाकी पडलेली बॅग पाहून प्रत्येकाच्या मनात बाँबची भीती भरते!''

''पोतदार, तुमचा तर्क मला सुसंगत वाटतो. पण मग तुमच्या मनात बाँबचा विचार आला नाही?

''आला; माझ्याही मनात आला, नाही असं नाही. पण अखेरीला मी बॅग घेतली, एवढं खरं.''

''पोतदार, तुम्ही माझं केवढं नुकसान टाळलंत याची तुम्हाला कल्पना नाही. तुम्ही काय करता?''

''काही नाही. मी आता जूनमध्येच केमिस्ट्रीचा पदवीधर झालो. नोकरी शोधतोय. आज मी पीवाय केमिकल्सच्या हेडऑफिसात इंटरव्ह्यूकरता आलो होतो, पण कामगिरी अयशस्वी झाली. अनुभवाच्या मुद्द्यावर अडतं, कारण मला अनुभव नाही.''

''पोतदार, चहा मागवतो. चहा घ्या, मगच जा आणि टॅक्सीचं भाडंही देतो. माझ्यासाठी तुम्ही भरपूर वेळ खर्च केलात, वर पैसे खर्च करू नका. पोतदार, या पॅडवर तुम्ही तुमचं पूर्ण नाव, पत्ता, फोन नंबर हे सर्व लिहा. पोतदार, तुमच्या प्रामाणिकपणाबद्दल व टॅक्सीचालकानं बॅग बाजूला का ठेवली असावी, त्या बॅगेला कोणी हात का लावला नाही यासंबंधीच्या तुमच्या तर्कवादाला दाद देण्यासाठी मी पाच हजार रुपये देतो; ते जरूर घ्या.''

देसाईंनी हजाराच्या पाच नोटा पुढं केल्या. विश्वास म्हणाला, ''टॅक्सीचं भाडं मी घेतो, कारण मी आता तुमच्याकडे टॅक्सीनंच आलो आहे. तुम्ही टॅक्सीनं या असं सांगितलं नसतं, तरी मी टॅक्सीनंच आलो असतो. तुमची बॅग किमती आहे. ती तुमच्यापर्यंत सुखरूप व ताबडतोब पोचवण्यासाठी टॅक्सी करायलाच

हवी होती. परतताना मी बसनं जाईन. तुमचे पाच हजार रुपये मात्र मी घेणार नाही.''

"पोतदार, अहो, या पाच हजारांवर तुमचा हक्कच आहे. तुम्ही सर्वच्या सर्व पन्नास हजार रुपयेही घेऊ शकला असतात.''

"साहेब, तुमच्या बॅगेत बरेच पैसे आहेत, हे मला समजलं होतं; पण पन्नास हजार आहेत, हे आताच समजलं. तुमच्या पैशातील एक रुपयाही मी घेऊ शकलो नसतो. तसा विचार जर माझ्या मनात आला असता, तरी माझ्या आईच्या विश्वासाला तडा गेला असता. लहानपणापासून आई मला सांगते की, तू तुझ्या नावाला जाग. सर्वांनी म्हटलं पाहिजे, विश्वास पोतदार ना— तो नावाप्रमाणे आहे; त्याच्यावर अवश्य विश्वास ठेवावा. तो खोटं वागणार नाही, तो खोटं बोलणार नाही.''

"पोतदार, तुमच्या आईचं नाव काय हो?

"यशोदा. पण मी तिला आईच म्हणतो.''

"अर्थात. कोणीही आपल्या आईला आईच म्हणणार. पोतदार, यशोदाबाईंचा मुलगा माझ्या बॅगेतून परस्पर पैसे घेणार नाही, हे मला पटलं. पण मी पाच हजार रुपये तुम्हाला बक्षीस देतो आहे.''

"माझी आई म्हणते की, जे पैसे आपल्या कष्टाचे, ते पैसे आपले. तुमची बॅग तुमच्यापर्यंत पोचवणं हे माझं कर्तव्य आहे. प्रत्येक नागरिकानं असं वागावयास हवं. मी तुमचे पाच हजार घेऊन आज घरी गेलो, तर मला उद्या ते परत करण्यासाठी पुन्हा फेरी मारावी लागेल. माझी आई पैसे तर ठेवूनच घेणार नाही, वरती मी का घेतले म्हणून माझी झाडाझडती घेईल.''

"पोतदार, तुम्ही माझं मोठं नुकसान टाळलंत, माझी धावाधाव चुकवलीत; याबद्दल तुम्हाला काही तरी मिळायला हवं. तुम्हाला नाही तसं वाटत?''

"आजकाल नाही वाटत; पूर्वी वाटायचं. आई सांगते की, आपल्या वाट्याला जे काम येईल, ते मनापासून करावं. काम केल्यावर यश येईल, न येईल. आपलं काम एखाद्याला आवडणारही नाही. तो प्रतिकूल शेरेबाजीही करेल. ती ऐकावी, त्यातून काही घेण्यासारखं असेल तर घ्यावं; कामात सुधारणा करावी. काम करताना मात्र काम मनापासून करायचं, एवढंच ठरवायचं. कामाचा काही मोबदला मिळाला तर परमेश्वराचा कृपाप्रसाद समजायचा. काम फत्ते केल्याची प्रौढी मिरवू नये. प्रौढी मारणं म्हणजे कामाची एक प्रकारे किंमतच वसूल करण्याजोगं आहे. कामचुकारपणा तर करूच नये. काम करताना यातून लाभ किती व नुकसान किती, याचा विचार करू नये.''

"पोतदार, तुमच्या आई ग्रेट आहेत. त्यांनी देशाला तुमच्या रूपाने एक आदर्श नागरिक मिळवून दिला आहे. तुमच्या आईना माझे नमस्कार सांगा.''

"देसाईसाहेब, माझी आई तुमच्यापेक्षा वयानं खूपच लहान आहे.''

"तरीही त्यांना माझा नमस्कारच सांगा.''

"बरं, मी निघतो. जाता-जाता एक विचारू का? तुमच्या ऑफिसात मला नोकरी मिळेल का? मी तुमची बॅग परत केली, म्हणून मला नोकरी द्या, असं मी म्हणत नाही. मला नोकरीची गरज आहे... तुमच्याकडे माझ्याजोगती नोकरी असेल तर...''

"पोतदार, मी सॉलिसिटर आहे. मला कायद्याचे पदवीधर हवे असतात, बीएस्सीचा मला काहीही उपयोग नाही. सॉरी.'' हे बोलताना देसाईंनी पॅड जवळ ओढलं व त्यावरचा विश्वासचा पत्ता पाहिला.

"पोतदार, तुम्ही बोरिवलीला राहता?''

"होय.'

घरी आल्यावर विश्वासनं आईजवळ दिवसातील घडामोडींचा पाढा वाचायला आरंभ केला, "आई, सारांश काय, तर तुझा मुलगा पुन्हा हात हलवत घरी आला आहे. नोकरी मिळेल, असं वाटत नाही. कारण माझ्याजवळ अनुभव नाही. नोकरीच मिळाली नाही, तर अनुभव कसा मिळणार? हे त्रांगडंच झालं आहे.''

"आता पुन्हा नोकरीसाठी प्रयत्न करशील तेव्हा तूच हे कोडं सोडव. तू सांगून बघ, मला सहा महिने बिनपगारी नोकरी द्या. सहा महिन्यांनंतर माझा इंटरव्ह्यू घ्या आणि मग ठरवा. योग्य ठरलो, तर नोकरी द्या.''

"आई, तू ग्रेट आहेस! तुझी ही कल्पना उत्तम आहे. मी असं म्हणालो, तर माझी छाप पडेल. समजा, त्यांनी मला बिनपगारी का होईना, सहा महिने नोकरी दिली तर त्या सहा महिन्यांत मी त्यांना माझी पात्रता पटवून देईन.''

"तुला यायला बराच उशीर झाला. का? दादरला सुलूकडं गेला होतास?''

"नाही. मी आज पाच हजार रुपये गमावले. एवढे पैसे गमवायचे तर वेळ हवाच!''

"काय घडलं, ते सरळ सांग.''

सर्व हकिगत सांगितल्यावर विश्वास म्हणाला, "अशा तऱ्हेनं मी देसाईसाहेबांना तुझं तत्त्वज्ञान सांगितलं आणि पाच हजार रुपये गमावले.''

“तू ते पाच हजार रुपये आणले असतेस, तर तू सर्वच गमावलं असतंस. पाच हजार गमावून तू माझ्यासाठी सर्व कमावलं आहेस. नीतीनं, प्रामाणिकपणानं वागायचं अन् बढाई मारायची नाही.”

“बढाई थोडीच मारली? आईजवळ सांगायचं नाही, तर कोणाला सांगायचं?” विश्वास कुरबुरला. आई हसली.

आठ-एक दिवस गेले. बोरिवलीच्या सनग्लो या कंपनीत नोकरी आहे, अर्ज करावा, असा सांगावा पोतदारांच्या घरी अर्जासह पोचला. आपण राहणारे बोरिवलीचे, नोकरीही बोरिवलीला; तरीपण हे यापूर्वीच आपल्याला कसे कळले नाही याचे आश्चर्य करत सनग्लो या कंपनीत विश्वास दाखल झाला. कंपनीचे जनरल मॅनेजर दिवेचा यांनीच विश्वासची मुलाखत घेतली. दिवेचांनी ‘पूर्वीचा काही अनुभव आहे का?’ हे विचारले नाही.

परंतु सावधगिरीपोटी विश्वास आपणहून म्हणाला, “आपण मला पूर्वीच्या अनुभवाबाबत काहीही विचारलेलं नाही. पण मीच आपणहून सांगतो, मला अनुभव नाही. महिन्यापूर्वीच मला पदवी मिळाली आहे. पण तुम्ही मला नोकरी द्या, पहिले सहा महिने पगार देऊ नका. सहा महिन्यांनंतर पुन्हा मुलाखत घ्या. नोकरीवर ठेवायचं किंवा नाही, हे तेव्हा ठरवा.”

दिवेचासाहेब म्हणाले, “पोतदार, तुम्ही उद्यापासून नोकरीवर या. बिनपगारी नाही, तुम्हाला पूर्णपगारी नोकरीच मी देतो आहे. तुम्ही योग्य आहात, हे मला आताच्या मुलाखतीतून व तुम्ही सहा महिने बिनपगारी नोकरी करायला तयार आहात, या तुमच्या इच्छेमुळं समजलं.”

“साहेब, सहज विचारतो— तुम्ही मला बोलावून घेतलंत, हे कसं काय?”

दिवेचांनी त्यांना आधी शिकवलेलं उत्तर दिलं, “होता होईतो आम्ही स्थानिक कर्मचारी घेण्याचा प्रयत्न करतो. केमिकल फॅक्टरीमधील काम तीनही पाळ्यांत चालतं. पाळ्या बदलत असतात. स्थानिक कर्मचारी या बदलाशी सहज जुळवून घेतात. शिवाय पी. वाय. केमिकल्सचे सुदर्शन मला म्हणाले की, बोरिवलीतील विश्वास पोतदार तुम्हाला उपयोगी पडतील. त्यांनी तुमचा पत्ता दिला.” विश्वासला नीट उलगडा झाला.

पोतदार गेल्यानंतर दिवेचांनी सॉलिसिटर देसायांना फोन केला, “देसाईसाहेब, तुम्ही शिफारस केलेला उमेदवार विश्वास पोतदार खरोखरच उत्तम आहे. त्याला नोकरी दिली. तुम्ही त्याची शिफारस केली आहे, हे त्याला कधीही कळणार नाही.

पण ही गुप्तता कशासाठी?"

देसाईसाहेब म्हणाले, "दिवेचासाहेब, माणसानं कर्तव्य केल्याची वाच्यता करू नये, श्रेय घेऊ नये. मी यशोदामाँचा शिष्य आहे. ही त्यांची शिकवण आहे."

"या यशोदामाँ कोण— मला समजेल का?"

"दिवेचा, सनग्लो कंपनीविरुद्ध इन्कमटॅक्स विभाग यांच्यामधील केसबाबत काल आपण बोललो. ते तुम्हाला समजलं आहे. ते महत्त्वाचं आहे. माझ्या वयाचे झालात की, यशोदामाँची व तुमची भेट घडवीन. दिवेचा, विश्वास पोतदाराला नोकरी दिल्याबद्दल मी तुमचा अत्यंत आभारी आहे. थँक्स!"

❑❑❑

मंत्राचा महिमा

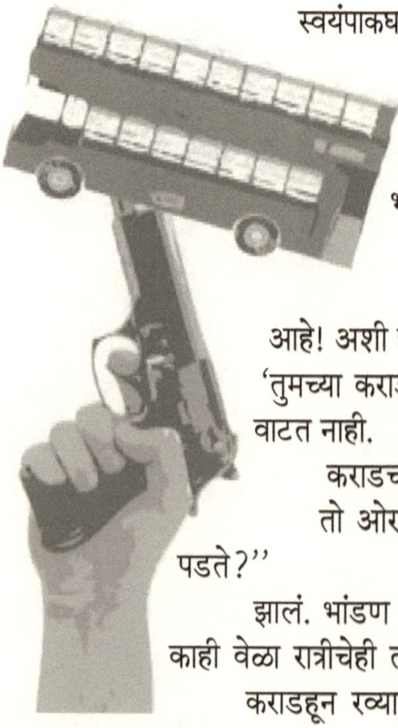

स्वयंपाकघरातून आवाज येऊ लागले. अनंता व अलका भांडत होते. गेली पंधरा वर्षे, म्हणजे लग्न लागल्यापासून ते भांडतच आहेत. भांडणाची त्यांना सवय पडली आहे; नाही नाही, त्यांना भांडणाची चटकच लागली आहे.

दोघांना भांडायला कारण लागत नाही. अलका म्हणते, "काय मस्त हवा पडली आहे! अशी हवा तुमच्या कराडला कधीच पडत नाही." 'तुमच्या कराडला' हे शब्द घातल्याशिवाय तिला मजा वाटत नाही.

कराडचा अपमान अनंताला कसा सहन होईल?

तो ओरडतो, "तुमच्या जुन्नरला अशी काय हवा पडते?"

झालं. भांडण चालू झालं. ते धुमसतं, पेटतं; दिवसाचे, काही वेळा रात्रीचेही तास न् तास तणावात जातात.

कराडहून रव्याचे लाडू येतात. अनंताला एकूणच गोड

आवडते; रव्याचे लाडू तर विलक्षण! तो डब्यातील रव्याचा लाडू काढतो व त्याकडे पाहत राहतो. अलका म्हणते, ''खा की लाडू, लहान मुलासारखा पाहत काय बसलास?''

''अलका, रव्याचा लाडू पाहिला की मला स्वयंपाकघर दिसतं... आई दिसते... मी पुन्हा लहान होतो. माझ्या आईसारखे लाडू जगात कोणीही करू शकणार नाही.''

यावर अलकानं होय म्हणावं, कमीत कमी गप्प तरी राहावं; पण नाही. याच जगात जुन्नर आहे, जुन्नरमध्ये आपलीही आई आहे, हे अलका विसरू शकत नाही. ती युद्धाचा पवित्रा घेते, ''माझ्या आईचे लाडू याहून छान होतात.'' आपल्या सावध ऐकण्याचं अलकाला कौतुक वाटतं. अनंताला आपली चूक समजते. तो सुचवतो, ''माझ्या आईचेही लाडू एवढेच चांगले होतात, असं म्हण. ते मी नाइलाजानं व उदार मनानं मान्य करीन.'' अनंतानं 'नाइलाज' व 'उदार' हे शब्द दक्षतेनं पेरले असतात.

अनंताची एवढीशी माघार अलकाला पुरेशी वाटत नाही. ती म्हणते, ''अनंता, माझ्या आईच्या लाडवांत काही तरी छान वेगळेपणा असतो.''

''लाडवांत नाही, तुझ्या आईतच वेगळेपणा आहे. म्हणूनच तिनं आपल्या प्रेमविवाहात मोडता घातला. म्हणे, मी प्रेमविवाहाच्याच विरुद्ध आहे! अर्जुन व सुभद्रा यांच्या वेळी तुझी आई नव्हती, हे श्रीकृष्णाचे नशीबच म्हणायचं!''

''माझी आई प्रेमविवाहाच्या विरुद्ध नव्हतीच मुळी; ती तुझ्याविरुद्ध होती! तू भांडखोर आहेस, तुला लढाईची खुमखुमी आहे, मी तुझ्याबरोबर कधीच सुखी होऊ शकणार नाही, याचा तिनं बरोबर अंदाज बांधला होता. म्हणून ती मला लग्न करू नकोस, असं समजावत होती. ती माझं हित पाहत होती. मला वेडीला ते समजलं नाही. तुझ्याबरोबर लग्न करून मी सुखी झालेली नाही. आईला वाईट वाटू नये म्हणून मी हे कधी माहेरी बोलले नाही, एवढंच.''

आपण आपल्या बायकोवर सुखाचा एवढा मुसळधार वर्षाव करतो तरी हिच्या मनाचं शेपूट वाकडं ते वाकडंच तर! बस्स, अलकाला आपल्यासारखं रत्न मिळायलाच नको होतं. अनंता आपली धारदार जीभ तोंडाच्या म्यानातून बाहेर काढतो, ''अलका, मी तुझ्या आईविषयी उगाचच वाईट मत करून घेतलं होतं. तुझ्या आईचं म्हणणं शंभर टक्के बरोबर होतं. ती तुझं नाही, तर माझंच हित पाहत होती! मी तुझ्याशी लग्न केलेलं नाही; मी आगीशी, वादळाशी, भूकंपाशी, त्सुनामी लाटेशी लग्न केलं आहे. देवा, मला वाचव रे!''

"आता पुरे. मी टॉयलेटरूमकडे निघाले."

अलका रूमचे दार आतून बंद करी.

अनंता ओरडे, "मी टॉयलेटचे दार बाहेरून बंद करून घेतो. तू बाहेर कशी येतेस, तेच मी पाहतो. बैस दिवसभर आतच. वॉशबेसिन, स्नानगृह व शौचकूप या तीन वेगळ्या सोई होत्या. त्या तुझ्या हट्टापायी एकत्र करून घेतल्या, तेव्हाच काही तरी धोका आहे, हे माझ्या ध्यानी यायला हवं होतं. तू रागानं आत शिरणार आणि आम्हा तिघांची गैरसोय करणार! त्यापेक्षा तू स्वत:ला बेडरूममध्ये बंद करून घे; तुझी सोय होईल आणि आमची गैरसोय होणार नाही." अलका टॉयलेटमधून बाहेर पडते व बेडरूममध्ये घुसते. तिला शांती हवी असते.

थोडा वेळ जाई. श्री व मुग्धा ही दोन मुलं आपापल्या भूमिका जाणतेपणानं वठवत. दोघंही बेडरूमबाहेर उभे राहून म्हणत, "आई, प्लीज दार उघडून बाहेर ये. तू बाबांच्यावर रागावली आहेस, ते योग्यच आहे."

यावर बाहेर अनंता मुलांच्याकडं डोळे वटारून पाही. श्री व मुग्धा अनंताकडं पाहून डोळे मिचकावत. "बाबा, हे खोटं-खोटं आहे. आई बाहेर आली नाही तर तुम्ही स्वयंपाक करणार आहात का?" असं मुग्धा अनंताच्या कानापाशी जाऊन पुटपुटे.

अनंता एकाच वेळी 'नाही' व 'होय' अशा दोन्ही प्रकारे मान हलवी. 'मी आणि स्वयंपाक? नको रे बाबा. नाही!' हे सांगण्याकरिता नकारार्थी मान आणि 'आईचं बाबांच्यावर रागावणं योग्य आहे, हे तुम्ही खोटं-खोटं म्हणत आहात ना? मग ते ठीक आहे. तसंच बोला. माझी मान्यता आहे', हे कळवण्याकरिता होकारार्थी मान— हे मुग्धा व श्री यांना सरावानं माहीत झालं होतं.

थोड्या वेळानं अलका बाहेर येई. मुग्धा व श्री मलूल चेहरे करून अलकाला चिकटत. मग मुग्धा म्हणे, "आई, बाहेरून काही तरी खायला घेऊन येऊ? आम्हाला भूक लागली आहे. तुलाही लागली असणार. आम्ही आजच्या दिवस बाहेरचं खाऊ."

श्री दुजोरा देई, "बाहेरचं अन्न तिखट असतं, त्यात भेसळीचं तेल वापरलेलं असतं, ते आरोग्याला घातक असतं; हे आम्हाला माहीत आहे. तसलं अन्न आम्ही आज खाऊ; पण तुला ते खावं लागणार याचं आम्हा दोघांना वाईट वाटतं."

मुलांच्या या समंजस वागण्यानं व वाणीनं अलकामधील आई खडबडून

दक्ष होई. ती दोन्ही पोरांना घट्ट मिठीत घेई. 'मुलांच्या बापांचा मला कितीही राग आला तरी मी या मुलांची आई आहे, हे कसं विसरू?' हा प्रश्न अलका आपल्या मनाला विचारी व स्वयंपाकघरात जाई.

आईबाबांच्या या वारंवार होणाऱ्या भांडणांचा मुग्धा व श्री यांना सरळ-सरळ कंटाळा आला होता. आपले आई-वडील साध्यासुध्या बाबीवरून वर्षानुवर्षं असे का भांडतात?

मुग्धा म्हणायची, "दादा, लहानपणी आई-बाबा भांडायला लागले की, मला गंमत वाटायची. कारण मला शब्द माहीत नव्हते, त्यांचे अर्थ माहीत नव्हते. त्यामुळे आई-बाबांची हलणारी तोंडे, जोराजोराचे हातवारे यामुळे माझी करमणूक होई. मला वाटायचे की, आई व बाबा काही तरी खेळ खेळतात. या वेळी तू यायचास, मला उचलायचास व बाहेर घेऊन जायचास. मला तुझा राग यायचा. वाटायचं की, हा दादुटल्या का म्हणून मला आई-बाबांचा खेळ बघू देत नाही?"

"मुग्धा, तू छोटुकली होतीस. मला तुझी काळजी वाटायची. तू सरकत-सरकत त्यांच्या दिशेनं जायचीस. मला भय वाटे. त्यांच्या हातवाऱ्यांच्या माऱ्यात तू आलीस तर? मधल्यामध्ये तुला काही झालं तर?"

"दादा, गेली अकरा वर्षे मी ही भांडणे पाहते आहे. मला समजत नव्हतं, ती पहिली तीन वर्षं सोड; पण गेली आठ वर्षं मी ही भांडणं ऐकते आहे. माझे कान विटले आहेत."

"ही भांडणं कशी थांबवावीत, हे मलाही समजत नाही."

"दादा, मला एक युक्ती सुचते. आपण ही भांडणं थांबवू शकू."

"छट्, काही तरीच काय बोलतेस? मुलांची भांडणं मिटवण्यारिता आई-बाबा मध्ये पडतात, आई-बाबा मुलांचे हात पकडतात. तू व मी आई-बाबांचे हात धरायला गेलो, तर ते आपल्याला उचलून रागाच्या भरात खाली आपटतील."

"पण त्यांची भांडणं मिटविण्याकरिता आपण त्यांच्यामध्ये जायचंच नाही; आपण स्वतंत्रपणे जोरजोरानं भांडायचं."

"काही तरी नीट बोल. आई-बाबांच्या भांडणावर तोडगा काय, तर आपण भांडायचं! वा गं वा! शहाणीच आहेस."

"होय, मी लहान असूनही शहाणी आहे. माझी योजना तर ऐक. काट्यानं काटा काढतात त्याप्रमाणे भांडणानं भांडण मिटवायचं!"

मुग्धानं योजना सांगितली. श्री ओरडला, "छकुले, तू कसची लहान

बहीण; तू तर माझी मोठी बहीण शोभतेस! योजना उत्तम आहे. यश मिळेल, असं मलाही वाटतं.''

योजनेची कार्यवाही चालू झाली; म्हणजे श्री व मुग्धा भांडू लागले.

सकाळची वेळ, चहाचा कप, वर्तमानपत्र आणि निवांतपणा— या चौकडीची अनंताला अतीव ओढ आहे. ''वत्सा, मी प्रसन्न आहे. काय पाहिजे तो वर माग'', असं परमेश्वर अनंताला म्हणाला तर याच चार गोष्टी अनंता सकाळी, दुपारी आणि रात्रीही मागेल!

अनंता तोंडानं चहा व डोळ्यांनी बातम्या पीत होता. इकडं श्री व मुग्धा नित्यक्रमाप्रमाणे दूध प्यायले. दुधाबरोबर त्यांची तीन-तीन क्रीम बिस्किटं खाऊन झाली. ताजेतवाने झाल्यावर दोघांनी एकमेकांना खूण केली व बिस्किटांवरून भांडण चालू केलं.

अनंताचा निवांतपणा पूर्णपणे निकालात निघाला. तो ओरडला, ''बिस्किटांवरून काय भांडता? तुम्ही आता लहान आहात का?''

''बिस्किटं सात आहेत. दादा का म्हणून चार खाणार आणि मी फक्त तीन?'' मुग्धानं विचारलं.

''प्रत्येकी तीन-तीन घ्या. एक मला द्या.'' अनंतानं उपाय सुचवला.

''एकच का? सातही बिस्किटं तुम्ही घ्या आणि आम्हाला दूधही प्यायचं नाही. मी जाऊन दूध परत पातेल्यात ओतते.''

''मी पण तेच करतो. मलाही दूध नको. तुझ्यासारखी बहीण मिळणं म्हणजे दुधात मिठाचा खडा पडण्यासारखं आहे.''

मुग्धा किंचाळली, ''मीच चूक केली— ज्या घरात तू आहेस, त्या घरात मी जन्मच घ्यायला नको होता!''

दोघंही उठले आणि मुळातच मोकळे झालेले कप कट्ट्यावर ठेवून आले. दोघं बाहेर गेली. मुलांची वादावादी ऐकून बेडरूम आवरणारी अलका स्वयंपाकघरात पोचली. काय घडलं, ते अनंतानं सांगितलं. मुलं दूध प्यायली नाहीत, हे ऐकल्यावर अलका कळवळली. अनंता पातेल्याजवळ गेला, त्याने मोकळे कप पाहिले व मुलं दूध प्यायली नाहीत याची त्यानं प्रथम खात्री करून घेतली; मग तो कळवळला. भाबडेपणानं उगाच कळवळायला तो आई थोडाच होता?

एरवी शांत असणारी दोन्ही मुलं आज अशी का बरं भांडली? अनंताला उलगडा झाला नाही. त्याची एक रम्य सकाळ या पोरांनी वाया घालवली.

दोन दिवस मधे गेले. श्री व मुग्धा यांनी संध्याकाळीच ठरवून भरपूर दूधपोहे खाल्ले. मुग्धानं श्रीला सावध केलं, "दादा, पाहिजे तर आताच एक केळं खा. रात्री आपल्याला भांडून न जेवता पानावरून उठायचं आहे."

"पण रात्री कशावरून भांडायचं?"

"आपल्या जेवायला बसायच्या जागा ठरलेल्या आहेत. आज तू माझ्या जागेवर बस; मी जागेवरून भांडण काढते."

"छान! माझी धाकटी भांडखोर बहीण गुणाची आहे गं!"

रात्री ठरल्याप्रमाणे भांडण चालू झाले. श्री व मुग्धा यांचा आरडाओरडा ऐकून आई-बाबा चकित झाले. भांडणात आवाज चढले होते. थोडी आदळआपटही घडली. श्री पुन: पुन्हा हिरीरीनं मुद्दा भांडत होता, "तुझी ही नेहमीची खुर्ची आहे, हे मला मान्य आहे; पण याचा अर्थ तुझी ही कायमची खुर्ची आहे, असा अर्थ होत नाही. तुझ्या जागेवर मी बसलो तर काय बिघडतं? जेवणाचे पदार्थ दोन्ही जागेवर तेच आहेत ना? आणखी एक मुद्दा आहे— तू या जागेवर गेली सात-आठ वर्षे बसतेस; आता आपण जागा बदलू. आता मी तुझ्या जागेवर आठ वर्षे बसतो, तू माझ्या जागेवर बैस."

"मला माझी जागा हवी; नाही तर मी जेवणारच नाही."

"जेवू नकोस, तेवढीच अन्नाची बचत होईल. नाही तरी तू हल्ली थोडी फुगली आहेस."

"मला फुगलेली म्हणतोस? मग मी उठलेच!" मुग्धा न जेवता पानावरून उठली.

श्री ओरडला, "मुग्धा, मला तुझा डाव समजला. तू जेवण सोडलंस की आई-बाबांची सहानुभूती तुला मिळणार; ते मग मला बोलणार. मी काही मूर्ख नाही. मीही उठतो. मलाही जेवण नको."

श्रीही उठून गेला. अनंता व अलका हे दोघेच डायनिंग टेबलावर उरले. बिच्चारे आई-वडील मुलांशिवाय काय जेवतील? जेवणाचे सर्व पदार्थही टेबलावर उरले.

श्री व मुग्धा यांनी ठरवून अखेरचे भांडण केले ते अंघोळीसाठी. स्नानगृहात प्रथम कोण जाणार, यावरून. त्या भांडणात शब्दाशब्दी होती, हातघाईवर येणं होतं, स्नानगृहाचा दरवाजा आपटणं होतं आणि नंतर पूर्ण म्हणजे संपूर्ण शांतता होती. हे भांडण करताना आतून श्री व मुग्धा यांना मजा वाटत होती.

श्री व मुग्धा यांनी उरलेल्या आयुष्यात एकमेकांशी संभाषण न करण्याची

व भाऊ-बहीण हे नातं कायम तोडण्याची देवाजवळ जाऊन शपथ घेतली. यापुढं भाऊबीज नाही! अर्थात हा खोटा शपथविधी असा-असा करायचा व तोही तारस्वरात, हे दोघांनी आधी ठरवलं होतं.

आपली दोन मुलं अशा किरकोळ भांडणातून एकमेकांना परकी व्हावीत, याचं अनंता व अलका यांना अत्यंत दुःख झालं. मुलांच्या या भांडाभांडीत अनंता व अलका हे आई-वडील एवढे गुरफटून गेले की, आपण नवरा-बायको आहोत आणि भांडणं हा आपला लग्नसिद्ध हक्क आहे, हेच ते विसरून गेले; नव्हे— नव्हे, त्यांना आपल्या भांडणाच्या परमसुखाचा त्याग करावा लागला होता.

अलका-अनंता या आई-वडिलांनी न भांडता एकमताने निर्णय घेतला की, आपण भावंडांत एकोपा निर्माण करायचा. त्यांना श्रीकृष्ण-द्रौपदीची कथा सांगायची. श्रीकृष्णाच्या बोटाला जखम झाली आणि द्रौपदीनं शालू फाडून भरजरी चिंधी श्रीकृष्णाच्या बोटाला बांधली. बस्स! ही हातखंडा कथा वापरायची.

अलकानं श्रीला समजवायचं आणि अनंतानं मुग्धाला, हेही ठरलं.

ही समजवासमजवी अत्यंत यशस्वी झाली. कारण आई-वडिलांचं म्हणणं लगेच पटवून घ्यायचं, हे श्री व मुग्धा यांनी आधीच ठरवलं होतं.

अनंता व मुग्धा यांच्यात जे संभाषण घडलं, त्याच प्रकारचं बोलणं अलका व श्री यांच्यात झालं.

मुग्धानं बाबांजवळ कबूल केलं की, ''चूक माझीच आहे. मी आजकाल कारण नसताना संतापते. श्री हा दादा म्हणून चांगला आहे, प्रेमळ आहे.''

अनंता मुग्धाला श्रीकृष्ण-द्रौपदीची कथा सांगणार होता. तशी त्यानं तयारीही केली. पण मुग्धानं चूक कबूलच करून टाकली. अनंताची कथेची तयारी व्यर्थ गेली.

श्रीनं आईला सांगितलं की, ''मुग्धा ही बहीण म्हणून आदर्श आहे. ती आज्ञाधारक आहे. हुशार आहे. तिच्यासारखी बहीण शोधून मिळणार नाही. सारं माझ्याच मनाप्रमाणं व्हायला हवं, सारं मला एकट्यालाच मिळायला पाहिजे, अशी माझी इच्छा असे. ती इच्छा पुरी झाली नाही की, मला संताप येतो. हा क्रम माझा घात करतो.''

श्रीनं उपायही सुचवला. ''आई, आम्हा भावा-बहिणींचं भांडण चालू झालं की, तू या दोन ओळी म्हणून मला इशारा दे, मला सावध कर— 'दोन रिपू महाचोर। व्हावे त्यांच्यावर मोर।।' मला लगेच माझी चूक समजेल. मी

भांडणातून माघार घेईन. भांडण लगेच मिटवीन.''

अलकानं विचारलं, ''रिपू म्हणजे शत्रू ना? दोन रिपू म्हणजे दोन शत्रू, हे शत्रू कोणते?''

''आई, काम व क्रोध हे ते दोन शत्रू. ते महालबाड आहेत. चोर कसे गुपचूप घरात शिरतात, तसे हे दोन शत्रू आपल्या मनात वस्तीला असतात. पण आपण या दोन चोरांवर मोर व्हायचं, त्यांच्यावर कब्जा मिळवायचा. मराठीच्या दवणेसरांनी शिकवलेल्या कवितेतील या ओळी आहेत.''

अलकानं या दोन ओळी तीनदा म्हणून पाहिल्या.

तिला त्या पाठ झाल्या.

मुग्धाचं व बाबांचं याच तऱ्हेचं संभाषण झालं. फक्त अनंताला इच्छा म्हणजे काम व संताप म्हणजे क्रोध, रिपू म्हणजे शत्रू हे शब्द लवकर समजले नाहीत. मग मुग्धानं बाबांना इच्छा म्हणजे डिझायर म्हणजे काम, संताप म्हणजे अँगर म्हणजे क्रोध आणि रिपू म्हणजे एनिमी म्हणजे शत्रू असं व्हाया इंग्रजी समजावून दिलं. ते अनंताला सहज समजलं. मुग्धानं 'दोन रिपू महाचोर। व्हावे त्यांच्यावर मोर ॥' या इशाऱ्याच्या दोन ओळी बाबांकडून पाठ करून घेण्याचा प्रयत्न केला, पण अनंताला त्या पाठ होईनात. मग मुग्धानं त्या बाबांना लिहून दिल्या. अनंतानं चिठ्ठी खिशात नीट सुरक्षित ठेवली.

दुसऱ्या दिवशी बाहेरच्या खोलीत टीव्हीवर कोणता चॅनेल लावायचा यावर मुग्धा व श्री यांच्यात वाद चालू झाला. वाढता-वाढता वादाला हातघाईवर यावं, असं वाटू लागलं. स्वयंपाकघरातून अलका व अनंत हे युद्ध ऐकत होते. दोघांना इशाऱ्याच्या मंत्राची आठवण झाली. दोघंही एकत्रितपणे गंभीर आवाजात म्हणाले, ''दोन रिपू महाचोर। व्हावे त्यांच्यावर मोर।।'' अनंतानं अर्थातच मंत्र चिठ्ठीवरून म्हटला.

बाहेरचं भांडण लगेच मिटलं. पाणी फवारल्यावर आग विझावी तसं, वारा आल्यावर ज्योत मालवावी त्याप्रमाणे, झोप आल्यावर डोळे मिटावेत तद्वत्!

अनंता व अलका मंत्राच्या सामर्थ्याने थक्क झाले.

तिसऱ्या दिवशी मुग्धा व श्री यांच्यात डब्यातील शेवटचा लाडू कोणी खावा, यावरचा वाद विकोपाला गेला. कोणीही अर्धा-अर्धा लाडू खायला तयार नव्हता. कोणी दुसऱ्याला पूर्ण खाऊ देणार नव्हता. दोघांनीही लाडू खाऊ नये, तो बाबांना द्यावा, यावरही एकमत होत नव्हतं.

एरवी या वादावर काय तोडगा काढावा, यावर अनंता व अलका यांच्यात मतभेद झाला असता; पण दोघांनाही मंत्र व मंत्राचा प्रभाव माहीत होता. ''दोन रिपू महाचोर'' ही पहिली ओळ आई-बाबांनी उच्चारली मात्र— बाहेर श्री व मुग्धा परस्परांना ''तू लाडू खा, तूच खा'' असा प्रेमळ आग्रह करू लागले. अनंता - अलका यांना पुन्हा एकदा मंत्राची प्रचीती आली.

नंतर चांगले चार दिवस गेले. श्री व मुग्धा यांच्यात भांडण तर झालंच नाही; उलट ती दोघं परस्परांशी अत्यंत जिव्हाळ्यानं वागतात, हे अनंता व अलका यांच्या ध्यानी आलं. आई-बाबांना निवांतपणा लाभला. एकीकडे निवांतपणा लाभला, दुसरीकडे दोघे अस्वस्थही झाले, निवांत झाले, कारण मुलांमधील भांडणे पूर्ण थांबली होती. अस्वस्थ झाले कारण गेले कित्येक दिवस त्यांना भांडायची संधी मिळाली नव्हती. भांडणं, तंडणं, वादविवाद करणं ही अनंता-अलका यांची प्रकृती होती. भांडणाशिवाय राहणं, ही विकृती होती. ती विकृती त्यांना सतावत होती. 'चला, आता आपण भांडायला मोकळे झालो!' हा विचार दोघांच्या मनात एकाच वेळी आला. अलका हळू स्वरात म्हणाली, ''अनंता, मध्ये आपली ही दोन्ही मुलं मामंजींच्या तर वळणावर गेली नव्हती? मामंजी असेच विनाकारण भांडतात.''

''अलका, काही तरी बोलू नकोस. माझी मुलं त्यांच्या मामाच्या, मावशीच्या, तुझ्या आईच्या— एवढं लांब कशाला, तुझ्या वळणावर गेली होती. नशीब माझं की, मला तो मंत्र सापडला.''

''काय? मंत्र तुला सापडला? मंत्र माझा होता. मी तो आता घडाघडा म्हणून दाखवते. तू तर मंत्र चिठ्ठीवरून वाचत होतास!'' अलकाचा आवाज वर चढला.

तेवढ्यात बाहेरून बालस्वरात मंत्र उमटला, ''दोन रिपू महाचोर। व्हावे त्यांच्यावर मोर।।'' अनंता व अलका दचकले. मंत्र निष्प्रभ होणं त्यांना परवडणारं नव्हतं. अनंतानं व अलकानं आपले हात दुसऱ्याच्या तोंडावर घट्ट दाबले.

◻◻◻

आजी मराठी, नातूही मराठी!

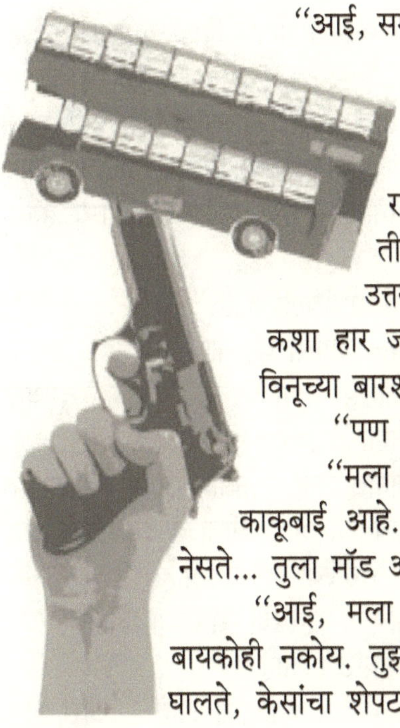

"आई, समोर सीता-काकूंकडं कोणी तरी नवी मुलगी आली आहे— ती कोण गं?" सहज वाटावं असं विनू बोलला.

"समोर वासंती ही एकच मुलगी राहते. ती गुणी, कामसू व मर्यादशील आहे. ती मला सून म्हणून पसंत आहे." आईने उत्तरही सहजपणे दिलं. त्या सहजपणात विनूला कशा हार जातील? त्या विनूच्या आई होत्या, त्या विनूच्या बारशाचं जेवल्या होत्या.

"पण मला वासंतीशी लग्न करायचं नाही."

"मला माहीत आहे, कारण तुझ्या मते वासंती काकूबाई आहे. ती पँट व टी-शर्ट न घालता, साडी नेसते... तुला मॉड अन् मड्डम बायको हवी आहे."

"आई, मला मड्डम बायको नकोय, तशीच गावंढळ बायकोही नकोय. तुझी वासंती केसांना तेल लावते, अंबाडा घालते, केसांचा शेपटा सोडते आणि मी मराठी वाक्यात एक

जरी इंग्रजी शब्द वापरला तरी ती मला लगेच मराठी सिनॉनिम सुचवते. आगाऊ आहे!''

"सिनॉनिम म्हणजे समानार्थी शब्द."

"आई, तू मला वासंतीसारखं टोचू नकोस.'' विनूला आईच्या व वासंतीच्या आत्यंतिक मराठी प्रेमाचा राग येत असे. आई गप्प बसल्या. वासंती सुगरण आहे. मराठीची अभिमानी आहे. संसाराला वासंतीसारखीच पत्नी हवी. हे विनूला गेले वर्षभर सांगून त्या दमल्या होत्या.

"आई, गप्प का? बोल ना. वासंतीचं कौतुक कर— ती एम. कॉम. आहे, 'ग्राइंड स्मूथ'मध्ये नोकरीला आहे, तिच्या हातच्या पदार्थांना वेगळीच चव असते— ते पुन: पुन्हा सांग. आई, वासंतीचा एकमेव गुण म्हणजे ती तुला व बाबांना गीतरामायणातील पाहिजे ते गाणं, पुस्तक हातात न धरता म्हणून दाखवते!''

"मग वासंतीनं तुमची ती आजची चटोर गाणी म्हणावीत? 'एक बार आ जा, झलक दिखला जा' म्हणावं? किंवा 'क्यो आजकल निंद कम, ख्वाब जादा है' हे गावं?''

"आई, यू आर ग्रेट! तुझ्याकडून नवनवे पदार्थ शिकण्यापेक्षा तिनं ही नवी हिंदी गाणी शिकावीत!''

"वासंती तिच्या काकूकडे गेली आहे. परत आल्यावर ती हिंदी गाणी शिकेल; मग तर झालं?'' आई फणकाऱ्यानं म्हणाल्या. विनूचं हिंदी गाण्याचं वेड, इंग्रजीचं प्रेम व मराठीबाबतचा अनादर त्यांना पूर्णपणे अमान्य होता. मराठीचं महत्त्व वासंती जाणून होती.

"काही गरज नाही; मी माझा प्रश्न सोडवला आहे."

"म्हणजे तू दमयंतीशी लग्न जमवलं आहेस की काय?''

"आई, तू साधी नाहीस, पक्की आहेस. म्हणजे समोर काकूंकडं दमयंती आली आहे, हे तुला माहीत आहे! मी तुला ते विचारलं होतं."

"समोर दमयंती आली आहे, हे माहीत आहे. ती कोण आहे, हेही माहीत आहे. दमयंती ही वासंतीची सख्खी मावसबहीण आहे. सीता व दमयंतीची आई गीता या नुसत्या सख्ख्या बहिणी नाहीत, तर त्या जुळ्या आहेत.''

"तरीच वासंती व दमयंती दिसायला एवढ्या सारख्या आहेत! पण दमयंती एकदम मॉडर्न, लव्हेबल व इन्व्हायटिंग आहे.''

"दमयंती ही आधुनिक, प्रेमात व मोहात पाडणारी आहे— असं तुला

म्हणायचं आहे ना? मग तसं मराठीत म्हण.'' आईनी विनूचं मराठी शुद्ध केलं.

''आई, तूही त्या वासंतीप्रमाणे वागू नकोस. तुम्हा दोघींचा मराठीचा सोस माझ्या कानांना सहन होत नाही. मातृभाषेचा एवढा हव्यास कशासाठी?''

''बरं, पण तू त्या दमयंतीच्या जाळ्यात तर सापडला नाहीस ना? मला वासंतीशिवाय दुसरी सून पसंत नाही. एवढंच नव्हे, तर दमयंती मला वाह्यात वाटते.''

''आई, मला अगदी हवी तशी दमयंती आहे.''

''म्हणजे तू दमयंतीशी जमवलं आहेस... तू फसलास!'' आईंनी कासावीस होत आपला निष्कर्ष सांगितला.

तेवढ्यात ''आँटी, हाय! मै अंदर आऊँ? मे आय कम इन?'' असं विचारत खुद्द दमयंतीनंच प्रवेश केला. विनूला दमयंती खूप आवडली होती, पण तिचा इंग्रजीचा अतिवापर त्यालाही खटकत होता.

आईच्या कपाळावर आठ्या उमटल्या. त्या हताश आवाजात म्हणाल्या, ''ये बाई, ये. पण मराठीत ये. दमयंती, मला काकू म्हण; आँटी-फाँटी म्हणू नकोस. काकू ही हाक माझ्या कानाला गोड लागते. वासंती मला काकू म्हणते व माझ्याशी मराठीत बोलते. आपल्याला मातृभाषेचा अभिमान हवा आणि टी - शर्टवर काय लिहिलं आहे? 'चेस मी?— म्हणजे माझा पाठलाग करा.' असं काही-बाही लिहू नये.''

''आँटी, यू आर बॅकवर्ड. मी काकू म्हणणार नाही. मला आँटी कॉल करायला परमिशन द्या आणि मी मराठीतच बोलते. माझी मदरटंग मराठीच आहे. मी मराठी बोलताना इंग्रजी शब्द बाय हॅबिट नॅचरली ऑकर होतात. इंग्रजी शब्दांना मराठी शब्द 'चेस मी' म्हणतात.'' दमयंतीनं टी-शर्टवरच्या 'चेस मी' या शब्दाकडे विनूचे लक्ष वेधले. विनू काही बोलला नाही. काय बोलणार? दमयंती हे गुलाबाचं फूल आहे. गुलाब हवा, तर इंग्रजीचे काटे स्वीकारायलाच हवेत!

''दमयंती, शिजलेल्या भातात खडा असला तर जेवताना किती हिरमोड होतो; तसंच मराठी वाक्यावाक्यांत तू इंग्रजी शब्द घालतेस, तेव्हा कान व्याकूळ होतात.''

''आँटी, वंडरफुल! तुम्ही किती छान एक्सप्लेन केलंत! विन, युवर मदर इज ग्रेट. आपण मराठीत बोलताना इंग्रजी शब्द अव्हॉईड केले पाहिजेत. मी कंप्लीटली कनव्हिन्स झाले आहे.''

"दमयंतीदेवी, नव्हे— नव्हे, दमयंती गॉडेस, इंग्रजीत कनव्हिन्स होऊन काय उपयोग? आपल्याला ज्या दिवशी मराठीत पटेल, तो दिवस पवित्र म्हणजे होली ठरेल!" आईंनी शब्दांतून आणि वरती हातवाऱ्यांतून उपहास व्यक्त केला.

दमयंती कळवळून म्हणाली, "विन, बघ ना— मी आँटीशी एवढं ॲडजस्ट करू पाहते आहे, पण आँटी सॅरकॅस्टिक बोलतात. माझं हार्ट किती हर्ट झालं आहे!"

दमयंती न राहवून मुसमुसून रडू लागली. विनूला राहवलं नाही. तो पुढं झाला व त्यानं रुमालानं दमयंतीचे डोळे पुसले. आता न राहवण्याची पाळी दमयंतीची होती. तिनं विनूच्या छातीवर डोकं टेकलं. विनूला समजलं की, आता आपली पाळी आहे. त्यानं न राहवून दमयंतीला मिठीत घेतलं. दमयंती म्हणाली, "विन, यू आर स्वीट अँड डिव्हाइन!" दमयंतीनं डोळ्यांवर आलेले केस मागे घेतले. विनू डोळे रोखून पाहत होता.

आईंना आपल्या घरात, सिनेमातील प्रेमप्रसंग पाहवेना. त्या ओरडल्या, "दमयंती, तू येथून ताबडतोब नीघ व घरी जाऊन वासंतीच्या आरशात तुझं रूप बघ. दिसण्यात तू थेट वासंतीप्रमाणे आहेस, पण बोलण्या-वागण्यात तू उथळ आहेस. वासंतीची सोज्वळता तुझ्याकडं नाही. तू आल्या-आल्या मला 'हाय आँटी' म्हणालीस आणि विनूचं 'विन' करून त्याच्या मिठीत शिरलीस!"

दमयंतीनं करुण नजरेनं विनूकडं पाहिलं व विचारलं, "विनू, तू बोलतोस, का मे आय टॉक?" प्रश्न विचारताना दमयंती कपाळावरचे केस मागं घेत होती.

छाती पुढं काढून विनू म्हणाला, "मीच बोलतो. आई, नीट ऐक. समोरच्या घरात कोणी तरी मुलगी आली आहे, ती कोण— असा प्रश्न मी तुला विचारला होता. तो उगीचच विचारला होता. वासंतीच्या घरी चार दिवसांपूर्वी दमयंती दाखल झाली आहे, हे मला माहीत होतं. दोघी सख्ख्या जुळ्या बहिणींच्या मुली आहेत, हे सर्व दमयंतीनं मला सांगितलं आहे. दमयंती इज बोल्ड अँड ॲग्रेसिव्ह. तिनं माझी ओळख करून घेतली. गेले चार संध्याकाळी मी ऑफिसातून आलो की, थेट संभाजी उद्यानात जातो. तिथं मी व दमयंती एकत्र असतो."

"अरे, पण वासंती कुठं आहे?" आपण चार दिवस वासंतीची चौकशी केली नाही, याबद्दल आईंना अपराधी वाटलं.

"वाशी ना? मी आले त्याच दिवशी ती तिच्या काकांकडं गेली. तिची काकू आजारी आहे म्हणे! ऑफिस सांभाळून काका घरचं काम कसं करणार,

काकूंच्या औषधपाण्याचं कसं होईल, मुलांकडं कोण पाहील— या साऱ्या वरीज वाशीला! मी म्हणाले की काकूको गोली मार, जाऊ नकोस, आपण दोघी एन्जॉय करू; तर वाशी मला म्हणाली की, काही कर्तव्यबुद्धी म्हणून आहे की नाही?'' कर्तव्यबुद्धी हा शब्द दमयंतीनं दोन्ही गाल फुगवून नाटकीपणानं उच्चारला व डोळ्यां-कपाळावरचे केस आवरले.

खो-खो हसत विनू म्हणाला, ''आई, दमयंतीनं कर्तव्यबुद्धीनं हा शब्द कसा उच्चारला, ते पाहिलंस ना? आई, ती वासंती बावळटच आहे!''

''विनू, यात हसण्याजोगं काय आहे? वासंतीचं कौतुक करायला हवं, पण हे सर्व तुला कसं समजलं? आणि एक ऐका, माझ्यासमोर वासंतीची टिंगलटवाळी करू नका; मला ती सहन होत नाही. तिला वाशी म्हणायचं नाही.''

''आई, यापुढं वासंती या विषयावर तुला काहीही ऐकावं लागणार नाही. दमयंती इज व्हेरी जनरस अँड काइंड. तिला माझ्या प्रेमाची इन्टेन्सिटी समजली आहे.''

''आँटी, यस्— मला तुमचा विन आवडला आहे. त्यानं मला प्रपोझ केलं. मी त्याची वाईफ होण्याचं ॲक्सेप्ट केलं. गार्डनजवळच्या गणपतीच्या आयडॉलसमोर आम्ही मनानं मॅरेजही केलं आहे.''

आईंच्या चेहऱ्यावर प्रचंड राग प्रकटला. त्या कडाडल्या, ''तुम्ही दोघांनी लग्न करायचं, हे ठरवूनही टाकलंत? दमयंती, तू वासंतीची बहीण— तरीही तू तिच्या पाठीत सरळ-सरळ खंजीर खुपसलास? मी वासंतीत माझी सून पाहत होते!''

''आँटी, टेक इट लाइटली. एव्हरीथिंग इज फेअर इन लव्ह ॲंड वॉर, दॅट्स ऑल! व्हॉट कृष्णा टोल्ड अर्जुना इन गीता? तू काके-मामे पाहू नकोस, तू युद्ध कर; मी तेच केलं. वासंती या बहिणीच्या विरुद्ध जाऊन मी युद्ध केलं व विनला जिंकलं.''

दमयंती या मडमेनं गीता सांगावी, याचा आईंना उबग आला. त्यात दमयंतीनं कृष्णा व अर्जुना हे शब्द वापरले, हे आईंना मुळीच आवडलं नाही. त्यांनी दटावून विचारलं, ''दमयंती, तू वासंतीला वाशी म्हणतेस, आता कृष्ण व अर्जुन यांची नावं तू कृष्णा व अर्जुना का केलीस बाई?''

''आँटी, एक होता राम— हे मराठीत चालेल; पण इंग्रजीत देअर वॉज रामा असंच होतं! होय की नाही विन?''

विनूला दमयंतीचा इंग्रजी अतिरेक मनातून अमान्य होता. पण मॉड दमयंतीला गमवायला तो तयार नव्हता. तो म्हणाला, "आई, राम-कृष्ण-अर्जुन हे आपल्या घरात येणार नाहीत; वासंतीही येणार नाही. दमयंती व तिचे आई-वडील हे आपले. तू त्यांचा विचार कर आणि मराठीचं म्हणशील, तर आपण हळूहळू दमयंतीच्या मराठीशी जमवून घेऊ. तू प्रत्येक वाक्यात मराठीची व इंग्रजीची भेसळ करायलाच पाहिजेस, असं दमयंती काही तुझ्यावर कंपलशन करत नाही. दमयंती इज जनरस. तूही उदार हो. तूही मराठीत इंग्रजी मिसळायला शीक."

"विन, हाऊ प्रॅक्टिकल अँड टू दि पॉइंट तुझं बोलणं आहे रे! मला खात्री आहे— वुई वुइल हॅव ए हॅपी मॅरिड लाईफ!" दमयंतीचे हात कारच्या वायपरसारखे कपाळावरचे केस सावरत होते.

आईंनी कपाळाला हात लावला. या धेडगुजऱ्या इंग्रजी-मराठी बोलणाऱ्या दमयंतीत विनूला असं विशेष काय बरं दिसलं? त्या नाखुशीनं म्हणाल्या, "विनू, तुला दमयंतीशी लग्न करायचं आहे तर कर! पण मला एक सांग..."

"आँटी, टेंपलमध्ये आणि माइंडमधल्या माइंडमध्ये वुई आर ऑलरेडी मॅरिड!"

"कळलं. आता तू मधे बोलू नकोस; मला माझ्या विनूशी बोलू दे. तू नुसतं ऐक. विनू, मला एकदाच सांग— वासंतीपेक्षा या दमयंतीत जास्त काय आहे?"

"आई, एवढा वेळ तू दमयंतीबरोबर बोलते आहेस, तिला पाहते आहेस; तरी तुला दमयंतीचा ग्रेटनेस समजला नाही? मग ऐक अन् बघ. दमयंतीचे केस शोल्डरकट आहेत. वासंतीसारखे लांबच लांब नाहीत. दमयंती किती आजची वाटते! दमयंतीचे केस कोरडे, भुरभुरणारे, दहा वेळा कपाळावर व डोळ्यांवर येणारे, पुन: पुन्हा आवरावे लागणारे असे आहेत. नाही तर तुझ्या वासंतीचे तेल लावलेले चप्प केस व तेही लांब शेपट्यात किंवा अंबाड्यात बंदिस्त— तुरुंगातल्या कैद्याप्रमाणे किंवा कोंडवाड्यातील जनावराप्रमाणे!"

"छान! लग्नानंतर दमयंती काम केव्हा करेल अन् कपाळावरचे केस केव्हा सावरेल?"

"दमयंतीच्या गालावरचा तीळ बघ. तिनं जीनची निळी गडद पँट व त्यावर पिवळा गर्द टी-शर्ट घातला आहे. दमयंती स्वत:ला वासंतीप्रमाणे साडीत किंवा ड्रेसमध्ये बांधत नाही. आणि हो, तुझ्या प्रश्नाचं उत्तर देतो. मी घरातील कामं करीन, मी दमयंतीचे केसही सावरीन."

"आणखी काही?" आईचा स्वर विनूच्या आक्रमक पवित्र्यामुळं खाली आला होता.

"तुझी वासंती एम.कॉम. आहे, पण ते सांगावं लागतं. दमयंती साधी बी. ए. आहे, पण किती इंग्रजी वापरते! शिवाय ती चुकूनही 'इश्श, अय्या, मी नाही जा' असलं बायकी बोलत नाही." विनू जोशात बोलला. दमयंतीच्या इंग्रजीनं आज जास्तच धुमाकूळ चालवला आहे, असं विनूला वाटत होतं. तरीही तो ठणकावून दमयंतीच्या पाठीशी उभा राहिला.

"दमयंती बी. ए आहे, हे तुला दमयंतीनंच सांगितलं असणार!"

"अर्थात! सी हर ऑनेस्टी. ती म्हणाली की, मी वासंतीएवढी क्लेव्हर नाही. मी ओन्ली बी. ए. आहे." दमयंतीमय झालेल्या विनूनं दमयंतीचं इंग्रजी मराठी वापरलं.

"विनू, मी आत जाते अन् नव्या सुनेसाठी चहा करून आणते. मी मुलाच्या सुखाआड येणारी आई नाही. मी तुझ्या दमयंतीचा स्वीकार करते व वासंतीला कायमची विसरते. पण एक नक्की— तुझ्यासारखा अस्सल, शंभर नंबरी, चोवीस कॅरेटचा गाजरपारखी यापूर्वी झाला नाही व पुढे होणार नाही!" आई हसत-हसत आत गेल्या.

आई गेल्यावर हळू आवाजात विनू म्हणाला, "दमयंती, काही तरी गोंधळ आहे. माझी आई सरळ व साधीभोळी नाही. तिनं आपल्या लग्नाला एवढ्या सहजपणे कशी काय परवानगी दिली? ती मराठी भाषेची प्रचंड अभिमानी आहे. मला वाटलं होतं की, लग्नाला परवानगी देण्यापूर्वी 'मी मराठीतून बोलेन, इंग्रजी शब्द वापरणार नाही,' असं ती तुझ्याकडून स्टँपपेपरवर लिहून घेईल. मुख्य म्हणजे, ती मला गाजरपारखी म्हणाली! का? तिच्या शब्दांत नक्की उपहास होता. तुला एक विनंती आहे. तू तुझं मराठी थोडं शुद्ध कर. इंग्रजीची इतकी भयानक घुसखोरी चांगली नाही."

"विन, तुझ्यासाठी व काकूंसाठी मी वासंतीसारखं मराठी बोलेन. बघच. आणि तू अद्वितीय गाजरपारखी आहेस, म्हणून तुला आँटी तसं म्हणाल्या. रत्नपारखी हा अद्वितीय असू शकतो तसा गाजरपारखीही एकमेव असू शकतो! हं, हा माझ्या गालावरचा तीळ मी तुला सप्रेम भेट देते. तुला तो एवढा आवडतो ना; मग ठेव तुझ्याचकडे!" डोळ्यां-कपाळावर येणारे केस सावरत दमयंती म्हणाली.

"अगं, गालावरचा तीळ तू असा कसा काढलास? तो खोटा आहे? खरं सांग."

“होय, तीळ खोटा आहे. काकू म्हणाल्या— वासंती केस काप. विनूला पाहिजे तशी जीनची निळी पँट घाल, वरती पिवळा भडक टी-शर्ट अडकव. गालावर तीळ चिकटव. मराठी बोलताना इंग्रजीत शीर व इंग्रजी वाक्यात मराठी घुसड आणि त्याला उशीर करून संध्याकाळी संभाजी उद्यानात भेट. तिथली प्रकाशयोजनाही तशी अंधारयोजनाच आहे! विनू सहज फसेल. मी काकूंना म्हणाले होते की, तुमचा विनू एकदम हुशार आहे. तो फसणार नाही. काकू म्हणाल्या, विनू बुद्दू आहे, तो जन्मभरही फसेल. पण माझंच खरं ठरलं. तू एकदम हुशार आहेस. तीळ खोटा आहे, हे तू किती सहज ओळखलंस!”

विनू गुरगुरला, “वासंती, याचा अर्थ आईही तुला सामील होती तर!”

“नुसत्या सामील नव्हत्या, त्याच तर त्या नाटकाच्या लेखक, दिग्दर्शक व निर्मात्याही होत्या. काकू म्हणाल्या, वासंती, माझ्या वेड्या मुलाची मॉडर्न बायकोची हौस पुरव. तू चार दिवस अदृश्य हो व दमयंतीला जन्माला घाल. केसांचा शोल्डर कट कर, गालावर तीळ चिकटव व धेडगुजऱ्या इंग्रजी-मराठीत बोल. चेस मी या शब्दांचा टी-शर्ट निवडताना मी काकूंची परवानगी घेतली होती.”

“वासंती, याचा अर्थ तू मला चार दिवस चीट केलंस!”

“चीट करणं म्हणजे फसवणं!” वासंतीनं दुरुस्ती केली.

आई चहा घेऊन आल्या अन् प्रेमानं म्हणाल्या, “विनू, चार दिवस दमयंतीच्या भोवती-भोवती नाचून तू दमला असशील. वासंतीही इंग्रजी बोलून थकली असेल. प्रथम दोघं चहा घ्या. हे बघ, सीताला मुळात बहीणच नाही, तर गीता ही जुळी बहीण कोठून असणार? गीता ही आई नाही अन् त्यामुळं दमयंती नावाची मावसबहीण वासंतीला नाही.”

“म्हणजे तुम्ही दोघींनी मिळून मला चीट केलंत!” विनूनं खोटा त्रागा केला.

“काकू, लग्नानंतर विनूनं माझं वासंती हे नाव बदलावं अन् दमयंती ठेवावं; मला चालेल. मी त्याला विन म्हणते. चालेल ना? तुमची परवानगी हवी.”

आई समाधानानं म्हणाल्या, “चालेल. माझं नाव आँटी केलंस तरी चालेल; पण जे काय करायचं ते तू व विनू एकमताने करा म्हणजे झालं. पण नातवंडांनी मात्र मला आजीच म्हणायला हवं!!”

“इश्श! काकू, मी नाही जा!” वासंती पुटपुटली.

जीन अन् टी-शर्टातील मराठी वासंती विनूला इंग्रजी दमयंतीपेक्षा जास्त हवीशी वाटली. तो उत्साहानं म्हणाला, “आई, मी आता इंग्रजी शब्द वापरणार नाही

आणि तुझा नातू तर एवढा मराठीचा अभिमानी असेल की, तो मराठी बोलताना एकही इंग्रजी शब्द वापरणार तर नाहीच, वरती इंग्रजी बोलताना तो इंग्रजीमध्ये आपल्या मराठीतील शब्द घुसडेल!''

❏❏❏

प्यार किया तो डरना क्या?

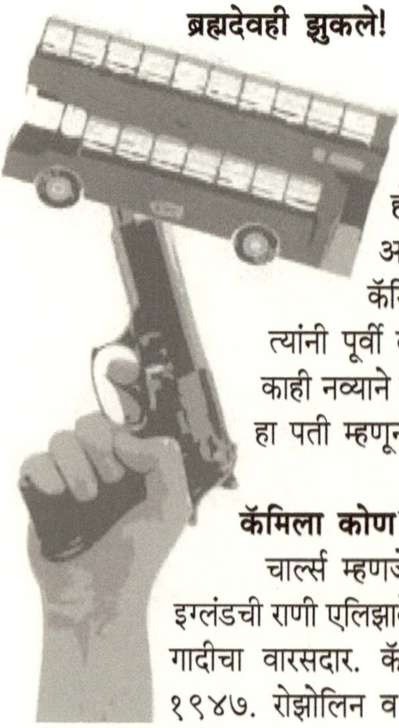

ब्रह्मदेवही झुकले!

चौतीस वर्षांनंतर एकनिष्ठ कॅमिलाला अधिकृतपणे पती म्हणून चार्ल्स मिळाला. हा सरळ-सरळ चमत्कार घडला होता! लग्नाच्या गाठी ब्रह्मदेव वरती मारतो, असे आपण मानतो. तसे असेल, तर कॅमिलाच्या तपापुढे खुद्द ब्रह्मदेवही झुकले व त्यांनी पूर्वी बांधलेल्या काही गाठी सोडल्या, दुसऱ्या काही नव्याने बांधल्या व कॅमिलाला तिचा प्रेमिक चार्ल्स हा पती म्हणून दिला!

कॅमिला कोण? चार्ल्स कोण?

चार्ल्स म्हणजे प्रिन्स चार्ल्स. जन्म नोव्हेंबर १९४८. इग्लंडची राणी एलिझाबेथ व प्रिन्स फिलीप यांचा सुपुत्र. इंग्लंडच्या गादीचा वारसदार. कॅमिला म्हणजे कॅमिला शँड. जन्म जुलै १९४७. रोझोलिन व वडील ब्रूस शँड यांची कन्या. शँड हे

सरदार घराणे होते.

चार्ल्स (वय २२) व कॅमिला (वय २३) यांची पहिली भेट १९७१ मध्ये योगायोगाने घडली. त्या वेळी चार्ल्स हा तरुण नेमका कोण, हे कॅमिलाला माहीत नव्हते. पहिली भेट हीच त्यांची प्रीतभेट ठरली. इंग्लंडच्या गादीचा भावी वारस असलेल्या चार्ल्सला, राजघराण्याच्या सनातनी रीतीरिवाजांमुळे आपल्याशी लग्न करता येणार नाही, हे कॅमिलाच्या उशिरा लक्षात आले. राजघराण्यातील पुरुष हे 'कुमारिका' मुलीशीच लग्न करतात; 'अविवाहित' मुलींशी नाही, हे समजल्यावर चार्ल्सच्या राजा होण्याच्या आड येणाऱ्या आपल्या प्रेमाला कॅमिलाने मनात बंदिस्त केले. आपल्या प्रेमाला चार्ल्सने लग्नाचा प्रतिसाद द्यावा, असा हट्ट कॅमिलाने धरला नाही. एवढेच नव्हे, तर राजघराण्याच्या परंपरागत समजुतीत असणाऱ्या कुमारिका डायना स्पेन्सर या वीस वर्षांच्या युवतीशी चार्ल्सने विवाह करणे, हे देशाच्या दृष्टीने योग्य ठरेल, हे कॅमिलाने चार्ल्सला पटवून दिले. चार्ल्सने कॅमिलाच्या सांगण्यावरून डायनाशी १९८१ मध्ये विवाह केला.

चार्ल्सने आपल्यात गुंतून पडू नये, म्हणून कॅमिलाने सैन्यदलातील अॅन्ड्र्यू पार्कर बोवेल्सबरोबर १९७३ मध्ये विवाह केला व ती कॅमिला पार्कर बोवेल्स झाली. मात्र विवाहानंतरही चार्ल्स व कॅमिला एकमेकांना विसरू शकले नाहीत. टॉम व लारा या दोन मुलांची आई झालेल्या कॅमिलाला चार्ल्सने १९७८ मध्ये 'तू घटस्फोट घे व माझ्याशी लग्न कर', अशी विनंती केली.

"घटस्फोटित स्त्रीशी विवाह केलेला राजा इंग्लंडच्या प्रजेला रुचणार नाही, ते परंपरेविरुद्ध होईल. तू राजघराण्याचा वारस राहणार नाहीस, तुझे हे वर्तन राजघराण्याला शोभून दिसत नाही... एक प्रकारे तो प्रजेचा विश्वासघात केल्यासारखे होईल", असे चार्ल्सला कॅमिलाने परोपरीने पटवून दिले व डायनासोबत विवाह करण्यास प्रवृत्त केले.

भेट पावसाळी पहिली!

कॅमिला ही युवती स्वभावत: साहसी, निर्भय होती. ती झाडावर सरसर चढे. ओढ्याच्या प्रवाहात ती सहज पोहत असे. सोनेरी लांब लडीदार केस, धारदार नाक, गुलाबी रंग, हुशार, समजूतदार, मनमोकळी, बोलकी व मोहक चेहऱ्याची कॅमिला मैत्रिणींत तर प्रिय होतीच; पण तिचे चाहते मित्रही भरपूर होते. या मित्रांपैकीच अॅन्ड्र्यू बोवेल्सला तिने वरचे स्थान दिले होते.

येथे एक स्पष्ट केले पाहिजे की, वयात आलेल्या तरुण-तरुणींनी लग्नापूर्वी

एकत्र राहणे हे इंग्लंडमधील वरच्या समाजात अप्रस्तुत समजले जात नाही. हेही सांगितले पाहिजे की, कॅमिलाने फक्त अँड्र्यूलाच जवळचे स्थान दिले होते. अॅन्ड्र्यूचे मात्र तसे नव्हते. त्याला बऱ्याच जवळच्या मैत्रिणी होत्या. कॅमिला ही त्या अनेकांपैकी एक होती.

तो १९७१ चा पावसाळा... पोलो ग्राऊंडवर पोलोच्या तट्टूजवळ चार्ल्स एकटाच पावसात भिजत उभा होता. कॅमिलाने त्याला लांबूनच पाहिले. हा चार्ल्स आहे, भावी राजपुत्र आहे, हे कॅमिलाला माहीत असण्याचे काहीच कारण नव्हते. ती सहज चार्ल्सजवळ आली व बरोबरीच्या नात्याने बोलली, "तुझं हे तट्टू छान आहे. जनावर उमदं दिसतं! मी कॅमिला, कॅमिला शँड!"

कॅमिलाचं हे सहज बोलणं चार्ल्सला आवडलं. आतापर्यंत त्याच्याशी बोलणाऱ्या त्याच्या मैत्रिणी आपण राजपुत्राशी बोलत आहोत, या जाणिवेतून दबून, आदरपूर्वक, अंतर राखून बोलत. कॅमिलावर ते दडपण नव्हतं. दोघे बोलत राहिले. त्या पहिल्या भेटीत कॅमिला व चार्ल्स एकमेकांचे होऊन गेले. आपण जन्मभराचे साथीदार आहोत, ही जाणीव दोघांत एकदम प्रकटली. चार्ल्सबरोबर विवाह करायचा, हे कॅमिलाने पक्के ठरवले.

चार्ल्स हा राजपुत्र नसता, तर ही प्रेमकहाणी १९७१ मध्येच संपूर्ण व सफल झाली असती. "मला जीवनसाथी गवसला आहे. मी आता विवाह करणार व पत्नी होऊन प्रेम करत राहणार," असे कॅमिलाने अॅन्ड्र्यू पार्कर बोवेल्स या प्रियकराला सांगितले असते व त्याचा निरोप घेतला असता. पण अल्पावधीतच आपल्या मनात मुक्काम करणारा हा तरुण राजपुत्र आहे, हे कॅमिलाला समजलं. प्रेमाने कॅमिलाचा कब्जा घेतला होता, पण तिचा विवेक जागा होता. इंग्लंडची भावी सून ही राजघराण्याच्या अलिखित संकेतानुसार, कुमारिका म्हणजे कुमारिकाच असावी लागते. लग्नापूर्वी स्त्रीरोगतज्ज्ञाकडून तिची तशी तपासणी करून घेतली जाते. कॅमिला अविवाहित होती, पण कुमारिका नव्हती. तसे पाहिले तर प्रिन्स चार्ल्सलाही अनेक मैत्रिणी होत्या. तोही अविवाहित होता, पण कुमार राहिलेला नव्हता. पण भावी सुनेने मात्र कुमारिका असणे आवश्यक होते. राजघराण्याची ही अशी एकेरी परंपरा होती!

कॅमिलाने निर्णय घेतला— आपण प्रेमाशी एकनिष्ठ राहायचं आणि राजनिष्ठही राहायचं. चार्ल्स हा कधीही आपला पती होणार नाही, ही खूणगाठ मनाशी पक्की बांधायची व त्याच्यावरच प्रेम करत राहायचं. त्याला आयुष्यभर साथ द्यायची आणि सर्वस्वी त्याचंच होऊन राहायचं. आपलं प्रेम राजघराण्याच्या परंपरेत विघ्न ठरणार नाही, याची पूर्ण दक्षता घ्यायची.

चार्ल्सचा विवाह

एक १९३६ मधील जुनी घटना आहे. आठव्या एडवर्डनं वालिस सिंप्सन या घटस्फोटितेशी विवाह करण्याचा प्रमाद केला होता. प्रजेला पूर्वघटस्फोटित राणी मान्य नव्हती. त्यामुळे एडवर्डला राजत्याग करावा लागला होता. त्यांना देश सोडून निर्वासित होऊन, फ्रान्समध्ये मरेपर्यंत वास्तव्य करावे लागले होते. त्यांच्या मृत्यूनंतर त्यांचे शवच काय ते दफनाकरता इंग्लंडमध्ये, तेही प्रजेच्या संमतीने येऊ शकले. आठवे एडवर्ड चार्ल्सचे हे चुलत आजोबा होते. प्रेमाच्या वैयक्तिक मोहात ते अडकले व राजाचे कर्तव्य विसरले. कॅमिलाने ठरवले की, आपल्या चार्ल्सच्या हातून अशी चूक घडता कामा नये. आपण राणी होण्याची महत्त्वाकांक्षा ठेवायची नाही. कॅमिलाने चार्ल्सला समजावले, ''माझे तुझ्यावर प्रेम आहे; इंग्लंडच्या गादीवर बसणाऱ्या राजपुत्रावर नाही. मी तुझीच आहे व तुझीच राहीन; पण मी राजघराण्याची सून होऊ शकणार नाही. मी इंग्लंडच्या गादीला वारस देऊ शकणार नाही. तू कुमारिकेशी विवाह कर. डायना स्पेन्सर ही तशी कुमारिका आहे आणि डायना तुला सर्वस्वी अनुरूप आहे.''

कॅमिलाच्या या विवेकी प्रेमाला व निरपेक्ष वृत्तीला दाद द्यायलाच हवी. होय, डायना स्पेन्सर या चार्ल्सच्या वधूच्या निवडीत कॅमिलाही सहभागी होती. चार्ल्सचा कॅमिलाच्या निर्णयशक्तीवर पूर्ण विश्वास होता; कारण चार्ल्सच्या भल्याचा विचार करून कॅमिला आपले मत देई. कॅमिलाने स्वत:चे सुख नेहमी मागे ठेवले; किंवा असेही म्हणावे लागेल की, चार्ल्सचे सुख, तेच आपले सुख अशी कॅमिलाची धारणा होती.

डायनाचा जन्म जुलै १९६१ चा. चार्ल्स व तिच्या वयात तब्बल बारा वर्षांचं अंतर होतं. डायना सात वर्षांची असताना तिच्या आई-वडिलांचा घटस्फोट झाला. डायना एकाकी पडली. वडिलांनी दुसरे लग्न केले. सावत्र आईला डायना आवडत नव्हती. याचा परिणाम म्हणूनही असेल; डायना तऱ्हेवाईक बनली. तिच्या मनात स्थैर्य नव्हते. चंचलता व धरसोड हे तिचे स्वभावदोष होते. तिनं कुकरीचा, खाद्यपदार्थ बनवण्याचा अभ्यासक्रम अपुरा सोडला. नृत्याचा वर्गही मध्येच थांबवला. पूर्ण वेळेची नोकरी तिला पेलवली नाही. तिने बालवाडीत शिक्षिकेची, तीही अर्धवेळची नोकरी पत्करली. ही नोकरी डायना कशीबशी निभावत होती! प्रिन्स चार्ल्सबरोबर विवाह करण्याकरिता तिच्याकडं एक महत्त्वाची पात्रता होती. ती म्हणजे, डायना कुमारिका होती. राजघराण्याच्या डॉक्टरने तिची तपासणी करून तशी खात्री दिली होती.

चार्ल्सची आजी व डायनाची आजी या मैत्रिणी असल्याने डायनाचे स्थळ बकिंगहॅम पॅलेसपर्यंत पोचले. वयाने एवढी लहान मुलगी आपली पत्नी, हे चार्ल्सला पटत नव्हते. कॅमिलाचा बरोबरीचा, परिपक्व व पूर्ण सहवास चार्ल्स अनुभवत होता. चार्ल्स हा केंब्रिजचा पदवीधर होता. चित्रकला, शिकार, पोलो, नेमबाजी, गिर्यारोहण, सागरनिरीक्षण, मासेमारी, फोटोग्राफी व वाङ्मयीन चर्चा अशा किती तरी छंदांत चार्ल्स रमत असे. राजघराण्यातील व्यक्तींमध्ये लहानपणापासूनच विद्या व कला यांची रुची निर्माण केली जाते. त्या छंदांतच ते रस घेतात व आपला काळ घालवतात. डायनाचे स्पेन्सर घराणेही तसे मातब्बर होते. पण एकाकी पडल्यामुळे असेल, डायना अर्धीकच्ची राहिली. तिनं अशा प्रकारचे छंद जडवून घेतले नाहीत. मात्र तिच्याकडे व्यावहारिक चातुर्य होते. हे चातुर्य लुच्चेपणाकडे झुकणारे होते. तिने विचार केला की, राजपुत्राबरोबर विवाह साधायचा तर आपल्या सामान्य आवडी-निवडी लपवायच्या व राजघराण्याला अपेक्षित आहे तेच बोलायचे व शर्यत जिंकायची!

चार्ल्सने डायनाशी १९८१ मध्ये विवाह केला. विवाहप्रसंगी कॅमिला व तिचे पतिराज हजर होते. चार्ल्सने कॅमिलाची 'माझी मैत्रीण' म्हणून परिचय करून दिला होता. "डायनाशी विवाह करून तू नक्की सुखी होशील. डायना तुझ्या विचारांशी मिळतीजुळती आहे, हे तू तिच्याकडून ऐकलेच आहेस." असे धीराचे शब्द उच्चारून कॅमिलाने चार्ल्सला उभारी दिली. कॅमिलावर विश्वास ठेवून चार्ल्सने दबकत-दबकतच या मुलीशी विवाह केला होता. ठरलेला हा विवाह टाळण्याचा आपला विचार चार्ल्सने आपले वडील प्रिन्स फिलीप यांना सांगितला. "आता फार उशीर झालेला आहे. राजघराण्याला योग्य अशा तऱ्हेनेच तू वागावयास हवेस." अशा शब्दांत प्रिन्स फिलीप यांनी चार्ल्सला फटकारले.

दिल्या घरी तू सुखी रहा...

विवाहानंतर कॅमिलाने चार्ल्सला फोन केला. "आता तू मला विसर व डायनाबरोबर सुखी राहा. आता आपण प्रत्यक्ष भेटायचे नाही, एकमेकांत रमायचे नाही. मी तुझ्यापासून प्रयत्नपूर्वक दूर राहणार आहे. आता आपली भेट फक्त फोनवर— तीही अधूनमधून."

चार्ल्स आपल्या दहा वर्षांच्या जिवाभावाच्या व निकटच्या कॅमिला या मैत्रिणीला आपल्या विवाहानंतर मुकला होता. कॅमिलाची ही भूमिका डायनाला चार्ल्सने समजावून सांगितली, पण संशयी आणि संतापी डायनानं चार्ल्स-कॅमिलाच्या

नव्याने सुरू झालेल्या अशारीरिक मैत्रीवर विश्वास ठेवला नाही.

डायनाने छळवाद मांडला

चार्ल्सला जीवन असह्य करावयाचे, असेच जणू डायनाने ठरवले असावे. डायनाचा मीपणा इतका प्रखर होता की, ती म्हणेल त्याप्रमाणे सर्व घडले नाही तर ती आदळआपट करे, मोठमोठ्याने ओरडे. चारचौघांसमोर ती नाटकीपणे गोड वागे व हसे. एकांतात मात्र चार्ल्सला टाकून बोले. डायनाची ही दोन रूपे चार्ल्सच्या मनात भीती उत्पन्न करत. तिच्या शब्दांत आग होती. चार्ल्सला दुःख पोचावे म्हणून ती कॅमिलाचा उल्लेख 'रॉटवेल' (एका विशिष्ट जातीतील कुत्री) असा करे. अशा प्रकारच्या संस्कारहीन वागण्याची व अशिष्ट बोलण्याची सुसंस्कृत चार्ल्सला सवय नव्हती. त्याच्या जीवनातून सुखस्वास्थ्य हद्दपार झाले. परिणामी, भीतीपोटी चार्ल्स डायनाला टाळू लागला. कॅमिला व चार्ल्सचे आजही शरीरसंबंध चालू आहेत, हे गृहीत धरून चार्ल्सला डायना आपल्या जवळ येऊ देत नसे. चार्ल्सला शारीरिक सुख न देऊन त्याच्या कोंडमारा करण्याचा आसुरी आनंद डायना मिळवत होती.

भरपूर अव्वाच्या सव्वाखाणे आणि नंतर वजन वाढू नये म्हणून खाल्लेले अन्न ओकून बाहेर काढणे, ही विकृती डायनाला जडली होती. डायनाच्या विचित्र वागणुकीबद्दल सल्लामसलत करण्यासाठी चार्ल्सला कॅमिलाशिवाय जवळचे कोण होते? कॅमिला त्याला समजावे, ''अरे, डायना अजून लहान आहे. तू तिच्यासाठी जास्त वेळ काढ. नाही म्हटलं तरी राजवाड्यात ती बंदिस्त असते; चाकोरीबद्ध असते. या जीवनाशी जमवून घेण्यासाठी तिला थोडा वेळ लागणारच. तुझे लग्न नक्की यशस्वी होईल.''

कॅमिलाचे सांगणे मनात वागवत चार्ल्स डायनाबरोबर तिच्या कलाकलाने कसाबसा घेत नांदत होता. डायनाने प्रिन्स विल्यम्सला १९८२ मध्ये जन्म दिला. तिला १९८४ मध्ये हॅरी हा दुसरा पुत्र झाला. याचाच अर्थ, चार्ल्सने डायनासोबत रमण्याचा पूर्ण प्रयत्न केला; पण डायनालाच चार्ल्स हा पती म्हणून नको होता. राजवाड्यातील संयमित व नेमस्त जीवन तिला नको होतं. हॅरीच्या जन्मानंतर डायनाने चार्ल्सबरोबर पत्नी म्हणून आपले संबंध पूर्णपणे तोडले. डायनाने 'हायग्रोव्ह' हे निवासस्थान सोडले व ती केनसिंगस्टन या दूरच्या वेगळ्या महालात वास्तव्याला गेली.

कॅमिलाची सोबत पुन्हा मिळाली...

चार्ल्स हायग्रोव्हमध्ये एकाकी पडला. मनाने कोलमडला. चार्ल्सला सावरण्यासाठी कॅमिलाला हायग्रोव्हमध्ये येणे-जाणे भागच पडले. कॅमिलाही व्यवहाराच्या दृष्टीने अँड्र्यू पार्कर बोवेल्सची पत्नी होती. टॉम हा मुलगा व लारा या मुलीची आई होती. आपला संसार सांभाळत ती चार्ल्सलाही सांभाळत होती. अँड्र्यूच्या तशा अनेक मैत्रिणी होत्या. सैन्यातील नोकरीच्या निमित्ताने व त्याच सबबीखाली अँड्र्यू हे ब्रिगेडियर जास्त करून घराबाहेरच राहत. मात्र, डायनाने चार्ल्सला एकाकी पाडल्यावर कॅमिलाने चार्ल्सबरोबर राहणे व त्याला सांभाळणे, हे अँड्र्यूलाही पटले होते व मान्य होते. कॅमिला व चार्ल्स यांच्या प्रेमाची मातब्बरी अँड्र्यू ओळखून होता. चार्ल्स हा राजघराण्यातील होता आणि केवळ कर्तव्यबुद्धीने कॅमिलाने त्याच्याशी लग्न केले नाही व आपल्याला स्वीकारले, याची कृतज्ञ जाण अँड्र्यूपाशी होती. चार्ल्स व कॅमिला यांच्यातील संबंध अँड्र्यूला माहीत होते. पण तो समाजाला आपल्याला ते माहीत नाहीत, असेच दाखवीत होता; हा भाग वेगळा!

"अँड्र्यूची राजघराण्याप्रती एवढी निष्ठा आहे की, त्या निष्ठेपोटी त्याने चार्ल्सला कॅमिला अर्पण केली आहे," अशी कुत्सित टिप्पणी लोकांकडून त्याला ऐकावी लागे. डायनाने त्याचा फायदा उठवला. "चार्ल्सने मला टाकले आहे, मला घटस्फोट हवाय!—" अशी डायनाने मागणी केली. घटस्फोटामुळे राजघराण्याची मानहानी व बदनामी होईल; ती टाळण्यासाठी चार्ल्स घटस्फोट देणार नाही, ही डायनाने बांधलेली अटकळ अचूक होती. डायनाने मागितला तेवढा पैसा राजघराण्याने तिला पुरवला. यामुळे डायना ही काय चीज आहे, हे राणी एलिझाबेथ यांना समजले.

कॅमिला व चार्ल्स यांचे प्रेम व साहचर्य डायनाला पाहवत नव्हते. अधून-मधून हायग्रोव्हमध्ये चार्ल्सबरोबर राहणारी कॅमिला ही चार्ल्सची रखेली समजली जात होती. कॅमिला आपली हिणकस भूमिका बिनतक्रार निभावत होती. "तू राजघराण्याचा वारस आहेस, तू राजधर्म पाळावयास हवास. तू स्वत:ला सावर. मी तुझ्याबरोबर आज आहे, उद्याही असेन. माझ्याविषयी कोण काय बोलते, याची मी पर्वा करत नाही." अशी निरपेक्ष व नि:स्वार्थी भूमिका मांडत, आत्मक्लेश सहन करत चार्ल्सला कॅमिला साथ देत होती व चार्ल्सच्या मुलांवर— विल्यम व हॅरीवर आपली मुले समजून माया करत होती.

चार्ल्सला बदनाम करण्याकरिता डायनाने वार्ताहरांना गुप्तपणे हाताशी धरले.

हॅरीच्या हर्नियाचे तातडीचे ऑपरेशन १९८८ मध्ये उपटले, त्या वेळेस इटलीमध्ये नियोजित कार्यक्रमानुसार चार्ल्स पेंटिंग हॉलिडेकरिता गेला होता. ऑपरेशनचे समजताच त्याने परतण्याचे ठरवले. डायनाने त्याला मानभावीपणे कळवले की, ''तू कशाला येतोस, मी आहे ना! शिवाय डॉक्टर्स आहेत. तू येईपर्यंत हॅरीचं ऑपरेशन झालेलेही असेल.'' त्यामुळे तो इटलीतच राहिला. इंग्लंडमधील वृत्तपत्रांत बातमी आली की, डायना ही आई इस्पितळात लाकडी खुर्चीवर हॅरीच्या उशाशी रात्रभर बसून होती व वडील चार्ल्स इटलीत चित्र काढत होते!

प्रिन्स विल्यम १९९१ मध्ये शाळेत खेळताना पडला व त्याच्या हाताला फ्रॅक्चर झाले. त्या दिवशीही आधी निश्चित केलेल्या कार्यक्रमानुसार प्रमुख पाहुणे म्हणून चार्ल्सला जायचे होते. ''मी विल्यम्सजवळ आहे, ठरवलेल्या कार्यक्रमाला तुला जावंच लागेल; तेव्हा तू जा.'' असे डायनाने सांगितले. दुसऱ्या दिवशी वर्तमानपत्रांतून बातमी आली की, चार्ल्सने मुलांकडे दुर्लक्ष करून स्वत:ला समारंभात मिरवून घेतले व आजारी मुलापाशी डायना बसून होती. या बातम्या डायनाच पुरवत होती, हे उघड होतं. पण राणी एलिझाबेथसमोर शपथ घेऊन तिने हे कृत्य आपले नसल्याचा निर्वाळा दिला. डायनाने एक हुशार चाल खेळून चार्ल्स व कॅमिला यांच्यातील फोनवरचा संवाद १९८९ मध्ये टेप करवला.

''मला माझा चार्ल्स हवा आहे, तुम्ही मला माझा चार्ल्स मिळवून द्या. मला माझे लग्न वाचवायचे आहे. त्यासाठी कॅमिलाला हटवले पाहिजे. चार्ल्स आणि कॅमिला यांच्यातील गैरसंबंधांचा पुरावा मिळाला तर किती बरे होईल... त्याचा वापर करून मी चार्ल्सला परत मिळवीन!'' अशी बतावणी करून डायनाने चार्ल्सच्या सुरक्षारक्षकांपैकी एकाला फोडले व चार्ल्सचा मोबाईल टॅप केला. चार्ल्स व कॅमिला यांच्यामधील फोनवरचा संवाद हा मुक्त शब्दशृंगारच होता! ती टेप हाती आल्यावर डायनाने घटस्फोटाची मागणी पुन्हा पुढे केली व वाढीव आर्थिक अटी पुढे सरकावल्या.

चार्ल्सचे मित्र पुढे झाले...

डायनाने केलेले हे सर्व छुपे हल्ले चार्ल्सने सोसले ते कॅमिलाने दिलेल्या आधारावर. ''राजघराण्यातील लक्तरे वृत्तपत्रांच्या धोबीघाटावर धुणे हे असंस्कृत व अयोग्य ठरेल; तू सहन कर. वृत्तपत्रांना डायनाच्या विरोधात एक शब्दही पुरवू नकोस.'' हे कॅमिला चार्ल्सला सतत सांगत राहिली. डायनाने पुरविलेल्या बातम्यांचे घाव चार्ल्स सोसत राहिला, पण चार्ल्सचे मित्र व हितचिंतक अस्वस्थ झाले. ''आपण

पतिपरायण आहोत. परस्त्रीच्या नादी लागून चार्ल्सने आपल्याला टाकले, तसेच विल्यम व हॅरी या मुलांपासूनही आपल्याला तोडले,'' असा अपप्रचार वृत्तपत्रांच्या माध्यमातून फैलावून डायना प्रजेची सहानुभूती आपल्याकडे ओढून घेत होती आणि वर प्रजेमध्ये चार्ल्सची प्रतिमा मलीन करत होती. डायनाने चालवलेला हा अपप्रचार आपण जशास तसे वागून थांबवला पाहिजे, असे ठरवून चार्ल्सच्या मित्रांनी मोर्चा उघडला. डायनाची सारी प्रकरणे पुराव्यांसकट चार्ल्सच्या हाती लागत गेली.

सेकंडहँड कार विकणारा जेम्स गिलिबी हा डायनाचा प्रियकर होता. त्याचे व डायनाचे संभाषण टेप झाले. त्या संभाषणात गिलिबी पन्नास वेळा डायनाला 'डार्लिंग' म्हणाला. पंधरा वेळा स्विजी म्हणजे 'हे लाडके', असे शब्द त्याने उच्चारले, तर डायनाने "मला तुझ्यापासून दिवस तर राहणार नाहीत ना?'' अशी भीती व्यक्त केली. डायनाच वृत्तपत्रांना चार्ल्सविरोधात बातम्या पुरवत होती, अशा आशयाची डायना व एका वार्ताहर मित्र यांच्यातील संभाषणाची टेपही त्यांच्या हाती लागली.

चार्ल्सच्या वाढदिवसाच्या समारंभाकडे ९२ मध्ये डायना फिरकलीही नाही, की तिने शुभेच्छापत्रही पाठवले नाही. चार्ल्सच्या आईला—इंग्लंडच्या राणीला ही घटना खुपली. डायनाच्या स्वच्छंदी वागणुकीचे पुरावे चार्ल्सकडे होतेच! डिसेंबर १९९२ मध्ये बकिंगहॅम पॅलेसमधून म्हणजे राणीसाहेबांच्या संमतीने चार्ल्स व डायना हे विभक्त झाले आहेत, असे अधिकृतपणे जाहीर करण्यात आले. ही त्यांच्या घटस्फोटाशी नांदीच होती.

कॅमिलाची सत्त्वपरीक्षा

जानेवारी ९३ मध्ये लंडनच्या दोन प्रमुख वृत्तपत्रांत चार्ल्स व कॅमिला यांच्यातील स्वैर शब्दशृंगार प्रसिद्ध झाला. ही टेप डायना व त्या वृत्तपत्रांच्या हाती चांगली दोन वर्षं होती. ही खेळी डायनातर्फे खेळण्यात आली होती. ही टेप उत्तान होती, प्रक्षोभक होती. या टेपच्या प्रसिद्धीमुळे चार्ल्स व कॅमिला यांची जनमनातील प्रतिमा काळीकुट्ट झाली. चार्ल्स तर आत्महत्या करण्याच्या विचारात होता. लग्नाची शपथ घेतल्या दिवसापासून तो डायनाशी प्रतारणा करत होता, हे या टेपमधून लोकांपर्यंत पोहोचले होते. अशा प्रकारे जनतेच्या सहानुभूतीचा लंबक पुन्हा आपल्याकडे वळविण्यात डायना यशस्वी झाली.

"देशासाठी मी कॅमिलाचा त्याग करतो. मी तिच्याशी यापुढे संबंध ठेवणार नाही,'' अशी जाहीर घोषणा चार्ल्सने केली, तेव्हाच जनमानसातील त्यांच्या विरोधाचे वादळ थांबले. चार्ल्सने अशी घोषणा करावी व मला त्याने जीवनाबाहेर काढावे, ही

आपल्याच पायावर कुऱ्हाड मारून घेण्याची योजना कॅमिलाचीच होती. चार्ल्सच्या हिताकरता व प्रजेला राजा मिळावा, म्हणून कोणताही त्याग करण्याची तयारी कॅमिलाने ठेवली होती. चार्ल्सने तिला टाकले, तर तेही कॅमिला स्वीकारणार होती.

चार्ल्सचे साहस

डायनाच्या उपद्रवांना त्रासलेल्या चार्ल्सने नॅशनल टेलिव्हिजनवर जून १९९४ मध्ये चांगली दोन तासांची, दीर्घ व मनमोकळी मुलाखत दिली. चार्ल्सने प्रजेपुढे आपली व्यथा हातचे काहीही न राखता मांडली. ''लग्नापूर्वी माझे कॅमिलाशी संबंध होते, डायनाशी विवाह केल्यावर ते संबंध कॅमिलाने संपवले. आम्ही फक्त मित्र राहिलो. मी डायनाशी एकनिष्ठ राहायचा प्रयत्न केला. मात्र लग्न संपवून डायना मला एकटं टाकून हायग्रोव्ह सोडून निघून गेली व मला पुन्हा कॅमिलाची गरज भासली. माझ्यावर गुदरलेला प्रसंग इतर कोणावरही येऊ नये. माझ्यावर दया करा व ही चर्चा येथेच थांबवा!'' अशी कळकळीची भूमिका चार्ल्सने प्रजेच्या दरबारात मांडली.

आठव्या एडवर्डला घटस्फोटित सिंप्सनशी विवाह केल्याबद्दल १९३६ मध्ये गादी सोडावी लागली होती. सन १९३६ ते १९९४ या मधल्या काळात पुलाखालून बरेच पाणी वाहून गेले होते. राजा झाला म्हणून काय झालं; तोही एक माणूसच आहे, हे भान प्रजेला आलं होतं. चार्ल्सने मुलाखतीतून आपल्या चुका प्रजेपुढे प्रांजळपणे मांडल्या होत्या. आपले कॅमिलाबरोबरचे संबंध त्याने नाकारले नव्हते. या प्रामाणिकपणाचा प्रजेवर अनुकूल परिणाम झाला. चार्ल्सचे दुःख, पुरुष म्हणून असलेल्या गरजा प्रजेनं समजून घेतल्या. प्रजेची सहानुभूती पुन्हा चार्ल्सकडे वळली. प्रजेला राजघराण्याविषयी प्रेम व आदर होताच; डळमळीत झालेल्या प्रजेच्या भावना पुन्हा स्थिर झाल्या.

चार्ल्सने अशी मुलाखत द्यावी, याकरिता कॅमिलाने त्याचे मन वळवले होते. ''अशा मुलाखतीमुळे मी रखेली म्हणून बदनाम होईन, पण भावी राजा म्हणून तुझी प्रतिमा स्वच्छ होईल. डायनाच्या अडवणुकीमुळे तू पुन्हा माझ्याकडे आलास, हे सत्य जनतेला कळू दे. मी बदनामी सोसेन—'' आपली ही भूमिका कॅमिलाने चार्ल्सच्या गळी उतरवली. ''आणि समज, जर प्रजेने तुझी बाजू नाकारली किंवा झिडकारली तरी चिंता करू नकोस; मी तरीही सदैव तुझ्या पाठीशी राहीन!'' हे कॅमिलाचे आश्वासक शब्द चार्ल्सच्या सोबतीला होतेच!

शेवट गोड तर सर्व गोड!

चार्ल्सच्या टीव्ही मुलाखतीनंतर जे काही घडत गेले व जी माहिती नव्याने बाहेर आली, ती चार्ल्सच्या कथनाला दुजोरा देणारी आणि चार्ल्स व कॅमिला यांच्या प्रेमकथेची अखेर सुखमय करणारी होती. चार्ल्स हे सोने आहे व डायना हे कथिल आहे, असे या घटना व बातम्यांतून सिद्ध झाले.

१) रिचर्ड के नामक डायनाचा कोणी प्रियकर व डायना यांचे एकत्रित, नको इतकी जवळीक दाखवणारे अल्प वस्त्रातील छायाचित्र १९९४ मध्ये वृत्तपत्रात प्रसिद्ध झाले. २) हात व नखे यांची निगा राखण्यासाठी, तसेच केशभूषेवर, ज्योतिषावर व उलट्या करण्याच्या औषधांवर 'बिच्चारी' डायना एक लाख साठ हजार पौंड खर्च करत असे! डायनाचा हा असला फक्त चैनीवरचा आठवड्याचा खर्च एखाद्या पेन्शनरच्या वार्षिक संपूर्ण खर्चाएवढा होता. ३) जेम्स हेविटकडून डायनाने १९८६ ते ९१ या काळात केवळ घोडेस्वारीचे धडे घेतले नव्हते; तर दोघांनी एकत्रितपणे प्रेमाचे धडेही गिरवले होते. जेम्स हेविटने या प्रेमखंडावर पुस्तक लिहून त्यावर भरपूर पैसे कमावले होते. जेम्स व डायना या काळात सगळा गैरव्यवहार विंकी व डिब्स या टोपणनावाने करत होते. याच डायनाने कॅमिला व चार्ल्स यांची ग्लॅडिस व फ्रेड या टोपणनावांनी खिल्ली उडवली होती! ४) ऑलिव्हर होर हा १९९५ मध्ये डायनाचा आणखी एक प्रियकर होता. बॅरी होग या होरच्या शोफरने आपले मालक व डायना यांच्या प्रेमक्रीडांची माहिती उघड करून पैसे मिळवले. बॅरी होगच्या या विश्वासघातकी कृतीमुळे त्याची पत्नी एवढी दुखावली गेली की, तिने बॅरीला घटस्फोट दिला. पैशांचा स्वार्थ बॅरी होगला चांगलाच धडा शिकवून गेला! ५) ॲन्ड्र्यू पार्कर बोवेल्स या पतीने कॅमिलाला घटस्फोट दिला. कॅमिला लग्नाच्या बंधनातून मोकळी झाली. कॅमिलाने घटस्फोटाची मागणी केली नव्हती, पण चार्ल्सने दिलेल्या मुलाखतीमुळे आता अँड्र्यू हा कॅमिलाचा नावापुरताच नवरा आहे, ही गोष्ट जगजाहीर झाली होती. त्यामुळे दोघांमधील पती-पत्नीचे असलेले खोटे प्रतिबिंब गळून पडणे अटळ होते. मात्र अँड्र्यू आणि कॅमिला या दोघांनीही टॉम (२०) व लारा (१६) यांच्या बरोबरचे नाते कायम ठेवले. मुलांना आई व वडील दोघेही मिळतील याकडे पाहायचे, असा योग्य व सुज्ञ विचार दोघांनीही दाखवला. अँड्र्यूला चार्ल्सविषयी आदर होता. कॅमिलाचे चार्ल्सवरील निस्सीम व नि:स्वार्थी प्रेमही त्याला माहीत होते. त्याने आतापर्यंत हे खोटे नाते कॅमिलासोबत एवढ्यासाठीच टिकवले होते की, त्यांच्या प्रेमाची कदर व्हावी व कॅमिलाला बचावासाठी चिलखत मिळावे आणि आरोप झाल्यावर ती एकटी पडू

नये. चार्ल्सची रखेली म्हणून होणारी तिची अवहेलना थोड्या प्रमाणात सौम्य व्हावी, म्हणून त्याने कागदोपत्री हा संसार मोडला नव्हता; पण दरम्यानच्या काळात त्यानेही आपले अनेक मैत्रिणींशी संबंध सुरू ठेवले होते. कॅमिलाला घटस्फोट देऊन तो त्यातल्याच एकीशी विवाहबद्ध झाला. ६) विल कालिंग या रग्बी (चपटा चेंडू) खेळाडूचे व डायनाचे प्रेमप्रकरण वृत्तपत्रांनी उघड केले. ७) नोव्हेंबर १९९५ मध्ये डायनाने टीव्हीवर मुलाखती देऊन आपली बाजू मांडण्याचा प्रयत्न केला. आपण 'सतीसावित्री' होतो; कॅमिलाशी संबंध ठेवून चार्ल्सनेच माझ्याशी प्रतारणा केली, हा तिचा खोटा दावा प्रजेपर्यंत पोहोचलाच नाही. डायना ही डावपेच लढवणारी, राजघराण्यातील अप्रिय घटना वृत्तपत्रांद्वारे चव्हाट्यावर आणणारी आणि वर स्वत: प्रियकरांसोबत रमणारी सामान्य स्त्री आहे, हे तिचे चित्र जनतेसमोर उघड झाले होते. डायनाने या घटस्फोटाची चांगली घसघशीत किंमत वसूल केली. केनसिंगस्टन या महालाची मालकी, एकरकमी सतरा दशलक्ष पाऊंड आणि वर वर्षाला चार दशलक्ष पाऊंड ही पोटगी डायनाने मोठ्या दक्षतेने पदरात पाडून घेतली. ९) या घटस्फोटानंतर पाकिस्तानी सर्जन हसनतखान या डायनाच्या प्रियकराने तिच्यासोबतचे आपले संबंध तोडले. डायनाने या नाजूक संबंधातील गुप्तता पाळली नाही, म्हणून त्याला राग आला. १०) महंमद अल् फायेद या प्रतिकुबेराने डायनाला त्याच्या डोडी या मुलाबरोबर मजा लुटण्यासाठी येण्याचे आमंत्रण दिले. फायेदने एक आलिशान जहाज दोघांकरिता सज्ज ठेवले. डायनाने हे आमंत्रण स्वीकारले. महंमद अल् फायेद याला ब्रिटनने नागरिकत्व नाकारले होते. राजघराण्यातील डायना आपल्या डोडी या पुत्राची पत्नी व्हावी व आपण वेगळ्या पद्धतीने ब्रिटनवर सूड उगवावा, अशी त्याची योजना होती की काय, कोण जाणे! ऑगस्ट ९७ ला फ्रान्समध्ये डोडी व डायना यांच्या ताशी एकशेऐंशी किलोमीटर वेगाने धावणाऱ्या कारला अपघात झाला. त्याच अपघातात डोडी व डायना दोघेही निधन पावले. डायनाच्या मृत्यूमुळे इंग्लंडची प्रजा डायनाचे सर्व अपराध विसरली. 'मरणान्तनि वैराणि' (मृत्यूनंतर वैर का म्हणून धरायचे?) या वचनानुसार चार्ल्सनेही डायनाला श्रद्धांजली वाहिली.

या सर्व घटना घडत असताना त्यांची झळ कॅमिलापर्यंत पोहोचत होती. या सर्व काळात कॅमिला चार्लससोबत सदैव होती. ती चार्ल्सची एकनिष्ठ प्रेमिका होती. तिने कधीही, कोणताही हक्क मागितला नाही. चौतीस वर्षांच्या या दीर्घ काळात तिने आपले तोंड कधी उघडले नाही, की वृत्तपत्रांकडे धाव घेतली नाही. ती डायनाविषयी कधीही वावगे बोलली नाही. कॅमिलाची हीच सहनशीलता इंग्लंडच्या

जनतेला भावली. राजघराण्यातील सर्वांना कॅमिला प्रिय झाली. कॅमिला या घटस्फोटितेशी चार्ल्सने विवाह करावा, या विवाहानंतरही चार्ल्सचे राजघराण्यातील स्थान अबाधित राहील, अशी कायदेशीर ग्वाही पार्लमेंटने व चर्चने दिली. कॅमिलाच्या तपश्चर्येला फळ आले. एप्रिल २००५ मध्ये डायनाच्या अपघाती निधनानंतर आठ वर्षांनी चार्ल्सने कॅमिलाशी विवाह केला. प्रारंभी लिहिल्याप्रमाणे, ब्रह्मदेवाने आपली चूक दुरुस्त केली!

□□□

पैशाचा उद्धार

दिलीप या मुलाची इंजिनिअर निळू पानसरे गेली बारा वर्षे प्रतीक्षा करत होता. पानसरेनं दिलीपला शिक्षणासाठी आणि त्याहून महत्त्वाचं म्हणजे संस्कारसंपन्न बनवण्याकरता दिलीपच्या मामाकडं म्हणजे प्रा. दत्ता गोळे यांच्या घरी ठेवलं होतं. ही योजना लीलानं उरस्फोड करून, लाच खाण्यात भूषण मानणाऱ्या नवऱ्याच्या गळी उतरवली होती. लीलाला आपल्या एकुलत्या एक मुलाला पैसाप्रेमी वडिलांपासून वाचवायचं होतं. लीलाला वाल्या कोळीची पत्नी होऊन निळूच्या संपत्तीचा उपभोग घेत राहायचं नव्हतं. खरं तर तिला स्वत:लाच नारद होऊन निळूचा वाल्मीकी करायचा होता. निळूचा नाही तर नाही; कमीत कमी निळूच्या पैशांचा उद्धार व्हावा, असं तिला वाटत होतं. म्हणून आठवीतच दिलीप शिक्षणासाठी दत्तामामांकडं गेला. आता पूर्ण डॉक्टर होऊन तो वडिलांकडं परतत होता. दिलीपनं डॉक्टर व्हावं, ही लीलाची

इच्छा होती.

तसा अधूनमधून, सुटीत दिलीप आई-वडिलांकडं यायचा. प्रा. दत्ता गोळे या आपल्या बावळट मेव्हण्याकडं निळू पानसरे हा पुत्रप्रेमी पिता फेऱ्या टाकायचा. पण या भेटी उभ्या-उभ्या, उडत्या असत. वाहतुकीच्या चौकात, पादचाऱ्यांसाठीचा हिरवा दिवा न लागल्यानं दोन परिचितांची गाठ पडावी तशा होत्या. बाप-लेकाच्या भेटी कशा जेवणाच्या टेबलावर, उष्टे हात वाळेपर्यंत गप्पा मारत व्हायला हव्यात. वरवरच्या भेटी म्हणजे पावसाची एखादी सर; निवांत भेट म्हणजे मुसळधार पावसाची ओलीचिंब संगत. दिलीप या मुलात मनानं निळू कायमचा गुंतलेला असे. दिलीपचा अनेक वर्षांचा दुरावा निळूनं कष्टानं सहन केला होता.

निळू हुशार आहे, इंजिनिअर आहे, धडाडीचा आहे व बोलण्यात चतुर आहे याचा लीलाला अभिमान होता. निळू वधूपरीक्षा करत होता, तेव्हाच लीलानं निळूचे हे सर्व गुण ताडले होते, पण आपला नवरा लाच खातो आणि वर 'लाच खातो' याची शेखी मिरवतो, हे लग्नानंतर लीलाच्या अनुभवाला येत गेलं.

निळूकडं त्याचा मित्र वेल्हाळ आला होता. निळूनं त्याला विचारलं, "वेल्हाळ, धुरीला कितीला कापलंस?''

हा प्रश्न विचारला गेला, तेव्हा लीला आतून पोहे घेऊन येत होती. 'धुरीला कितीला कापलंस?' या प्रश्नाचा तिला अर्थच समजला नव्हता.

वेल्हाळ उत्तरला, "धुरी रडतोय. या कंत्राटात त्यानं मार खाल्ला म्हणे!''

"वेल्हाळ, वॉटर कनेक्शनकरता धुरीला माझ्याकडं यावंच लागेल. त्या वेळी मी त्याला पंचवीस हजारांचा गॅस देतो.''

हे वाक्य उच्चारलं गेलं, तेव्हा लीला आतून पाणी घेऊन आली होती.

त्यानंतर लीलानं चहा आणला, बिस्किटं आणली. "हे काहीच नाही, कमिशनरनी गजमेरा बिल्डरला पाच लाखांचा दांडू लावला!'' हे नवं वाक्य तिला ऐकू आलं. गप्पा मारून वेल्हाळ गेला.

लीलानं विचारलं, "निळू, हा धुरी कोण? त्याला का कापायचं? पंचवीस हजारांचा गॅस का द्यायचा? पाच लाखांचा दांडू म्हणजे तो सोन्याचाच असणार!''

निळू म्हणाला, "लीला, तू या पुरुषी भाषेत आणि इंजिनिअरिंग क्षेत्रातील अत्यंत गहन प्रश्नात लक्ष घालू नकोस. संस्कृत घेऊन बीए होणं सोपं असतं; पण इंजिनिअरिंगचं शास्त्र शिकणं आणि नंतर ते व्यवहारात वापरणं महाकठीण आहे; आम्हीच ते करू जाणे!''

लीला संसार करत होती, म्हणजे स्वयंपाक करत होती. साडी बदलून निळूबरोबर तो म्हणेल तेव्हा हसऱ्या चेहऱ्यानं शॉपिंगला, नाटकाला, त्याच्या मित्रांकडं चहाला जात होती. मित्रामित्रांच्या गप्पा ऐकत होती. इंजिनिअरिंगच्या शास्त्राबाबत तिला गप्पांतून काहीही समजलं नाही, कारण ही मित्रमंडळी इंजिनिअरिंगवर चुकूनही गप्पा मारत नसत. मात्र लीलाला व्यवहाराबाबत बरीच माहिती झाली. त्या माहितीमुळं ती व्यथित झाली. पैसे खाण्यात कसली आलीय मर्दुमकी?

नव्या इमारतीत पाण्याचं कनेक्शन घ्यायचं असेल तर, जुन्या चाळीत पाणी येत नसेल आणि त्यासाठी जुना नळ बदलून नवा मोठा नळ हवा असेल तर, कोणी पाण्याचं बेकायदा कनेक्शन केलं असेल आणि त्याकडं दुर्लक्ष करायचं असेल तर, पालिकेच्या पिण्याच्या पाण्याच्या फुटक्या नळातून गटाराचं पाणी नागरिकांच्या घरी जात असेल तर म्हणजे नागरिक नडला असेल तर... तो पालिकेच्या पाणी खात्यात येणार. पालिकेच्या नियमाप्रमाणे नागरिकाला पैसे भरायला सांगा आणि त्याचं जे कायदेशीर काम आहे, ते करून द्या. यासाठीच तर तुम्हाला पगार मिळतो. पण नाही! नागरिकाला नडवायचं व त्याच्याकडून पैसे उकळायचे! तो नागरिक 'लाच देणार नाही' असं म्हणाला, तर त्याच्या कामात विलंब करायचा किंवा त्याचं काम अर्धवट करायचं आणि 'लाच न देण्याचं पाप आपण करून चुकलो', असं त्या नागरिकाकडून वदवून घ्यायचं व त्याच्याकडून दुप्पट लाच उकळायची. नंतर परस्परांत प्रौढी मारायची, ''साला! मला नीतिमत्ता शिकवत होता. एरवी दोन हजारांत काम केलं असतं; पण त्याला पाच हजारांचा चुना लावला!''

कोणी तरी म्हणणार, ''निळू, तुला मानलं!'' मग सारे आपल्या नवऱ्याच्या हातावर टाळ्या देणार.

आपला नवरा असल्या टाळ्या मिळवण्यात आणि लाचेचे पैसे कमावण्यात कृतार्थता मानतो, याचं लीलाला दुःख व्हायचं. ती म्हणायची, ''निळू, तुझ्या अंगात धडाडी आहे, चातुर्य आहे. हे गुण लाच खाण्यात काय खर्च करतोस? ही नोकरी सोड आणि कंत्राटदाराचा व्यवसाय कर.''

''कंत्राटदाराचा व्यवसाय म्हणजे काय, तर आज मी पैसे घेणाऱ्याच्या खुर्चीत आहे, ती खुर्ची मी सोडायची आणि समोरच्या पैसे देणाऱ्यांच्या खुर्चीत जाऊन बसायचं! नडवानडवी करून माझ्याकडं एक पैसा जरी कोणी मागितला, तर मी पायातील जोडा काढीन.''

"निळू, तू पायातील जोडा काढशीलही. तुझ्या अंगात तेवढी हिंमत आहे. पण आज ते तुला लाच देतात, त्यांनाही पायातील जोडा काढावा, असं वाटत असणार. ते जोडा काढत नाहीत कारण त्यांच्याकडे धैर्य नाही; पण त्यांनी तुला मनातल्या मनात मारलेले जोडे मला ऐकू येतात. मला वाईट वाटतं. निळू, पापातून मिळवलेले पैसे शुभदायक ठरणार नाहीत. एक संस्कृत सुभाषित आहे— 'धर्मार्थं यस्य वित्तेहः, तस्य अपि न शुभावहः!' म्हणजे 'धर्मकार्यासाठी' जो धनाची इच्छा धरतो, त्यालाही ती इच्छा कल्याणकारक ठरत नाही. तू तर लाच घेतोस आणि तीही स्वतःच्या चैनीसाठी! यासाठी सुभाषितकार म्हणतो, 'प्रक्षालनात् हि पंकस्य दूरात् अस्पर्शनम् वरम्!' म्हणजे चिखल धुऊन काढण्यापेक्षा त्याला स्पर्श न करणं बरं."

यावर निळू म्हणाला, "अहो संस्कृतपंडिता, तुमची संस्कृतची मूर्खता तुमच्याजवळच ठेवा. तुमची संस्कृत सुभाषितं दुतोंडी असतात. मला संस्कृत येत नाही. तरीही 'सर्वशून्या दरिद्रता' (दरिद्री माणसाला सारे जग नसल्यासारखे होते), 'दारिद्र्यदोषो गुणराशिनाशी' (दारिद्र्य हा एक दोष गुणांच्या राशीलाही नष्ट करतो), 'यस्यार्थाः स च पंडितः' (ज्याच्याजवळ पैसा, तो शहाणा)— हे सुभाषितांचे तुकडे मला माहीत आहेत. मी पानसरे आहे, गोळे नाही. तू आणि तुझा भाऊ दत्ता संस्कृतात गप्पा मारता, हे मी ऐकून आहे. आपल्या लग्नाची मंगलाष्टकं दत्तानं संस्कृतात रचली होती, हेही मला माहीत आहे. पण यापुढे तू मला शिकवू नकोस. तुला शिकवायची इच्छाच आहे ना— नूतन विद्यालयात संस्कृतची शिक्षिका हवी आहे."

लीलानं नवऱ्याचं म्हणणं मनापासून ऐकलं. ती नूतन विद्यालयात शिक्षिका म्हणून रुजू झाली. तिनं बी.एड. केलं आणि ती पक्की शिक्षिका झाली. लीला शाळेतील मुलांवर संस्कार करत होती; पण नवऱ्याचं काय? त्याला मार्गावर आणायला हवं, त्याचा उद्धार व्हायला पाहिजे; कमीत कमी त्याचा पापाचा पैसा सत्कार्यार्थ खर्च व्हायला हवा.

निळू हा नवरा म्हणून उत्तमच होता. जेवण असंच पाहिजे, तसंच नको— असा त्याला हेका नसे. खरं तर तो घरातील चौरस शाकाहारी थाळीत रमणारा नव्हता. हॉटेलातील विविध पदार्थ त्याच्या जिभेला अधिक रुचत. तो बऱ्याच वेळा लीलाला म्हणायचा, "आज स्वयंपाकाला सुटी. 'आमंत्रण' या नावाचं नवं हॉटेल उघडलं आहे. तिथं जाऊ या."

आमंत्रण, नमस्कार, विनंती विशेष, शुभ मंगल अशा नावाची हॉटेलं निळू शोधून काढायचा, लीलाला घेऊन जायचा आणि वरती म्हणायचा—

"पंडिता लीलाबाई, हॉटेलचं नाव संस्कृतसंपन्न आहे; त्यामुळे तुम्हाला पदार्थ अधिकच स्वादिष्ट लागतील!"

निळूला नाटक-सिनेमांची आवड होती. लीलाला बरोबर घेऊन जाण्यानं त्याचा आनंद बहुगुणित व्हायचा. एखादे वेळी लीला म्हणायची, "निळू, आज माझी प्रकृती बरी नाही; तू एकटा जा."

निळू तत्परतेनं तिकिटं बाजूला ठेवायचा. "लीला, तुझ्याशिवाय व त्यातही तू आजारी असताना मी नाटकाला कसा जाईन? मला संस्कृत येत नाही; पण माझ्याजवळ संस्कृती आहे."

लीला मनात म्हणायची, 'दगडाची संस्कृती! बायकोवर प्रेम करणं म्हणजे दहा टक्के संस्कृती झाली; लाच खाण्याच्या नव्वद टक्के विकृतीचं काय?'

निळू लीलासाठी हौसेहौसेनं साड्या, दागदागिने आणी; मात्र त्यात्या वेळी अवश्यमेव म्हणे, "लीला, हे सर्व पगाराच्या पैशांतून आणलेलं आहे. लाचेच्या पैशातून मी माझे कपडे शिवतो, विम्याचे हप्ते भरतो, घराचं रंगकाम करतो, फ्रीज-टीव्ही विकत घेतो; परंतु संस्कृतिप्रेमी पत्नीसाठी प्रामाणिक म्हणजे पगाराचा पैसा वापरतो."

लीला एका शब्दानंही प्रतिक्रिया देत नसे. आपला नवरा कसा आहे, हे तिला कळून चुकलं होतं. निळू स्वार्थी नाही, निळूचं आपल्यावर प्रेम आहे; पण लाचेचा पैसा मिळवणं हा पराक्रम आहे, ही त्याची दृढ धारणा आहे. लीलाला निळू हवा होता; त्याचा लाचेचा पैसा नको होता. आपलं लाच घेणं बायकोला पसंत नाही, हे आपल्या नवऱ्याला समजलं आहे; म्हणून तर तो आपली, आपल्या भावाची, आपल्या संस्कृतच्या पदवीची टिंगल करतो!

यावर आज तरी काहीही उपाय नाही. संसाराच्या लोहमार्गावरून दोन डब्यांची गाडी चाललेली आहे. पहिला डबा म्हणजे इंजिन निळू आहे. मागचा डबा आपला आहे. इंजिन नीट चालणार आहे, प्रवास सुखरूप होणार आहे; पण इंजिन आपल्या पद्धतीनंच चालणार! लाचेच्या पैशाच्या इंधनावरच ते पळणार. आपण जास्तीत जास्त काय करू शकतो? खडखडाट करू शकतो. आपण तो करून पाहिला. इंजिन हटवादी आहे. ते खडखडाटाला दाद देत नाही, देणारही नाही.

यथाकाल निळू-लीलाच्या संसारात दिलीप हे फूल दाखल झालं. निळूचं पिता हे रूपही लीलाला विलक्षण आल्हाददायक वाटलं. लाचेच्या पैशाबरोबरीनं तो दिलीपवर प्रेम करत होता. दिलीपचं सारं स्वत: केल्याशिवाय व त्याला पाळणाघरात

पोचवल्याशिवाय निळू कामावर जात नव्हता. कामाहून परत आल्यावर दिलीपच्या भोवती-भोवती करण्याशिवाय निळू दुसरं काम करत नव्हता.

लीलाला दिलीपमध्ये तिची इच्छा दिसत होती. बस्स! आपला हा मुलगाच लाचेच्या पैशाला गौरव प्राप्त करून देईल.

मोठा होत जाणारा दिलीप आई-वडिलांमधील संवाद ऐकत असे. हे संवाद आई मुद्दाम घडवून आणत आहे; हे दिलीपला कसं ठाऊक असणार?

आपली राहण्याची जागा भली थोरली, प्रशस्त, सात खोल्यांची आहे. तरीही आई होता होईतो तीन खोल्यांतच वावरते हे दिलीप पाहत होता. विचारल्यावर लीलानं समजावून सांगितलं, "या तीन खोल्या तुझ्या बाबांनी खास माझ्यासाठी त्यांच्या पगारातून विकत घेतल्या आहेत. गच्ची व उरलेल्या चार खोल्या बाबांनी त्यांच्यासाठी व त्यांच्या मित्रांकरता, पत्ते खेळण्यासाठी, पार्ट्या करण्यासाठी, अवांतर पैशातून घेतल्या आहेत. मला बाबांनी माझ्यासाठी घेतलेल्या जागेतच वावरायला आवडतं. त्यांच्या मित्रांच्या घरात वावरताना माझी जीव गुदमरतो. मित्रांच्या घरात दारूचा बार आहे, तोही मला आवडत नाही."

दिलीप सहज म्हणे, "आई, मीही तुझ्याबरोबर या तीन खोल्यांतच राहीन. बाबांच्या मित्रांची जागा मलाही आवडत नाही. त्या जागेत सिगारेटचा खूप धूर होतो."

असे संवाद ऐकल्यावर लीलाला निळू म्हणे, "दिलीपला काही तरी ऐकवू नकोस. मी सात खोल्यांचा हा हिशेब तुला ऐकवला होता, तो दिलीपच्या जन्मापूर्वी; आणि तोही तुला चिडवण्याकरता. आणि पगाराचे पैसे आणि अवांतर पैसे म्हणजे काय? उद्या मला दिलीपनं अवांतर पैसे काय, हे विचारलं तर?"

दिलीप आईबरोबर खूप वेळा दत्तामामाकडं जाई. दत्तामामाकडे देव होते, देवपूजा होती, आरत्या होत्या. प्रसाद वाटला जाई. झांजा वाजत. दत्तामामा रोज रात्री श्रीकृष्ण-रामप्रभू-शिवाजीमहाराज यांच्या गोष्टी सांगे. दत्तामामाची मुलगी तारा दिलीपशी न भांडता खेळे व म्हणे, "तू व मी भाऊ-बहीण आहोत. मी तुझी मोठी बहीण आहे. बहिणीनं भावाशी भांडायचं नसतं, मोठ्या बहिणीनं धाकट्या भावाला सांभाळायचं असतं." दत्तामाच्या घरी दिलीप रमून जाई.

निळू त्याच्या मित्रांत रमे. निळूकडं रमीचा अड्डा पडे. भजी-शेव असं खाणं चाले, बिअरच्या बाटल्या फुटत. अशा वेळी निळू मधलं दार लावून घेई. तो लीलाला म्हणे, "बाईसाहेब, माझा व माझ्या मित्रांचा तुम्हाला त्रास होणार नाही, चहासुद्धा खालून मागवणार आहे. मंदोदरीनं रावणाबरोबर कसे काय दिवस काढले

असतील, ते देव जाणे!''

"निळू, काही तरीच बोलू नकोस. तू रावण नाहीस. तू जोपर्यंत कोणाची सीता पळवून आणत नाहीस तोपर्यंत माझी काहीएक तक्रार नाही.''

"—आणि आणली तर?''

"माझ्या भावाकडं माझ्यासाठी व दिलीपसाठी जागा आहे.''

"बाप रे! तू हे बरं सांगितलंस. सीतेच्याच काय, पण तिच्या सावलीच्या वाटेलाही जाणार नाही! मला दिलीप हवा, तू हवीस.''

दिलीप मोठा होऊ लागला तसा हळूहळू तो निळूच्या हद्दीत वावरू लागला. निळूच्या हद्दीतील गुळगुळीत, मुलायम कागदांची मासिकं दिलीप हाताळू लागला. मासिकातील चित्रांची माहिती निळूला विचारू लागला. दिलीप दत्तामामाकडे जाई त्या वेळी तो मामाला, मामीला आणि ताराला ती माहिती देऊ लागला. दत्तामामाला दिलीपची काळजी वाटू लागली. "लीला, दिलीप काय वाचतो, काय पाहतो, याकडं लक्ष दे.''

लीलाला चिंता वाटू लागली. दिलीप आज ना उद्या सकाळी दूध न पिता चहा मागणार, दूधभात पोळी न खाता चिकन-मटण जवळ करणार, निळूच्याबरोबर बसून टीव्हीवरचे चित्रपट पाहणार, भक्तिगीते न ऐकता लावण्यांकडे कान देणार... यातून मार्ग काढला पाहिजे.

लीला विचारपूर्वक गोडीत म्हणाली, "निळू, दिलीप सुखात व आनंदात राहावा, असं मला वाटतं.''

"ऑफ कोर्स! माझा मुलगा सुखात व आनंदात राहायलाच हवा. त्याला काय हवं ते तू दे. मला सांग; ते मी आणून देईन!''

"मी पण देईन, पण तुझी परवानगी असेल तर!''

"माझी कायमची परवानगी आहे. परवानगी दिली. कितीही पैसे खर्च कर.''

"दिलीपला दत्तामामाकडं राहायचं आहे. त्याचं मन तिथं रमतं. मामाकडं त्याच्याबरोबर खेळायला तारा आहे. तारा व दिलीप एकत्र वाढतील. बहीण-भावाच्या नात्याची म्हणून एक गंमत आहे; ती तुला कळणार नाही. ती मी अनुभवली आहे.''

"माझा मुलगा भिक्कारड्या, खुराड्यासारख्या घरात वाढलेला मला आवडणार नाही. डॉ. दत्ता गोळे या प्राध्यापकाकडे साधा टीव्ही नाही! टू इन वन रेडिओ आहे, पण त्याच्याकडं उत्तम-उत्तम कॅसेट्स नाहीत.''

"दादाकडं अभंगांच्या, गीतरामायणाच्या कॅसेट आहेत. हां, तुझ्याकडं 'रंगू बाजारला जाते' टाइप लावण्यांचा ढीग आहे, तसा दत्ताकडं नाही. आम्हा गोळ्यांना अत्तराचे फाये आवडतात; पण 'अत्तराचा फाया राया मला तुम्ही द्या ना' असली लावणी आवडत नाही."

"म्हणजे मी कोणती गाणी ऐकतो, त्याकडे तुझे कान असतात तर?"

"मी गाण्यांकडे कान वळवत नाही; तुझी गाणी माझ्या कानांवर आदळतात. बरं, ते जाऊ दे. दिलीप दत्ताकडं राहिला की दत्ताचाही फायदा होईल."

"तो कसा?"

"दिलीपच्या खर्चापोटी मी दत्ताला महिन्याला पैसे देईन. थोडे जास्तच देईन. त्याच्या प्रपंचाला आधार होईल."

"असं म्हणतेस? पण तू भावाशी बोलली आहेस?"

"नाही, तुझी परवानगी मिळाली तरच बोलेन. तुझ्या परवानगीवाचून कशी बोलणार? दिलीप माझ्या एकटीचा थोडाच आहे? तो आपल्या दोघांचा आहे."

"तू प्रा. दत्ता गोळे यांच्याशी बोल, संस्कृतात बोल. पैशाऐवजी द्रव्य, संपत्ती, धन, लक्ष्मी हे शब्द वापर. पैसा हा शब्द उठवळ वाटतो. तू भावाला भरपूर पैसे दे."

"मी स्वापतेय हा शब्द वापरेन."

"काय? स्वापतेय या संस्कृत शब्दाचा अर्थ पैसा असा आहे? उद्या मुंदडा बिल्डरच्या पायात स्वापतेय या शब्दाचा खोडा अडकवून त्याला पंधरा हजारांच्या खड्ड्यात ढकलतो."

लीला भावाला म्हणाली, "दत्ता, मी दिलीपला शिक्षणासाठी तुझ्याकडं ठेवायचं, असं म्हणते आहे. मला दिलीप हा संस्कारानं गोळे व्हायला हवा; पानसरे व्हायला नको. मी निळूची परवानगी काढली आहे. दिलीप तुझ्या घरी रमतो असं सांगितल्यावर निळू दिलीपकरता राजी झाला. मी तुला थोडे कमीपणा दिला आहे, तो तू माझ्यासाठी स्वीकार."

"कोणता?"

"दिलीपचा खर्च मी देईन; दत्ताच्या संसारालाही त्यामुळं थोडी मदत होईल, असं तुला कमीपणा आणणारं धडधडीत खोटं मी बोलले आहे. माझा नवरा कसा आहे, हे तुला माहीत आहे. तो यावरून तुला काही ना काही टोमणे मारणार! दिलीपसाठी देत असलेलं स्वापतेय पुरेसं आहे ना, असं तो तुला विचारणार."

"निळू 'पैसा' हा शब्द वापरणार; स्वापतेय हा अवघड शब्द त्याला माहीत

असणार नाही.''

"त्याला हा शब्द माझ्याकडून समजला आहे. आठ दिवसांपूर्वीच तो शब्द मुंदडा बिल्डरपर्यंत पोचला आहे.''

"लीला, तुझा नवरा दिलखुलास आहे. म्हटलं तर तो मनानं निर्मळ आहे; फक्त धनाच्या बाबतीत तो गढूळ आहे. निळूची दृष्टी साफ नाही, असं मला तुझ्या लग्नाआधी समजलं असतं, तर मी तुला सावध केलं असतं.''

"तू कशाला सावध करायला हवंस? मीच निळूशी लग्न केलं नसतं! पण हा पैशाचा एक मुद्दा सोडला तर माझा नवरा छान आहे. खरं सांगू? आजकाल आम्हा मुलींच्या वाट्याला पानसरेच येतात. गोळे फार दुर्मिळ होत चालले आहेत. जोशी, देशपांडे, यादव, पाटील, शिंदे अशी आडनावं अनेक आहेत; पण आतून सर्व पानसरेच आहेत. आपल्या देशाचं एकमेव दुखणं कोणतं, असं विचारशील— तर ते भ्रष्टाचार! दत्ता, दिलीप तुझ्याकडं राहू दे. निळू देईल ते स्वापतेय स्वीकार, माझ्यासाठी.''

दिलीप आठवीत असताना दत्तामामाकडं राहायला आला. तो प्रथम प्रथम सुटीत घरी जायचा; पण पुढं पुढं मामा, मामी, मामेबहीण, मामाच्या घरचं 'खास भटजीछाप, दरिद्री' वातावरण यातच तो रमला. दिलीपची वाचनाची आवड मामाच्या आवडीवर गेला. मराठी, संस्कृत, इंग्रजी या भाषांतील उत्तमोत्तम पुस्तकं वाचण्याचं त्याला व्यसन लागलं. शास्त्रीय संगीताची त्याला गोडी लागली. मामा-मामी व आई यांच्याशी सल्लामसलत करून तो विज्ञान शाखेकडं गेला व वडिलांप्रमाणे इंजिनिअर न होता तो डॉक्टर झाला.

निळूची व दिलीपची तशी अनेक वेळा गाठ पडे. कधी निळू गोळ्यांकडे जाई, कधी गोळे कुटुंब पानसऱ्यांकडं येई. दिलीपच्या देहाची दणदणीत प्रगती निळूला दिसे. निळू संतुष्ट होई. दिलीपची शैक्षणिक गुणवत्ता परीक्षांच्या निकालात कळून येई. ती तर थक्क करणारीच होती. दिलीपच्या मनाची वाढ मात्र निळूपर्यंत पोचली नाही, कारण पितापुत्रांचा तसा दीर्घ व निकट सहवास घडत नव्हता.

दिलीप पूर्ण डॉक्टर झाला. त्यानं कुठं व्यवसाय करावा, याची चर्चा चालू झाली. इस्पितळ काढायचं, हे सोपं काम नव्हतं. त्याकरिता लाखो रुपये हवे होते.

निळू म्हणाला, "प्रा. गोळे, ते काम माझ्यावर सोपवा. दिलीप हा माझा मुलगा आहे, त्याची मला काळजी होती. तो मेडिकलला गेला त्या दिवसापासूनच मी पैसे खाण्याचा दर दुप्पट केला होता. दिलीपचं हॉस्पिटल तयार आहे. तुम्ही व तुमची भगिनी मिळून उद्‌घाटनपत्रिका तयार करा. संस्कृतात करा— भारदस्त व

मंगल वाटेल. हॉस्पिटल तयार होत आहे, हे मी मुद्दामच लीलापासून गुप्त ठेवलं होतं— उपदेशाचा मारा टाळण्यासाठी!''

प्रा. गोळ्यांना हा अंदाज होताच. त्यांनी दिलीपला आधीच सांगितलं होतं, ''तुझे वडील व्यवहारी आहेत, ते माझ्यासारखे पुस्तकी पंडित नाहीत. इस्पितळाकरिता तुला धावाधाव करावी लागणार नाही.'' ते खरं ठरलं.

निळू म्हणाला, ''चिरंजीव दिलीप, प्रॅक्टिस चालू करा. धो-धो पैसा मिळवा व चैनीत राहा. हे इस्पितळ मी तुला बक्षीस देत आहे. मला तुझ्याकडून एका पैचीही अपेक्षा नाही. तू डॉक्टरी शिकला आहेस, माझ्याकडून फक्त एक शीक— पैसा हे एकमेव सत्य आहे, तो जोडत राहा.''

जणू पढवल्याप्रमाणे दिलीप म्हणाला, ''बाबा, माझ्या इस्पितळाचं बोधवचन आहे—

जे का रंजले गांजले। त्यासी म्हणे जो आपुले।
तोचि साधू वोळखावा। देव तेथेचि जाणावा॥

''कसं आहे? बाबा, मला पैसे मिळवायला सांगू नका. पैसा आपल्याबरोबर येणार आहे का? आणि मला पैशाची गरजच काय? मी तुमच्याकडंच राहणार, आईबरोबर तिच्या तीन खोल्यांत राहणार. बाबा, तुमच्याकडे भरपूर पैसे आहेत. त्या पैशाच्या जोरावर मी तुम्हाला उच्च स्थान मिळवून देईन. एक सुभाषित आहे—

''गौरवम् प्राप्यते दानात् । (दान करण्याने माणूस उच्च स्थानावर पोचतो)

''न तु वित्तस्य संचयात् । (पैशाचा साठा करण्याने नाही)

''स्थितिः उच्चैः पयोदानाम् । (पाऊस देणारे मेघ आकाशात वरच्या स्थानावर विराजमान होतात)

''पयोधीनाम् अधः स्थितिः॥ (पाणी साठवत राहणारा समुद्र खालच्या पातळीवर खितपत राहतो)''

निळू पाहतच राहिला! म्हणजे त्याचे पैसे जाणार? नको असलेलं गौरवाचं स्थान त्याच्या नशिबी येणार? लीलाचा चेहरा समाधानानं उजळून निघाला. बस्स! हेच तर तिला ऐकायचं होतं, निळूला ऐकवायचं होतं. लीलाला शुद्ध व स्वच्छ नवरा हवा होता.

तो तिला मिळणार होता. तिचा मुलगा दिलीप वडिलांना त्यांच्या पैशासह शुद्ध करणार होता.

❑❑❑

बिनकामाची आजी

नंदूनं विचारलं, ''आजोबा, बिनखात्याचे मंत्री म्हणजे काय?''

''बिनखात्याचा मंत्री म्हणजे बिन या खात्याचा मंत्री.'' आजोबांनी पेपरातील मान वर न करता फटक्यात उत्तर दिलं. फटक्यात उत्तर देणं, ही आजोबांची खासियत होती. नंदूनं उत्तर ऐकलं व स्वीकारलं.

''आजोबा, अर्थ खात्याचा मंत्री असतो, कारण अर्थ नावाचं खातं आहे. गृह खात्याचा मंत्री असतो, कारण गृह नावाचं खातं आहे. पण बिन नावाचं खातंच नाही. नीट सांगा. येत नसेल, तर नाही म्हणून सांगा.'' अंजलीनं आजोबांना अडवलं. अंजू दहावीत होती. ती नंदनप्रमाणे पाचवीत थोडीच होती?

आजी ऐकत होत्या. आजोबांची निरर्थक उत्तरं त्यांनी जन्मभर सहन केली होती. अंजली सोशीक नाही, याचा त्यांना आनंद झाला. आजोबांनी सावधपणे दुरुस्ती केली, ''नंदू, अंजू— मला

काय म्हणायचं आहे, हे तुम्हाला नीट समजलं नाही. बिनखात्याचा मंत्री म्हणजे बिनकामाचा मंत्री. म्हणजे दर्जा मंत्र्याचा, पण काम असं काहीही नाही. बंगला आहे, वैभव आहे, लाल दिव्याची मोटार आहे, पगार आहे, सर्व आहे; पण काम काहीही नाही.''

''ह्यं:! काहीच काम नाही, हे कसं शक्य आहे? आणि असलं शोभेचं मंत्रिपद कोण स्वीकारेल?''

अंजूला हा खुलासा पटला नाही. तिनं आजीची साक्ष काढली, ''आजी, आजोबा सांगतात ते तुला खरं वाटतं?''

आजींनी उत्तर दिलं, ''आजोबा सांगतात ते खरंच समजायचं. मनाला तशी सवयच लावून घ्यायची. आजोबांना तेच आवडतं. ते पूर्वेला पश्चिम म्हणतील, आपण 'होय' म्हणायचं आणि सूर्याला सांगायचं— आज तुझी उगवण्याची दिशा चुकली.''

''तू काहीही बोलून नातवंडांचं माझ्याविषयीचं मत कलुषित करू नकोस. अगोदरच ही नवी पिढी खर्चीक नि चैनी आहे, त्यात तू भर टाकू नकोस. भजी-वडे-सामोसे हे पदार्थ खाण्याच्या माझ्या आवडीवर तू टीका करतेसच. त्यामुळे त्यांच्या मनात माझ्याविषयी अढी आहेच.''

''नवी पिढी बेपर्वा, बेफिकीर आहे, असं तुम्हाला म्हणायचं होतं. 'खर्चिक' आणि 'चैनी' ही चुकीची विशेषणं तुम्ही वापरलीत.''

''ठीक आहे, ठीक आहे—'' आजींनी केलेली दुरुस्ती आजोबांनी नाइलाजानं स्वीकारली.

''आणि मी तुमच्या आवडीवर टीका करत नाही; भजी, वडे, सामोसे या तेलकट पदार्थांच्या विरोधात मी बोलते. तेही नातवंडांनी त्या पदार्थांपासून दूर राहावं यासाठी; तुमच्यापासून दूर राहावं म्हणून नाही.'' आजींनी पूर्ण बाजू मांडली.

''आजोबा, विषय वेगळाच आहे. काहीच काम नाही अशा खात्याचा मंत्री म्हणजे बिनखात्याचा मंत्री असं तुम्ही म्हणालात, ते मला पटलं नाही. एखादं उदाहरण द्या.'' अंजूनं आजोबांना मूळ मुद्द्याशी आणलं.

आजीकडे खुनशीपणानं पाहत आजोबा म्हणाले, ''उदाहरण ना? माझ्यासमोर आहे— आपल्या घरातलं आहे! तुम्हाला सहज पटेल. तुमची आजी हे जिवंत उदाहरण आहे. आजीला घरात काहीही काम नाही; पण तिचा रुबाब बघा— मंत्र्याचाच आहे. तिला फ्रीजमधील थंडगार पाणी प्यायला हवं. कॉफी मात्र ती पूर्ण दूधाची घेणार. तिला कॉफीत पाणी चालत नाही. तिला तिची दुपारची झोप

विनाव्यत्यय हवी.''

आजी ऐकतच राहिल्या. म्हणजे आपल्या या दोन-चार गोष्टी नवऱ्याला खटकतात तर! अहो, तुम्हीही थंडगार पाणी प्या. कोण नको म्हणतंय? पण तुम्हाला लगेच सर्दी होते, म्हणून तुम्हाला उन्हाळ्यातही गरम पाणी प्यावं लागतं. गरम पाण्याचा थर्मास मीच भरून ठेवते. म्हणून तर माझं फ्रीजमधलं पाणी ह्यांना जास्तच खटकतं! मी तुमच्याप्रमाणं दिवसातून चार वेळा घरी चहा पीत नाही. घराबाहेरही दोन-तीन वेळा होत असेल. मी एकदाच कॉफी घेते आणि ती दुधाचीच घेते. दुपारची झोप मला विनाव्यत्यय लागते, हे खरं आहे. पण माझी झोप असते फक्त अर्ध्याच तासाची. मी दुपारी तीन-तीन तास झोप घेत नाही. दुपारी एवढी झोप येतेच कशी, म्हणते मी! हां, तीन-तीन तास झोप घ्यायची म्हणजे अशा लांबलचक झोपेत व्यत्यय आला तरी चालतो. तो व्यत्ययही मी आणत नाही. तुम्हीच झोपेतून उठणार, पाणी पिणार, पंखा जास्त किंवा कमी करणार आणि नातवंडांवर खेकसणार, "अरे, बोलू नका; माझी झोपमोड होतेय्." म्हणजे दुपारी तीन तास सर्वांनी तोंडाला मुसक्या बांधून तुमची झोप बघायची की काय?...

आजींच्या मनात एकामागोमाग एक असे विचार आले. पण सवयीनुसार त्या गप्प राहिल्या. आजोबा आणि नातवंडं यांच्या संवादात आपण पडाच कशाला? आपण आहोत बिनकामच्या मंत्री! आपण ऐकण्याचं काम करावं.

आजोबा पुढे म्हणाले, "कोण कुठल्या पाचलगकाकू; पण त्यांच्या भावाच्या कॅन्सरच्या उपचाराकरता तुझ्या आजीनं सर्व घराला कामाला लावलं होतं!"

आजी उसळल्या, "कोण कुठल्या पाचलगकाकू? भुसावळला चौदा वर्षं त्यांचा शेजार मला मिळाला. त्यांचा शेजार नसता, तर कुमार वाचला असता का?"

"म्हणजे? कुमार म्हणजे आमचे वडील?" नंदू उद्गारला.

"सांगा— आता तुम्हीच सांगा!" आजी म्हणाल्या.

"आजोबा, सांगा. कुमार वाचला असता का, म्हणजे काय?" अंजलीही बाबांविषयी ऐकायला उत्सुक होती.

आजोबांना नाइलाजानं काळ्या इतिहासात शिरावं लागलं : "नोकरीनिमित्त आम्ही भुसावळला होतो, तेव्हाची गोष्ट. तुमची आजी रविवारी सकाळी मंडईत गेली होती."

"मी सकाळी मंडईत गेले नव्हते; मला तुम्ही मंडईत हाकललं होतं.

'कांदेभजी कर, बटाटेवडे कर, आज रविवार आहे' असा धोशा तुम्ही लावला होतात. 'कांदे-बटाटे घेऊन या' असं मी म्हणाले, तर 'त्यामधलं मला काही जमत नाही' असं तुम्ही म्हणालात. म्हणून मी बाहेर पडले. पुढचं सांगा.''

''अंजू, मी पेपर वाचत होतो. कुमार खेळत होता.''

''नीट सांगा. त्याला खेळायला तुम्ही तुमच्या पैशाच्या पाकिटातली नाणी दिली होती, तेही सांगा.''

''अगं, सांगतो— सांगतो. तुमच्या बापानं— म्हणजे छोट्या कुमारनं एक नाणं तोंडात घातलं.''

''पुढचं मी सांगते. जीव गुदमरून कुमार घाबराघुबरा झाला. हे पेपर वाचतच होते. मी मंडईला जाताना, काकूंना कुमारकडे लक्ष ठेवायला सांगितलं होतं. त्या सहज आल्या आणि त्यांनी लांबूनच कुमारला नाणं तोंडाशी नेताना पाहिलं. त्या धावत आल्या. त्यांनी कुमारचे पाय धरून त्याला उलटं केलं आणि त्याच्या मानेवर हळूच मूठ मारली. कुमारच्या तोंडून नाणं बाहेर पडलं; आणि त्याच वेळी मी मंडईतून आले. हे पेपर वाचतच होते! केवळ काकूंमुळं कुमार वाचला.''

आजोबा आजींकडे रागानं पाहत होते.

आता नंदूला आजीची बाजू घ्यावी, असं आतून वाटलं. ''आजोबा, तुम्ही सारखं थर्मासमधलं गरम पाणी पिता, चार वेळा चहा पिता आणि दुपारी तीन तास झोपता! आजी तर बिनखात्याची मंत्री; तर तुम्हीही दुप्पट-तिप्पट बिनखात्याचे मंत्री आहात असं जर कोणी म्हणाला, तर यावर तुमच्याकडे काय उत्तर आहे?''

आजींना आश्चर्य वाटलं. या नंद्याला आपल्या मनातले विचार जस्सेच्या तस्से कसे काय समजले बरं? पोराची दृष्टच काढायला हवी! आणि हो, नंद्याला बेसनलाडू आवडतात. आज बेसन भाजायला घ्यायला हवं. आता यावर आजोबा काय म्हणतात, हे आजींना ऐकायचं होतं.

आजोबांनी खोल श्वास घेतला, सर्व शक्ती मेंदूच्या ठायी एकवटली आणि बोलायला प्रारंभ केला, ''नंदू, अंजू— तुम्ही लहान आहात. तुम्हाला तसं समजायला कठीण आहे. पण मी प्रयत्न करतो. मी चौतीस वर्षं सरकारी नोकरी केली. मी एवढ्या निष्ठेनं आणि मेहनतीनं काम केलं की, महाराष्ट्र राज्यानं चौतीस वर्षांत भरपूर प्रगती केली. परिणामी, महाराष्ट्र शासन मला म्हणाले, 'विठ्ठलराव, थँक यू. आता आम्ही तुम्हाला पेन्शन देतो.' पेन्शन म्हणजे पगारच. म्हणजे मी आता कोण आहे, तर पेन्शनर. पेन्शनर हा माझा हुद्दा आहे. तुमचे बाबा

नोकरीवर जातात. तुमची आई नोकरीवर जाते. त्यांना त्यांच्या नोकऱ्या सांभाळाव्या लागतात. आपल्या घरी पोळ्या करण्याकरता बाई येतात. पोळ्या करणं, हे त्यांचं काम आहे. तुम्ही दोघं लहान मुलं आहात. शाळेला जाणं, अभ्यास करणं हे तुमचं काम आहे. आपल्या घरात या प्रकारे प्रत्येकाकडे एकेक काम आहे, म्हणजे खातं आहे. मात्र आजीकडे एकही काम नाही. ती बिनखात्याची मंत्री आहे. पण आजीकडे पैसा आहे. तिला तिचा मुलगा पैसा देतो, तिची सून पैसा देते. ती माझ्याकडून हक्कानं पैसे मागून घेते. सून आणि पोळीवाल्या बाई तिला 'हे करू का, ते करू का' असं विचारतात आणि तिच्या म्हणण्याप्रमाणं करतात. म्हणजे तिला अधिकार आहेत. पण आजीला काहीही काम नाही. तात्पर्य— आजी ही बिनखात्याची मंत्री आहे.''

नंदन आणि अंजली यांनी आजोबांच्या चेहऱ्याकडे पाहिलं. आजोबांचा चेहरा गंभीर होता. दोघांनी आजीकडे पाहिलं. आजीच्या चेहऱ्यावर राग नव्हता. आजीला यावर काही बोलायचं आहे, असंही तिच्या चेहऱ्यावरून जाणवलं नाही. नंदू आणि अंजू यांचं वरवर का होईना, समाधान झालं. ती दोघं पुटपुटली, ''म्हणजे बिनखात्याचा मंत्री म्हणजे असा आजीप्रमाणं बिनकामाचा असतो तर!''

दुसऱ्या दिवशी आजोबांना साताऱ्याहून एक फोन आला. आजोबा फोनवर उत्तेजित होऊन बोलत होते, ''सातारला जमायचं तर! किती दिवस? चार दिवस? ठीक आहे. बाकीचे सर्व येणार आहेत ना? मी कामातून सवड काढतो.''

आजोबांनी रात्री जाहीर केलं, ''कुमार, मेधा— मी सातारला निघालो. आम्ही कॉलेजातल्या मित्रांनी एकत्र जमायचं ठरवलं आहे. एकोणीसशे साठची बॅच. पानसरे, पाणंदीकर, गाडगीळ, नवाथे— आम्ही सगळे सातारला जमणार आहोत. मी परवा सकाळी 'कोयना एक्स्प्रेस'नं निघणार. चार दिवस सातारला, नंतर चार दिवस सांगली, शेवटी कोल्हापूर. परतीचा कार्यक्रम नक्की नाही. कोल्हापूरहून कळवीन.''

आजोबांच्या कार्यक्रमाला सर्वांनी मान्यता दिली. आजोबा तीन आठवडे बाहेर गेले, तर इथं तसं कोणाचंच काही अडणार नव्हतं. सून म्हणाली, ''परतायची घाई करू नका; निवांतपणे राहा.''

दुसऱ्या दिवशी आजोबांनी आजीला सांगितलं, ''जानकी, मी पंधराएक दिवस नाही. काही अडचण आली तर फोन करून विचार. कुमार आणि मेधा दिवसभर घराबाहेर, त्यांच्या नोकऱ्यांच्या व्यापात असतात. त्यांचा तसा उपयोग नसतो.''

आजी शांतपणे म्हणाल्या, ''माझी काळजी करू नका; तुम्हीच स्वत:ला सांभाळा म्हणजे झालं. इथं अडचण-अडचण ती काय येणार? वीज, गॅस, टेलिफोन यांची बिलं येणार. ती मी भरीन. कुमार आणि मेधा यांची बँकेची किरकोळ कामं असतात. ती मी करीन. ट्यूब गेली, फ्यूज गेला तर फोन करून अरविंदाच्या माणसांना बोलवायचं. नळाचा वॉशर गेला तर कानडेच्या माणसांना बोलवायचं. सुतार पाहिजे असला तर कदमांना बोलावून घ्यायचं. नंदनच्या शाळेत फेरी मारावी लागली तर मी जाईन. या सर्व कामांकरिता तुम्हाला फोन करायची गरज मला पडणार नाही. हां! सातारा, सांगली, कोल्हापूर या गावी तुम्हाला काही अडचण आली तर मला फोन करा; मी उपाय सुचवीन. आणि हो, बँकेचे चेकबुक ठेवून जा. पैसे लागले तर मी काढीन.''

आजीचं बोलणं नंदन आणि अंजली ऐकत होते. आजोबा चिडून म्हणाले, ''मी तुला काळजीपोटी दोन सूचना दिल्या, त्यात माझा काहीही स्वार्थ नव्हता. माझ्या गैरहजेरीत तुझी अडचण होऊ नये, हीच तर माझी इच्छा होती. पण तुला माझ्या सूचनांची मातब्बरी वाटत नाही. तुला राग आलेला दिसतोय!''

''राग? मला? आणि तो कशासाठी? मी शांतपणेच बोलले आणि बोलते आहे. तुमच्या मनातल्या चिंता मला समजल्या. तुमचा घराबाहेरचा मुक्काम सुखाचा व्हावा म्हणून मी सविस्तर खुलासा केला, एवढंच. इकडची काहीही काळजी करू नका. मित्रांबरोबर मजेत राहा. तुम्ही चिडून का बोललात, हे मला मात्र समजलं नाही.''

'कोपऱ्यापर्यंत जाऊन येतो' म्हणून आजोबा बाहेर पडले. आजीच्या बोलण्यावर उतारा म्हणून त्यांना ताबडतोब बटाटावड्याची गरज होती.

नंदू म्हणाला, ''आजी, घरातल्या या सर्व दुरुस्त्या कोणाकडून करून घ्यायच्या हे तुला माहीत आहे?''

''माहीत आहे म्हणजे? मलाच माहीत आहे! तुझे आजोबा नोकरी करत होते, म्हणजे सकाळी पोळी-भाजीचा डबा घेऊन बाहेर पडायचे आणि रात्री उगवायचे. घरातल्या सर्व दुरुस्त्या मीच करून घेत होते. दुरुस्ती करणारी ही माणसं मीच तर जोडलेली आहेत. कुमार आणि तुमच्या दोन आत्या या तिघांच्या शाळेत मीच जात होते. तुमच्या आजोबांचा पगार तसा फार नव्हता. तिन्ही मुलांचा अभ्यास मीच घेत होते.''

''आजी, बाबा इंजिनिअर आहेत. दोन्ही आत्या डॉक्टर आहेत. त्यांना तू शिकवलंस?''

“नाही रे, अभ्यास म्हणजे शाळेतला अभ्यास. इंजिनिअरिंग, डॉक्टरी यातलं मला काही समजत नाही. तो अभ्यास माझ्या तीनही मुलांनी आपला आपण केला. पण सर्व मुलांच्या शाळा-कॉलेजातल्या ॲडमिशन्स मीच घेतल्या. तुमच्या आजोबांना मुलांची शाळा-कॉलेजं कुठे आहेत, हेही माहीत नव्हतं.”

नंदूनं विचारलं, “आजी, बँकेचा व्यवहार तुला माहीत आहे?”

“दगडाचा व्यवहार! बँकेतला व्यवहार-व्यवहार असा काय असतो? आपण चेक द्यायचा नि पैसे घेऊन यायचे. लग्न करण्यापूर्वी मीच मुळी दोन वर्षं बँकेत नोकरी करत होते.”

“आजी, लग्नापूर्वी तू नोकरी करत होतीस?”

“हो, लग्नानंतर तुझ्या आजोबांनी नोकरी करू दिली नाही. करू दिली असती, तरीही तीन मुलांना सांभाळून मी नोकरी काय केली असती? तुझ्या आईला नोकरीवर जाता येतं; कारण तुला नि अंजूला सांभाळायला घरी मी नि आजोबा आहोत. मला सासू-सासरे नव्हते. मी माझी मुलं कोणाकडे सोपवणार?”

आजी लग्नापूर्वी नोकरी करीत होती नि तीही बँकेत, हे कळल्यामुळं नंदू आणि अंजू थक्क झाले. आजी इज ग्रेट!

आजोबा गेल्याच्या दुसऱ्या दिवशी सकाळी मेधा संत्रस्तपणे म्हणाली, “अजून कशा सरलाकाकू आल्या नाहीत? त्यांची यायची वेळ होऊन गेली आहे.”

तेवढ्यात काकूंचा निरोप घेऊन त्यांचा मुलगा आला, “आईला काल रस्त्यावर रिक्षानं धक्का दिला. आईचा हात मोडला. हाताला प्लॅस्टर घातलं आहे.”

“बाई गं! म्हणजे काकू महिनाभर येणार नाहीत?” मेधा हताशपणे म्हणाली.

आजी म्हणाल्या, “सरलाकाकूंच्या मागे हा नसताच त्रास लागला. बाळ, जरा थांब. तू सरलाकाकूंचा पगार घेऊन जा. त्यांना पैशाची गरज असणार. मेधा, चल— मी स्वयंपाकघरात येते. अगं, एक महिन्याचा तर प्रश्न आहे— मी आहे ना तुझ्या मदतीला! पोळ्यांकडे मी पाहीन यापुढं.”

नंदू आणि अंजू रात्री आईला सांगत होते, “आई, आजीच्या पोळ्या मस्त झाल्या आहेत. आजीनं म्हणे घडीच्या पोळ्या केल्या आहेत. काकूंना अशाच करायला सांग; फुलके नकोत.”

“आता महिनाभर आजीच पोळ्या करणार आहेत. आजींना महिनाभर दगदग होणार.”

“कसली दगदग नि काय? पाच जणांच्या तर पोळ्या करायच्या आहेत.

सकाळी तू तुझ्या नि कुमारच्या डब्याच्या पोळ्या करतेसच. तुम्ही दोघं ऑफिसला गेल्यावर मी आरामात निवांतपणे उरलेल्या पोळ्या करीन.''

आजोबा गावाला जाण्यापूर्वी आजी त्यांना म्हणाल्या होत्या, 'ट्यूब गेली, फ्यूज गेला तर मी अरविंदच्या माणसांना बोलवेन. नळाचा वॉशर गेला तर कानडेची माणसं आहेत. सुताराची गरज लागली तर कदमांना फोन करेन.'

घरातल्या विजेच्या उपकरणांनी, नळानं, ओट्यालगतच्या खिडकीनं हे सर्व ऐकलं असावं. जशी काही फ्ल्यूची साथ यावी त्याप्रमाणं घरातला पंखा बंद पडला, वॉशिंग मशीन खडखड आवाज करू लागलं, टॉयलेटमधील फ्लशची टाकी वाहायला लागली आणि ओट्याजवळच्या खिडकीची काच फुटली. सोसायटीत खेळणाऱ्या कोणा तरी पोराचा चेंडू काचेवर आदळला होता. आजींनी शांतपणे सर्वांना फोन केले. दोन दिवसांत सर्व दुरुस्त्या पार पडल्या. आजी एकदा बँकेत जाऊन आल्या. आजीची कर्तबगारी अंजू आणि नंदू बघत होते. एखादं जरी दुरुस्तीचं काम निघालं तरी आजोबा किती नि कसा आरडाओरडा करतात, हे अंजू-नंदूला माहीत होतं. एक तासाचं काम उपटलं तरी, ''माझ्यामागं बारा महिने काही तरी व्याप असतो'', असं आजोबा ओरडायचे. आजीला नंदू म्हणाला, ''आजी, घरात दोन दिवस कामं चालू होती; तू आरडाओरडा कसा काय केला नाहीस?''

''आरडाओरडा? मी कशाला करू? काम करणारे काम करत होते, ते तक्रार करत नाहीत. मी स्वत: काहीही काम करत नव्हते. मी कशाकरता आरडाओरडा करायचा?''

कामं पुरी झाल्यावर आजींनी सर्वांचे पैसे देऊन टाकले. पैसे देताना तिच्या चेहऱ्यावर शांती होती; वेदना नव्हत्या. नंदू-अंजूंची पुन्हा शंका होती, ''आजी...?''

आजींनी खुलासा केला, ''दुरुस्त्या करून घेतल्या तर मग पैसे खर्च होणारच. माणसं एवढ्या तत्परतेनं काम करतात, आपण दुप्पट तत्परतेनं पैसे द्यायला हवेत. पैसे देताना कष्ट व्हायचं कारणच काय? पैसा फिरायलाच हवा. सर्वांच्या चुलींवर स्वयंपाक व्हायला हवा. बँक खात्यातला पैसा खर्च करायचा नाही, तर त्याचं काय लोणचं घालायचं आहे? पैसे खर्च करताना आजोबांचा चेहरा वाकडा होतो; माझा नाही.''

चार दिवस शांततेत गेले आणि मग आजोबांचा फोन आला. फोन आजींनीच उचलला. त्या म्हणाल्या, ''मायदेवांचं घर आहे. कोण पाहिजे?''

"अगं, मी— विठ्ठलराव मायदेवच बोलतो आहे! जानकी, मला तूच हवीयस. मी संकटात सापडलो आहे."

"संकटात? बोला!"

आजोबा बराच वेळ बोलले. मग आजी बोलल्या, "मी सांगते आहे ते नीट ऐका. पत्ता लिहून घ्या : 'प्रमिला देशमाने, मनीषा बिल्डिंग, रविवार पेठ.' प्रमिला ही पाचलगकाकूंची मुलगी आहे. लग्नानंतर तिचं आडनाव देशमाने झालं आहे. तुम्ही या पत्त्यावर जा; सगळं बरोबर होईल. काय करायचं ते मी पाहते. माझं नशीब बरं, म्हणून तुम्ही कराड स्टेशनवर आहात!"

"आजी, काय झालं?" नंदननं विचारलं.

"फोन आजोबांचा होता ना?" अंजलीनं विचारलं.

"थांबा. मी सगळं सांगते; पण मला जरा वेळ द्या."

आजींनी भुसावळला पाचलगकाकूंना फोन केला. त्यांच्याकडून प्रमिलेचा फोन नंबर घेतला आणि प्रमिलेला फोन लावला, "प्रमिला, मी जानकीकाकू बोलते आहे. जानकीकाकू मायदेव. ओळखलंस का? ...हं! हे बघ, तुझे काका कराड स्टेशनवर उतरले होते. पाणीबिणी पिण्यासाठी उतरले असणार आणि त्यांची गाडी सुटली. त्यांचं सामान सगळं गाडीत आहे. त्यांच्याजवळ पैसे वगैरे आहेत का, याची मला कल्पना नाही. बरं तर बरं, म्हणून हे कराड स्टेशनवर घडलं. त्यांना मी तुझा पत्ता दिला आहे. ते रिक्षानं येतील. रिक्षावाल्याला द्यायला तरी पैसे त्यांच्याकडे असतील-नसतील. तू इमारतीच्या खाली उतरून त्यांची वाट पाहा. मी तुझा पत्ता बरोबर दिला आहे. तुझा फोन नंबर? ...मी प्रथम भुसावळला तुझ्या आईला फोन केला नि तुझा नंबर घेतला. तुझ्या काकांना मुंबईला सुखरूप पाठव, म्हणजे मी सुटले."

आजींनी फोन ठेवला. काय घडलं, ते अंजू-नंदूला फोनवरच्या आजीच्या बोलण्यावरून नीट कळलं होतं.

"आजी, आजोबा कराडला का उतरले असतील गं? पाणी प्यायला?"

"मला माहीत नाही. आल्यावर त्यांना विचार. पण अंदाजच करायचा, तर ते वडा खायला उतरले असणार!"

"आणि आता त्यांच्या सामानाचं काय?"

"आजोबांनी कराड स्टेशनवर तक्रार नोंदवली, स्टेशनमास्तरांनी तक्रारीची नोंद घेतली. मधल्या स्टेशनवर सामान चोरीला गेलं नाही, मुंबईला आल्यावर आजोबांनी पुढं काही हालचाल केली..."

“आजी, आजोबा कसचे तक्रार करताहेत? तू फोनवर तसं त्यांना सांगितलं असतंस, तर त्यांनी तक्रार केली असती.”

“माझ्यावर ओरडले असते. आधीच ते घाबरेघुबरे झाले होते. सामान-सामान काय असणार? चार कपडे! गेले तर जाऊ देत! तुमचे आजोबा सुखरूप घरी परतले म्हणजे मी पावले.”

दुसऱ्या दिवशी संध्याकाळी आजोबा परतले. आल्यावर ते सांगू लागले, “जानकी, कराड स्टेशनवर मी उतरतो तो काय— गाडी सुटली की!”

“आजोबा, अशी कशी गाडी सुटेल? तुम्ही मुळात वडा खायला खाली उतरलातच कशाला?” अंजूनं खडा टाकला.

ओशाळवाणेपणे आजोबा म्हणाले, “अंजू, खरं तर पाय मोकळे करायलाच उतरलो होतो. कराडचा तो वडेवाला नालायक निघाला. ‘गरमागरम वडा देतो, गाडी एवढ्यात सुटणार नाही’, असं तो म्हणाला; आणि मी फसलो. गाडी सुटली. यापुढं कानाला खडा— वडा म्हणून खाणार नाही.”

“तुमची प्रमिलाकडे कशी सोय झाली?” आजींनी विचारलं.

“उत्तम सोय झाली. प्रमिला कराडला असते, हे बरं तुला आठवलं! पाचलगमंडळीच चांगली आहेत. रिक्षातून मी उतरतो, तर प्रमिलाच मला घ्यायला इमारतीच्या समोर रस्त्यावर हजर होती. रिक्षाचे पैसे तिनंच दिले. कराड-मुंबई तिकीटही तिनं काढलं. मी पैसे परत केले. पैशाचं पाकीट घेऊनच मी खाली उतरलो होतो. सामान मात्र गाडीबरोबर गेलं.”

“जाऊ द्या. तुम्ही सुखरूप आलात— मला सगळं मिळालं! सामान गाडीत राहिलं, याची तक्रार कराड स्टेशनवर नोंदवलीत का?”

“तक्रार? तू फोनवर तसं मला सांगायचं नाहीस का?”

“मी विसरले. तुमचा मित्रांचा कार्यक्रम कसा झाला?”

“उत्तम! पण या वयात ही दमणूक सहन होत नाही. पार थकून गेलो आहे; वर सामान गेल्याचं नुकसान आहेच. जानकी, मी आता पंधरा दिवस पूर्ण विश्रांती घेणार आहे. तुला सांगून ठेवतो— पंधरा दिवस विश्रांती म्हणजे विश्रांती! आल्या-आल्या तू मला कामाला जुंपू नकोस.”

“घ्या, विश्रांती घ्या. कामांचं मी पाहते.” आजी शांतपणे म्हणाल्या.

अंजली आणि नंदन यांनी मनाशी हिशेब मांडला : आजी ही खरीच ग्रेट आहे. आजोबा तिला ‘बिनखात्याची’ म्हणजे ‘बिनकामाची’ मंत्री म्हणतात, ते अगदी

खरं आहे. आजी सगळी कामं पाहता-पाहता, शांतपणे, बिनबोभाट करून टाकते आणि बिनकामाची होते. ग्रेट!

आजी म्हणाल्या, ''अंजू, उद्या सकाळी बटाटेवडे करते, संध्याकाळी कांद्याची भजी करते; म्हणजे तुझ्या आजोबांची विश्रांती चटकदार होईल!''

☐☐☐

सहप्रवा(या)स

"काय गं— आज सकाळी-सकाळी, डोक्यावरून साडीचा पदर घेऊन गळ्याभोवती पदराचं टोक का बांधलं आहेस?'' अनंतानं विचारलं.

"डोक्यावरून अशी साडी घेऊन मी कट्ट्यापाशी काम करत उभी असले की, छान दिसते ना? तूच म्हणतोस की, तुला पाहायला आवडतं.'' सुधानं पाठमोरी राहूनच उत्तर दिलं.

"पण असा पदर तू फक्त थंडीच्या दिवसांत घेतेस. सध्या उन्हाळा आहे—'' असं म्हणत अनंता सुधाच्या जवळ गेला. सुधाचा चेहरा नेहमीप्रमाणे प्रसन्न तर नव्हताच; वरती ओढलेला दिसत होता.

"तुला काही तरी होतंय... थंडी वाजते आहे का? थांब, मला थर्मामीटर लावू दे.''

"अनंता, मी चपात्या करते आहे. तुला डबा घेऊन ऑफिसला जायचं आहे. तुला उशीर होईल. मला काहीही होत

नाही. थर्मामीटर लावायला मला आता वेळही नाही; मी नंतर लावेन.''

अनंतानं सुधाच्या गळ्याभोवती हात ठेवला. सुधाचं अंग गरम होतं. तो काळजीच्या सुरात म्हणाला, ''तुझं अंग गरम वाटतंय.''

''आहे, किरकोळ ताप आहे. म्हणून तर मी म्हणाले की, नंतर थर्मामीटर लावेन.''

''मी आज कामावर जाणार नाही— चपात्या करणं थांबव.''

''काय?''

''मी फोन करून तसं ऑफिसात कळवतो.''

''पण आज तर तुला ऑफिसला लवकर जायचं आहे! तुझ्या साहेबांनी सकलेचांना चर्चेकरता बोलावलं आहे. त्यानंतर तू सकलेचांबरोबर साइटवर जाणार आहेस. तुला रिइन्फोर्समेंट तपासायची आहे. त्यानंतर तुला पुन्हा ऑफिसात परतायचं आहे. संध्याकाळी तू शिकवायला क्लासमध्ये जाणार आहेस. तुला घरी राहून कसं चालेल? आणि घरी राहिलास तरी माझा ताप तू थोडाच घेणार आहेस?''

''घेईन, ताप घेईन— वरती तुला घरकामात मदत करेन.''

''म्हणे घेईन! उगीच लाडात येऊ नकोस. घरी थांबशील आणि माझा ताप घेण्याऐवजी मला ताप देशील.''

''नाही, ताप देणार नाही. तू विश्रांती घे.''

''आता राजू उठेल. हा तुझा डबा तयार आहे. तसा तू शहाणा आहेसच. शहाण्यासारखा वाग व ऑफिसात जा. तुझे साहेब तुझ्या भरवशावर असतात. जा.''

तेवढ्यात फोन वाजला. फोनवर दीपकसेठ होते. अनंता त्यांच्याशी बोलत होता, ''ठीक आहे. मी सर्व मॅनेज करीन. तुम्ही काहीही काळजी करू नका. तुम्ही विश्रांती घ्या. मी ऑफिसात वेळेच्या आधीच पोचेन.''

अनंतानं फोन खाली ठेवला. ''सुधा, मी निघालो. मला शहाण्यासारखं वागता येणार नाही. दीपकसेठचा फोन होता. त्यांना ताप आला आहे. ते ऑफिसला येणार नाहीत. मला त्यांनी सकलेचांबरोबर बोलायला व निर्णय घ्यायला सांगितलं आहे.'' अनंताचा चेहरा उतरलेला होता.

सुधा हसली. तिनं डबा दिला. ती म्हणाली, ''जा रे, ऑफिसात जा. तू संध्याकाळी घरी येशील, तेव्हा माझी तब्येत एकदम ठणठणीत असेल.''

''संध्याकाळी नाही. मला परतायला रात्र होईल.''

अनंता रात्री उशिरा परतला. सकलेचांबरोबर बैठक, त्यानंतर मालाडच्या साइटला भेट, त्यानंतर झालेल्या कामांचा दीपकसेठना फोनवरून अहवाल देणं! दीपकसेठ म्हणाले, "मालशे, यू आर ग्रेट. यू आर डिपेंडेबल. आता तू माझं आणखी एक काम कर— मी उद्या दुपारची— वापीची अपॉइंटमेंट घेतली होती. मी जाऊ शकणार नाही. तू जा. दादरहून पहाटे वापीकरता गाडी आहे. वापीची नोबल इंडस्ट्री तुला माहीत आहे. तिथं तू दिवेचांना भेट."

संध्याकाळी अनंता संचेती क्लासमध्ये फिजिक्स शिकवायला गेला. क्लास संपवून रात्री उशिरा अनंता घरी परतला तो वापीच्या कामाची जबाबदारी अंगावर घेऊन. 'सुधा आजारी आहे. मी जाऊ शकणार नाही' असं दीपक सेठना सांगणं अनंताला जमलं नाही. दीपकसेठचा आपल्यावरचा विश्वास अनंता जाणून होता. दीपकसेठ हे या कंपनीचे इंजिनिअर-मालक आहेत व आपण इंजिनिअर-नोकर आहोत, हे अनंताला माहीत होतं.

अनंता प्रथम मुंबईत नोकरीसाठी एकटा आला होता. त्यानं सुधा व राजूला साताऱ्याला आई-वडिलांकडं सोडलं होतं. मुंबईत नोकरी मिळाली याचा त्याला केवढा आनंद झाला होता. पण पहिल्या काही महिन्यांतच त्याच्या आनंदावर पाणी पडलं. आपल्याला मुंबईत कायम पेइंग गेस्ट राहावं लागणार याची त्याला खात्री पटली. नोकरी पत्करण्यापूर्वी त्याला मुंबईतील जागांच्या किमतीची काहीही कल्पना नव्हती. साताऱ्याच्या पालिकेतील नोकरीपेक्षा किती तरी जास्त पगार आपल्याला मुंबईत मिळतो आहे, या आनंदाच्या भरात मुंबईतील जागेचा प्रश्न त्याला दिसलाच नाही. साताऱ्याला त्याचं म्हणजे त्याच्या वडिलांचं छोटंसं का होईना, पण मालकीचं घर होतं. मुंबईत भाड्याची जागा सहज मिळेल, असा त्याचा अंदाज होता. पण सर्व रविवार व सुट्यांचे दिवस खर्चून, हिंडहिंडून, पायपीट करून आपल्याला उपनगरातही राहण्यासाठी भाड्याने जागा मिळणार नाही, हे अनंता कळून चुकला.

ऑफिसातील काशीनाथजवळ तो एकदा बोलून गेला, "काशीनाथ, तुम्ही झोपडीत राहता. मला पण एखादी झोपडी मिळेल का? मी, सुधा व राजू असे तिघे आहोत. झोपडीत आमचा निभाव लागेल? सहा महिने झाले, मी इथं एकटा आहे. सुधा पुनः पुन्हा लिहिते, 'तुझे जेवणाचे हाल होत असतील. मला तिथं घेऊन चल. कुठंही एक खोली मिळव. एका खोलीत मी संसार करेन. तुझ्या काळजीपोटी माझं सातारचं सुखाचं राहणं माझ्या काळजाला टोचतं. मुंबईला एक खोली मिळणं एवढं अवघड असेल, तर साताऱ्याला परत ये. मुंबईची

नोकरी नको.' मी परत जावं म्हणतो आहे.''

काशीनाथ हा दीपकसेठच्या वडिलांपासून ऑफिस प्यून होता. अनंता मालशे हा तरुण इंजिनिअर वेगळा आहे, कामात राम पाहणारा आहे, आपल्यासारख्या प्यूनच्या वडिलकीला मान देणारा आणि अहो-जाहोत बोलणारा आहे, काडीबिडी-पान अशा किरकोळ व्यसनांनाही दूर ठेवणारा आहे, हे काशीनाथच्या ध्यानी आलं होतं. प्यून असूनही काशीनाथला वेगळा अधिकार होता. त्यानं दीपकसेठना त्यांच्या बालवयापासून पाहिलं होतं. त्यानं दीपकसेठजवळ विषय काढला.

अनंत मालशे हा विवाहित आहे. राहण्यासाठी जागा नसल्यानं तो पेइंग गेस्ट म्हणून राहतो. जागा घेण्याची त्याची ऐपत नाही, त्यामुळं तो नोकरी सोडून साताऱ्याला परत जाण्याचा विचार करत आहे, हे काशीनाथनं दीपकसेठच्या कानावर घातलं.

दुसऱ्या दिवशी दीपकसेठनी अनंताची हजेरी घेतली, ''मालशे, यू आर ए बिग फूल! आपण किती तरी बिल्डरांची कामे करतो. तुला राहायला जागा हवी, हे तू मला यापूर्वी कधी कसा काय बोलला नाहीस? आय ॲम अल्सो ए बिग फूल! मी तुला विचारायला हवं होतं की, तू राहतोस कुठं? सध्या पेइंग गेस्ट म्हणून कुठं राहतोस? घाटकोपरला? ठीक आहे, मी तुला घाटकोपरला जागा देतो.''

मोटवानी बिल्डरचा माणूस दुसऱ्याच दिवशी अनंताला भेटला व त्यानं अनंताला दोन खोल्यांच्या ब्लॉकच्या किल्ल्या दिल्या. राजूसह घाटकोपरला सुधा दाखल झाली. त्या घटनेला वर्ष होऊन गेलं होतं.

सुधानं दरवाजा उघडला. तिच्या अंगात स्वेटर होता. राजू म्हणाला, ''बाबा, आई आजारी आहे.'' सुधा काही बोलण्यापूर्वीच अनंतानं फुणफुणायला आरंभ केला, ''सुधा, मला अत्यंत अत्यंत अपराधी वाटत आहे. मुळात मी उशिरा घरी परतलो आहे. माझा तुला काहीही उपयोग नाही. तू आजारी आणि मी दिवसभर घराबाहेर! मी सकलेचांच्या साईटवर गेलो, काम फत्ते झालं, क्लासमध्ये शिकवलं, विद्यार्थी नेहमीप्रमाणे खुशीत होते... पण या साऱ्याचा तुला काय फायदा? मी दीपकसेठना फोन केला. ते म्हणाले, 'मालशे, यू आर ग्रेट!' शब्द गं, नुसते शब्द! तेही माझ्या वाट्याला आले. तुझ्या वाट्याला आजारपण आणि माझं घरी नसणं. सुधा, दीपकसेठनी माझ्या गळ्यात आणखी एक काम टाकलं आहे. मला उद्या पहाटेच्या गाडीनं वापीला जायचं आहे. नोबेल इंडस्ट्रीच्या दिवेचांना भेटायचं आहे. वापीत काय होणार, हे मला माहीत आहे.

मी पत्रव्यवहार पाहिला आहे. दिवेचासाहेब मला म्हणणार की, आपण येथूनच थेट नवसारीला जाऊ. खरं काम तिथंच आहे. माझ्या मनात दहा वेळा आलं की, दीपकसेठना सांगावं की सुधा आजारी आहे, मी वापीला जाऊ शकणार नाही. पण मी काहीही बोललो नाही. कसं बोलणार गं? ही नोकरी आहे. दीपकसेठ आजारी आहेत, हेही मला माहीत आहे. परमेश्वर माझी व माझ्यापेक्षा तुझी परीक्षा घेतो आहे. सुधा, तू सातारला होतीस, तेव्हाच सुखी होतीस!''

सुधा शांतपणे म्हणाली, ''तू दीपकसेठना काही बोलला नाहीस, हे छान केलंस. अनंता, आपण राहत असलेल्या या दोन खोल्यांचं घाटकोपरमधील भाडं काय आहे, याकरिता किती पागडी द्यावी लागते याची तू कधी चौकशी केलेली नाहीस; पण मी केली आहे. या दोन खोल्यांचं भाडं तुझं ऑफिस परस्पर भरतं. याचा अर्थ, गेले वर्षभर तुला दीपकसेठनी महिना पंधराशे रुपये पगारवाढ दिलेली आहे. पागडीचं काय केलं आहे ते तुझे सेठच जाणे! आणि मी आजारी नाही, सकाळी आजारी होते. 'बागेत जाऊ या', असा हट्ट संध्याकाळी राजू करत होता, म्हणून मी त्याला माझ्या आजारीपणाचं कारण सांगितलं. म्हणून आई आजारी आहे, असं राजू म्हणाला. चल, जेवून घे. मी अन्न गरम करते. उद्या पहाटे तू निश्चिंतपणे वापीला जा, तेथून नवसारीला जावं लागलं तर अवश्य जा. माझी काळजी करू नकोस. कारण मी आजारी नाही.''

दुसऱ्या दिवशी भल्या पहाटे अनंता वापीकडे रवाना झाला. तेथून नवसारीला गेला. नवसारीहून मुंबईस परतला व थेट ऑफिसला गेला. झाल्या कामाचा तोंडी व लेखी अहवाल त्यानं बऱ्या होऊन आलेल्या दीपकसेठना दिला. दीपकसेठ म्हणाले, ''फाईन! आता तीन दिवस तू ऑफिसात येऊ नकोस. विश्रांती घे. तू बरीच धावपळ केली आहेस.''

आपण न मागता दीपकसेठनी तीन दिवसांची सुटी दिली, याचा अनंताला साधा नव्हे तर परमानंद झाला. चला, कमीत कमी सलग तीन दिवस राजू व सुधा यांना देता येतील!

अनंतानं वापीहून, नवसारीहून व ऑफिसमधून सुधाला फोन केला होता. तिच्या प्रकृतीबाबत विचारलं होतं. सुधानं प्रत्येक वेळी, 'माझी प्रकृती उत्तम आहे, उगीच काळजी करू नकोस, फोनही करू नकोस', असं खणखणीत आवाजात तत्परतेनं सांगितलं होतं. अनंता त्यामुळं तसा निश्चिंत होता. सुधा आजारी पडली की तंबूचा मधला खांबच खाली येतो! राजूकडं कोण पाहणार? ऑफिसच्या कामांचं काय करायचं? क्लासमध्ये बिनचूकपणे जावंच लागतं,

कारण तिथं चाळीस विद्यार्थी आलेले असतात.

सुधानं आवाजात विचारपूर्वक खणखणीतपणा मिसळला होता. फोन घेण्यात विलंब होऊ नये, यासाठी तिनं बिछाना फोनजवळच हलवला होता. आपण आजारी नाही, हे अनंताला पटायला हवं!

अनंता घरी पोचला. पाहतो तो सुधा कॉटवर होती. डॉ. शहा सुधाला तपासत होते. अनंताचे आई-वडील सातार्‍याहून हजर झाले होते. डॉक्टर गेल्यावर दादांनी अनंतासमोर सुधाची पुन्हा एकदा हजेरी घेतली, ''अनंता, तू सावधपणे आम्हाला तार केलीस हे बरं केलंस. सुधाकडून मला तुझ्या कामाची धावपळ समजली. त्या धावपळीतूनही तू सुधाची चौकशी करत होतास— शाबास आहे तुझी! सुधाचंही कौतुक करायला हवं. ती तुला फोनवर काळजी करू नकोस, माझी प्रकृती छानच आहे, ती बिघडलेली नव्हतीच असं सांगत होती. पण सुधा, तुझं हे वागणं धोक्याचं आहे. तुझा ताप साधा नाही, टायफॉइडचा आहे. तू वेळीच बोलली असतीस तर अनंतानं ऑफिसचं काम बाजूला ठेवलं असतं. एक बरं झालं— तुझं न ऐकता, अनंतानं आम्हाला तार केली. अनंता, आता तुझी आई अन् मी येथे आहोत. काही काळजी करू नकोस.''

सुधा क्षीण आवाजात म्हणाली, ''दादांना काहीही खुलासा देऊ नकोस. सगळं व्यवस्थित होईल. तू वापीला गेलास आणि माझा ताप एवढा वाढला की, मला ग्लानी आली. जरा सावरल्यावर मी दीपकसेठना त्यांच्या घरी फोन केला. मी आजारी असतानाही कामाचं महत्त्व ओळखून तू वापीला गेला आहेस, हे त्यांना कळवलं. त्यांना मी फोनवर दादांचा पत्ता दिला, दादांना तुझ्या नावे तार करा व घाटकोपरला यायला सांगा, अशी मी दीपकसेठना विनंती केली. दादा व माई दुसर्‍याच दिवशी हजर झाले. हा ताप टायफॉइडचा आहे हे डॉ. शहांना आजच समजलं आहे. संसार म्हटलं की अडचणी येणारच. मी माझा ताप सांभाळेन, दादा-आई मला सांभाळतील. तू ऑफिस सांभाळ. सातार्‍याहून आल्या-आल्या तू तुझ्या ऑफिसात विश्वासाचं स्थान मिळवलं आहेस. शिवाय तू क्लासमध्ये शिकवतोस. अनंता, मला तुझा अभिमान वाटतो.''

आजारी असूनही, स्वत:च्या प्रकृतीची तक्रार न उच्चारता, 'तुझा अभिमान वाटतो', असं म्हणणार्‍या सुधाचा अनंताला विलक्षण अभिमान वाटला. दीपक सेठनाही वाटला असणार. म्हणूनच तर सुधाच्या दिमतीला राहण्यासाठी त्यांनी आपल्याला तीन दिवसांची सुटी दिली आहे!

❑❑❑

घरात का व्हरांड्यात?

लीलाला गिरीश पसंत होता. गिरीशलाही लीलाशिवाय चैन पडत नव्हती. बिबी राजी होती, मिया पण राजी होता; परंतु 'क्या करेगा काझी?' असा प्रश्न विचारून दोघांच्या विवाहाचा मार्ग साफ मोकळा होईल, असा सोपा व सरळ मामला नव्हता.

गिरीशला लीलाशिवाय चैन पडत नव्हतं, हे खरं होतं; पण तो लग्नाला तयार नव्हता. त्यानं प्रेम करायला प्रारंभ केला तेव्हा त्याच्या मनात लग्नाचाच विषय होता, काहीही काळंबेरं नव्हतं. पण गिरीशनं लीलाचं घर पाहिलं आणि त्यानं विचार बदलला. गिरीशचं लीलावरचं प्रेम स्वार्थी नव्हतं. त्यामुळं त्याला समृद्ध लीलाला दारिद्र्याच्या खाईत ढकलायचं नव्हतं. गिरीश आपल्या पायांनी बोहल्यावर चढणार नव्हता, आपल्या हातांनी तो तिच्या गळ्यात पुष्पहार घालणार नव्हता, आपल्या हातापायांनी तो लीलाचं नुकसान करणार नव्हता.

गिरीशचं दोन खोल्यांचं व एका व्हरांड्याचं घर म्हणजे गरिबीचा धगधगता चर आहे, हे मात्र लीला मान्य करायला मुळीच तयार नव्हती. तिनं गिरीशला पुनः पुन्हा सांगून पाहिलं, "गिरीश, तुला नोकरी आहे, मला नोकरी आहे. आपल्याला भुकेला कोंडा नव्हे, तर भाकरी मिळवायची सोय आहे. तुला-मला काव्याची आवड आहे. लांडीलबाडीची नावड आहे. तुला-मला सामाजिक कार्याची चाड आहे, काहीही न करता हातावर हात टाकून टीव्हीपुढं बसण्याची दोघांनाही चीड आहे— एवढे गुण जमल्यावर आणखी काय हवं?"

गिरीश लीलाला वेळोवेळी विस्तारानं समजावून सांगत राहिला, "लीला, तुझ्या वडिलांचा सहा खोल्यांचा फ्लॅट आहे. तुझं कुटुंब माझ्या कुटुंबाच्या किती तरी पट श्रीमंत आहे. मी तुझ्याशी लग्न करणं याचा जगाच्या दृष्टीनं साधा व सरळ अर्थ— मी तुला फसवलं असाच होतो. मी तुला फसवत नाही, हे तुला माहीत आहे; पण जगाचं काय? त्यात तुला एक दोन-भाऊ असते तर पाहणाऱ्यानं वेगळा विचार केला असता. पण तू आहेस एकुलती एक व त्यामुळचं कोणाचाही ग्रह होणार की, माझा तुझ्या वडिलांच्या पैशावर डोळा आहे! आपली ओळख कविसंमेलनात झाली, आपला परिचय गिरिभ्रमणात वाढला. 'पैसे देऊन वा वशिला लावून नोकरी मिळवायची नाही', या तत्त्वामुळं आपल्या दोन-दोन नोकऱ्या गेल्या. आपण दोघेही फूड कार्पोरेशनच्या कचेरीत, उमाकांत झा या साहेबांपुढं उभं राहून लाच खाऊन नोकरी देण्याच्या त्यांच्या अपप्रवृत्तीबद्दल त्याच्या तोंडावर त्यांची झडती घेतली. त्या वेळी आपली हृदयं एकमेकांना भेटली. आपल्याला नोकऱ्या मिळाल्या तर आपण एकमेकांना कळवायचं, असं आपण ठरवलं व फोन नंबरची देवाणघेवाण केली. पुढं आपल्याला वेगवेगळ्या कचेऱ्यांत नोकऱ्या लागल्या आणि आपण ठरवून वेलकम हॉटेलात भेटलो. आपण दोघांनी एकमेकांना नव्या नोकरीच्या वार्ता किती समरसून दिल्या! लीला, त्या वेळी तुझे आई-वडील कोण आहेत, तू घरची किती श्रीमंत आहेस याची मला काहीही कल्पना नव्हती. एवढंच नव्हे, तर तू माझ्यासारखीच दोन खोल्यांतील आहेस, असं मला वाटलं होतं. तसं वाटणं साहजिकच होतं. कारण तुझी राहणी साधी होती. तू माझ्यासारखीच आहेस, असं मला तुझ्या सुती कपड्यांतून, कानागळ्यात नसलेल्या दागिन्यांतून जाणवायचं. तूही माझ्याप्रमाणे नोकरी-नोकरी करत होतीस म्हणून तर मी तुला काव्यवाचनाच्या कार्यक्रमाला येशील का असं विचारत राहिलो. तुझ्याशी जवळीक साधण्याचाच माझा तो प्रयत्न होता. तू दोन खोल्यांतील आहेस, तुझ्या-माझ्यात आर्थिक अंतर नाही, हे मी गृहीत धरलं

होतं. तुझ्या-माझ्या आवडीनिवडी या अशा जमायला लागल्या आणि तू मला तुझ्या घरी बोलवलंस.''

लीला त्यावर म्हणते असे, ''गिरीश, तुझ्यासंबंधी मी फक्त माझ्या आजीशी वारंवार बोलले. तू किती चांगल्या सवयींचा आहेस, पान-सिगारेट-बिअर यांपैकी कशाचीही तुला सवय तर नाहीच नाही; उलट तू त्यांच्या विरोधात आहेस, हे मी आजीला सांगितले. लाच देणं व लाच घेणं, लांडीलबाडीनं वागणं, आजारी पडल्याचं खोटं प्रमाणपत्र देऊन नोकरीतील वैद्यकीय रजा भोगणं, लोकलच्या परतीच्या तिकिटावर प्रवास केल्यावर ते पुन्हा परतीच्या प्रवासासाठी वापरणं— अशा साध्या-साध्या बाबतींतही तू तत्त्वनिष्ठ आहेस, हे मी आजीजवळ बोलायचे. तुला टीव्हीवरच्या मालिकांबाबत काहीही माहिती नाही याचं कारण कलाझंकार, विद्यासाधना, चिपळूणकर वाचनालय, वसंत व्याख्यानमाला, जनता सेवा संघ अशा विविध क्षेत्रांत काम करणाऱ्या सार्वजनिक संस्थांत काम करण्यासाठी तुला संध्याकाळ पुरत नाहीत... तुला टीव्ही पाहायला वेळच नसतो. ही माहितीही मी आजीला दिली. तू साक्षरतावर्ग चालवतोस, सावली या अनाथाश्रमाचे हिशेब तू लिहून देतोस, हेही मी आजीच्या कानावर घातलं. वार्तानिवेदकाचं काम मी असं बऱ्याच वेळा केलं. मग आजीनं मला विचारलं, 'लीले, मला हा गिरीश तुझ्यासाठी नवरा म्हणून पसंत आहे. तो तुला पसंत आहे, हे तर मला समजलंच आहे. तू पुन: पुन्हा बोलत होतीस, ते त्याच्यासंबंधी माझं मत अजमावण्यासाठीच— होय ना? लीले, मला तुझा अभिमान वाटतो. तुझा बाप श्रीमंत आहे. तुझे आजोबा पैशानं श्रीमंत नव्हते पण गुणी होते. त्यांच्या तळमळीनं शिकवण्याच्या गुणावर मी भाळले. मीही घरची सधन होते. माझे आई-वडील लग्नाच्या विरुद्ध होते, पण मी घरच्यांचं ऐकलं नाही. मात्र, आयुष्यात एकदाही पश्चात्ताप करायची वेळ माझ्यावर आली नाही. माणूस महत्त्वाचं असतं; पैसा दुय्यमच नव्हे तर तिय्यम आहे. गिरीशची स्तुती करण्यात वेळ दवडू नकोस. एवढा चांगला मुलगा मोकळा राहणार नाही. तो लग्न करून मोकळा होईल आणि मग तू रडत बसशील. तू प्रथम ऊठ व त्याला आपल्या घरी घेऊन ये. मला त्याला पाहायचं आहे...''

लीलानं गिरीशला ''आमच्या घरी ये, माझ्या आई-वडलांना व आजीला भेट.'' असं सांगितलं. गिरीशला आनंद झाला. लीलाच्या आमंत्रणाचा अर्थ त्यानं ओळखला होता.

आमंत्रणाचा अर्थ आहे की, लीलाला आपण पसंत आहोत. आपल्याला

लीला पसंत आहेच आहे. संशय नको, म्हणून लीलाच्या घरी जाण्यापूर्वी गिरीश आपल्या घरी बोलला— सविस्तरपणे बोलला. सविस्तरपणे बोलणे ही गिरीशची पद्धत होती. "अप्पा-आई, मला पत्नी म्हणून लीला एकदम पसंत आहे. लीला घरची आपल्याप्रमाणेच सर्वसाधारण आहे. तिला नोकरीही आता-आताच लागलेली आहे. वधूपक्षाकडून आपल्या घरी दोन पैसे यावेत, अशी तुमची इच्छा नाही, हे मला माहीत आहे. मी लीलाच्या आई-वडिलांना तुमचे हे न्याय्य व मुलीचा सन्मान करणारं मत सांगेन, तेव्हा त्यांना आनंद होईल. ते समाधानाचा व सुटकेचा सुस्कारा टाकतील. मी त्यांना सांगणार, लग्न साधेपणानं करायचं व त्या साध्या लग्नाचा खर्चही अर्धा-अर्धा वाटून घ्यायचा. मी लीलाला आपल्या राहत्या जागेची कल्पना दिली आहे. आपलं घर फक्त दोन खोल्याचं व एका व्हरांड्याचं आहे, हे मी तिला सांगितलं आहे. व्हरांडा चांगला लांब-रुंद आहे, हे मात्र मी मुद्दामच बोललो नाही. व्हरांड्याचा प्रशस्तपणा हे तिला लग्नानंतरचं सरप्राइज आहे. आई-वडलांपासून वेगळा राहणार नाही, हेही मी आधी स्पष्ट केलं आहे. तरीही तिनं मला घरी बोलावलं आहे याचा अर्थ ही गोडबोलेमंडळी आपल्याप्रमाणेच संस्काराला महत्त्व देणारी आहेत. अजून तुम्ही लीलाला पाहिलेलं नाही. मी तिला तुमच्या पसंतीसाठी घरी घेऊन येतो. मात्र एक की, आपण त्यांच्यावर लग्नखर्च मुळीच लादायचा नाही. नोकरी लागल्या-लागल्या लीलाचं लग्न होणार आहे. तिच्या पगाराची तिच्या घरच्यांना गरज असण्याची शक्यता आहे. तिचा पगारही आपण आपला समजायचा नाही."

अप्पांनी दिलखुलासपणे परवानगी दिली, "गिरीश, तू लीलाला पाहिली आहेस; तुला ती पसंत आहे, ते महत्त्वाचं. आम्हाला लीलाला पाहायची उत्सुकता आहे ती केवळ सून कशी आहे, हे पाहण्यासाठी; पसंत-नापसंत करण्यासाठी नाही. तू सांगतोस त्यावरून लीला व तिचे आई-वडील आपल्याच विचारांचे दिसतात. तू जा, त्यांना भेट. त्यांनी विवाहाबाबत विचारलं तर, आमच्या वतीनंही होय म्हण. त्यांनी विचारलं नाही आणि तुला विचारावं वाटलं, तर तू विवाहाबाबत आपणहून विचार. त्यांना तू पसंत नसशील, तर ते तसं सांगतील. त्यात काही वावगं समजू नकोस. नकार द्यायचा जन्मजात अधिकार वरपक्षालाच आहे, असं नाही. वधूपक्षही नाही म्हणून शकतो. तू लीलाला म्हण, 'लग्न झालं नाही तर आपण मित्र-मैत्रीण म्हणून राहू शकतो. अर्थात तुझी इच्छा असेल तर!' पण गिरीश, आपल्या समाजात हे मैत्रीचं नातं तेवढंसं मान्य नाही. हे नातं मुलीच्या लग्नाच्या आड येऊ शकतं. पैशाचं म्हणशील, तर सून येणार म्हणजे गृहलक्ष्मीच येणार. दोन्हींकडचा खर्च आपणच करायचा. आपल्या पैशाने आपण लक्ष्मीचं स्वागत

करायचं. लीलाच्या पगाराबाबतचा तुझा दृष्टिकोनही योग्यच आहे. तू याबाबतीत माझ्यापुढे दोन पावले आहेस. मला तुझा अभिमान वाटतो.''

अप्पा-आईची मान्यता मिळवून लीलाच्या आमंत्रणावरून गिरीश तिच्या घरी गेला. लीलाच्या घरचा थाटमाट पाहून गिरीश पार गारद झाला.

लीलाचे आई-वडील चांगलेच श्रीमंत होते. त्यांचं घर सहा खोल्यांचं होतं; वरच्या खोल्याही दिवाणखान्याप्रमाणे प्रशस्त होत्या. जवळजवळ प्रत्येक खोलीला प्रसाधनगृहाची जोड होती. स्वतंत्र गच्ची होती. घराची सजावट उच्च दर्जाची होती. घरात तीन टीव्ही होते. एक टीव्ही खास आजींकरता होता. दोन फ्रीज होते. सगळ्या खोल्यांना एअरकंडिशनर होते. दरवाजे-खिडक्यांना उंची पडदे होते.

हा थाट पाहून गिरीश दिपून गेला नाही. त्याला अशा थाटाचा लोभ नव्हता. पण लीलाचं घर यापूर्वीच आपण पाहायला हवं होतं, हे त्याला स्पष्ट जाणवलं. लीलाशी लग्न करण्याची चूक आपण करायची नाही, हे गिरीशनं निश्चयानं ठरवलं. सुखात वाढलेल्या लीलाला तो दोन खोल्यांच्या खुराड्यात आणणार नव्हता.

हा निश्चय गिरीशला जड जाणार होता, वेदनादायक ठरणार होता; तरीही या निश्चयावर आपण ठाम राहायचं, असं त्यानं पक्कं केलं. लीलानं आपल्यावर प्रेम केलं, ती राजवाड्याचा त्याग करून झोपडीत यायला तयार आहे, हा तिचा मोठेपणा आहे. पण लीलावर गरिबी लादण्याचा आपल्याला काय अधिकार आहे? आपल्या दोन खोल्या पाहिल्यावर लीलाचे आई-वडील आपल्याविषयी काय अंदाज बांधतील?

'अहो, लीलावर प्रेम करण्यापूर्वी लीला ही बंगल्यासारख्या फ्लॅटमध्ये राहते, हे मला खरोखरच माहीत नव्हतं. लीलाच्या व माझ्या गाठीभेटी प्रसंगाप्रसंगाने घडल्या. मी काय आहे व केवढा आहे, हे मी लीलाला स्पष्ट केलं होतं. लीला माझ्याप्रमाणेच दोन खोल्यांत राहत असणार, हे मी धरून चाललो. मला लीलाच्या वैभवातील एका पैशाचीही अपेक्षा नाही व नव्हती. लीलाकडं वैभव नाही, हीच माझी धारणा होती.' असं आपण गोडबोले पती-पत्नीला जीव तोडून सांगितलं, तर ते विश्वास ठेवतील? तेच कशाला, कोणीही विश्वास ठेवणार नाही. उद्या लीलाच्या माहेराहून वस्तूमागून वस्तू भेट म्हणून यायला लागल्या तर? अशा भेटवस्तू नकोत, असं आपण सहजपणे म्हणू; पण त्या वेळी लीलाला वाईट वाटेल त्याचं काय? लीलाचं मन मोडायला नको म्हणून भेट वस्तू

स्वीकारल्या, तरी त्या ठेवायच्या कोठे? लीलाला सरप्राइज देण्यासाठी राखून ठेवलेल्या आपल्या खुराड्यातील लांब-रुंद व्हरांड्यात?

गिरीशनं आपला नकार लीलापर्यंत सविस्तरपणे पोचवला, "लीला, माझं तुझ्यावर प्रेम आहे. मला तू आवडतेस. तू दोन खोल्यांतील असतीस, तर किती छान झालं असतं! पण मी तुझ्याशी लग्न करणार नाही. मी घरी माई-अप्पांनाही तू त्याची सून होणार नाहीस, हे सांगितलं आहे. त्यांनी माझं म्हणणं ऐकून घेतलं. ते म्हणाले की, 'गिरीश, हा निर्णय तुझ्या आयुष्याशी निगडित आहे. तू चुकीचा निर्णय घेणार नाहीस. तू लीलाला स्वार्थासाठी फसवत नाहीस, तू नि:स्वार्थीपणानं तिला दूर ठेवत आहेस. पण गिरीश, दुसरा एक विचार मांडतो. लीलाच्या आई-वडलांना सर्व स्पष्ट करून, तुमच्या संपत्तीपैकी एक रुपयाही मला नको आहे हे त्यांना लीलाच्या संमतीनं सांगून, त्यांची पूर्ण मान्यता मिळवून तू लीलाशी लग्न करावंस. लीला श्रीमंत आहे, हा काही तिचा गुन्हा होत नाही. अर्थात शेवटी निर्णय तुझा आहे. बुद्धीला पटेल तो निर्णय तू घे.''

गिरीशचं हे नकाराचं बोलणं लीला फुणफुण करत आजीच्या कानावर घालत होती. आजीला लीलाचं मन व तिची तगमग समजत होती. आजीनं स्वत: हे सोसलं होतं.

आजी एक संपन्न वकिलांची कन्या होत्या. त्यांनी ध्येयवादी शिक्षकाबरोबर विवाह केला होता. गोपाळराव आजीला म्हणाले होते, "प्रमिला, माझ्याशी लग्न करून तुला काय मिळणार? तू श्रीमंत वकिलाची मुलगी आहेस. तू माझ्या शिकवण्याच्या कौशल्यावर भाळली आहेस. मी स्वत: केवळ बीएस्सी आहे, तरीही मी तुझी बीएस्सीची तयारी करून घेतली व तीही फी न घेता, याचीच तुला अपूर्वाई वाटते आहे! यात काहीही आश्चर्य नाही. मी एम्एस्सी करू शकलो नाही, याचं कारण माझी घरची परिस्थिती सामान्य होती. माझ्या धाकट्या भावाचं शिक्षण, धाकट्या बहिणीचं शिक्षण व लग्न करायचं होतं म्हणून मी शिक्षक झालो. पण मी प्राध्यापक जावडेकरांच्या घरी जाऊन त्यांच्या मार्गदर्शनाखाली पुढचं गणित शिकतच राहिलो. तसा मी आयुष्यभर शिकत व शिकवत राहणार आहे. पण मी माझ्या ज्ञानाचं व शिकवण्याच्या कौशल्याचं रूपांतर रुपयांत करणार नाही. शाळेची नोकरी व त्यातून मिळणारी भाजी-भाकरी मला पुरेशी आहे. शाळेव्यतिरिक्तचा माझा वेळ मी मोफत शिकवण्यात घालवणार. मी गरीब विद्यार्थ्यांना शिकवणार, नापास होणाऱ्या विद्यार्थ्यांना शिकवणार, ज्याला कोणाला शिकण्याची इच्छा आहे त्या प्रत्येकाला शिकवणार.''

प्रमिलानं आई-वडिलांचा विरोध असूनही शिक्षकाच्या पेशाला समर्पित झालेल्या गोपाळरावांशी विवाह केला होता. गोपाळरावांचे किती तरी विद्यार्थी आज देशात व देशाबाहेर मोठमोठ्या स्थानावर आहेत. ते आजींना आजही आवर्जून भेटायला येतात. गुणी पुरुषाचा मोह पडणं म्हणजे काय, हे प्रमिलाआजींना माहीत होतं. लीलाला गुणांची ओढ आहे, ती गुणांची पूजक आहे याचं आजींना कौतुक होतं.

लीलाला आजी म्हणाल्या, ''श्रीधर काय म्हणतो? नेहाचं मत काय आहे?''

''आजी, खरं सांगायचं तर मी आई-बाबांशी स्पष्टपणे बोललेच नाही. गिरीशला मी घर दाखवायला म्हणून घेऊन आले. आईला संशय आला. ती मला म्हणाली, लीला, तू मला व बाबांना म्हणाली होतीस— आज संध्याकाळी घरी आहात ना? असलात तर मी माझ्या गिरीश या मित्राला घरी बोलवणार आहे. गिरीश माझा फार जवळचा मित्र आहे. मी आधीच त्याच्याजवळ आपलं घर, तुम्ही, आजी याबाबत खूप बोलले आहे. मी आज त्याला माझं घर व माझी माणसं दाखवणार आहे. गिरीश हा तुझा मित्र आहे, का आमचा होणारा जावई आहे?''

''नेहा हुशार आहे. श्रीधर काय म्हणाला?''

बाबा म्हणाले, ''नेहा, भावी जावई असला तरी आपल्याला काय फरक पडतो? तो लीलाला पसंत असला, म्हणजे झालं. आपली लीला शहाणी आहे. प्रेमात पडण्यापूर्वी ती माहेराहून सासर वरचढ आहे याची खात्री तर करून घेईलच. शेवटी ती माझी मुलगी आहे. लीला, तू माझ्याप्रमाणेच धंदा-व्यवसाय करणारा नवरा बघ आणि वर तो बंगलेवाला आहे, हेही पाहा. तरुण वयातील, धंदा करणारा बंगलेवाला याचा अर्थ तुझ्या सासऱ्यानं भरपूर कमावून बंगला बांधला असणार आणि धंदेवाला याचा अर्थ तुझ्या नवऱ्याकडं धंद्याकरता लागणारा पैसा व धडाडी असणार! बस्स, आणखी काय हवं?''

यावर आई म्हणाली, ''श्रीधर, तू माझ्या मनातील बोललास.''

''याचा अर्थ, तुझ्या लग्नाला श्रीधर व नेहा यांची संमती मिळणं अवघड दिसतं!''

''आजी, मला आई-बाबांच्या परवानगीचं तेवढं महत्त्व वाटत नाही. त्यांचे व माझे निकषच वेगळे आहेत. मी गिरीशशी लग्न करणार म्हणजे करणार— असं म्हटल्यावर आई-बाबा त्रागा करतील, बोलणं सोडतील. 'तू आयुष्य पाहिलं नाहीस, जीवनाचा खडतरपणा तुला माहीत नाही... तू इथं लाडात वाढली आहेस... दिवसातून एक-दोन तास प्रेम छान वाटतं, उरलेले तेवीस तास

भोवती संसार असतो. संसार सुखाचा करायचा तर तेवीस तास पैसा लागतो. एका तासाच्या प्रेमाच्या पेट्रोलवर संसाराची गाडी चोवीस तास चालत नाही' असे शब्दांचे फटकारे मारतील. तरीही शेवटी ते लग्नाला मान्यता देतील. आजी, पण इथं हा गिरीशच आडमुठा आहे; तोच नाही असं म्हणतो! मी आई-बाबांबरोबर कोणाच्या आधारावर भांडू? हा गिरीश असा अवसानघातकी आहे म्हणून सांगू! मला त्याचं तोंड पाहू नये, असं वाटतं."

आजी गंभीर चेहरा करून म्हणाल्या, "लीला, मी तुझं म्हणणं ऐकलं. श्रीधर-नेहाचे विचार तुझ्या तोंडून ऐकले. गिरीश व त्याचे आई-वडील यांचंही म्हणणं मला समजलं. मी मनातल्या मनात विचार करत होते. माझा पूर्वीचा निर्णय मी बदलते. लीला, तू गिरीशबरोबर विवाह करण्याचा विचार सोडून दे. तुझा व गिरीशचा विवाह व्हायला हवा म्हणजे हवाच, असं तुझ्याशिवाय आणखी कोणालाही वाटत नाही. गिरीशचं तुझ्यावरचं प्रेम नि:स्वार्थी आहे. तो तुला स्वर्गातून जमिनीवर ओढू इच्छित नाही. श्रीधर-नेहाला हा विवाह शंभर हिश्शांनी मान्य होणार नाही. त्यांचंही बरोबर आहे. श्रीधरला आजची समृद्धी त्याच्या वडिलांकडून मिळालेली नाही; ती त्यानं स्वत: मिळवली आहे. हां! एक खरं आहे; त्याला बी.कॉम. झाल्यावर इंडिया कन्स्ट्रक्शन कंपनीत नेमिचंद यांनी नोकरीसाठी बोलावून घेतलं तेव्हा ते म्हणाले, 'श्रीधर, तू गोडबोलेसरांचा विद्यार्थी होता. त्याला रहायला जागा नव्हती म्हणून तो आमच्याच घरी रहायचा. त्यानं श्रीधरला खांद्यावर खेळवलं होतं. रोहित मला म्हणाले, "आई, मी तुमच्यासाठी एवढंच करू शकतो. लीला, मला मान्यच केलं पाहिजे की श्रीधरनं आपल्या बुद्धीच्या व कष्टाच्या जोरावर समृद्धी मिळवली आहे. सहज म्हणून सांगते की श्रीधरला कितीतरी ठिकाणी मालाचा पुरवठा करण्याची कामे चढ्या भावाने व पहिल्या पसंतीने मिळतात ते तो गोडबोलेसरांचा मुलगा आहेस. सरांचे माझ्यावर अनंत उपकार आहेत. तुला नोकरी देणं हे माझं कर्तव्य आहे.' पुढं श्रीधरला अमेरिकेच्या ओरिएंटल क्रूझर कंपनीनं सहा महिन्यांच्या अभ्यासक्रमाकरता बोलवून घेतलं. आपल्या प्रॉडक्ट्सची त्याला परिपूर्ण माहिती दिली आणि त्या प्रॉडक्ट्सच्या विक्रीची तीन राज्यांतील एजन्सी त्याला दिली. क्रूझर कंपनीचा उपाध्यक्ष रोहित नलावडे हा गोडबोलेसरांचा मुलगा आहे म्हणून. हा किरकोळ मुद्दा बाजूला ठेव. श्रीधर-नेहा यांना त्यांच्या तोलाचा जावई हवा वाटणं स्वाभाविक आहे. गिरीश त्यांच्याबरोबरीचा नाही. तू तुझा विचार सोडलास तर श्रीधर-नेहा यांना सुंठीवाचून खोकला गेला, असं वाटणार आहे. गिरीशच्या आई-वडिलांनाही तालेवार घरची सून मनातून नकोच असणार. नाही

म्हटलं तरी तुझ्या मनात सासर-माहेर यांची तुलना नेहमी होत राहणार. तू काही तरी वावगं बोलणार. गरिबांनाही स्वाभिमान असतो व त्यांच्याजवळ इतर काही नसल्यानं हा स्वाभिमान थोडा जास्तच धारदार असतो. त्यांना तुझं बोलणं सहन होणार नाही. तू गिरीशशी विवाह न करणं, हे सर्वांच्याच भल्याचं ठरेल.''

आजीचं बोलणं संपल्यावर लीला संतापली, ''आजी, तू माझ्याशी एक शब्द बोलू नकोस. तू तरुणपणी ध्येयवेडी होतीस; पण बाबांच्या ऐश्वर्यानं तू बदलली आहेस! तू मला मदत करशील, असं मला वाटलं होतं. हिमालयकन्या पार्वतीनं स्मशाननिवासी दिगंबर शंकराचा ध्यास घेतला व त्याला आपल्या प्रेमाने व भक्तीनं जिंकून घेतलं— ही कथा तूच मला सांगितली होतीस; आणि आज तूच हे असं बोलतेस? आजी, मला तू मदत करशील याची खात्री होती.''

''तुला माझी खात्री आहे ना? चल मग, मी तुला गिरीश मिळवून देते. मी तुझी परीक्षा घेतली; त्या परीक्षेत तू उतरलीस. बॅगेत तुझे कपडे भर, माझ्या बॅगेत मी माझे कपडे घेते. आताच्या आता आपण गिरीशच्या घरी जायचं आहे. माझ्यावर विश्वास ठेव व घराबाहेर पड.''

मंडलिकांच्या घराची घंटी वाजली. गिरीशनंच दरवाजा उघडला. गिरीशचे अप्पा-माई मागेच उभे होते. दोन खोल्यांच्या घरात सर्व जण तसे नेहमी एकाच खोलीत असतात.

''मी लीला गोडबोलेची आजी. ही माझी नात लीला. माझ्या नातीबाबत गिरीश तुमच्याजवळ काही तरी बोलला असेलच. आम्ही दोघी तुमच्या घरी मुक्कामाला आलो आहोत.'' आजींनी आत प्रवेश घेतला.

अप्पा-माई पाहायलाच लागले. आजींनी गिरीशकडं पाठ केली व थांबवलेलं बोलणं पुढं चालू केलं, ''लीला, यांना नमस्कार कर. लीला व तुमचा मुलगा गिरीश यांचं एकमेकांवर खरंखुरं प्रेम आहे. माझा मुलगा, सून सहा खोल्यांच्या जागेत राहतात; तुमची जागा दोनच खोल्यांची आहे. लीलानं प्रेम केलं तेव्हा तिला तुमच्या दोनच खोल्या आहेत, हे माहीत होतं. गिरीशनं लीलावर प्रेम केलं तेव्हा त्याला मात्र लीला सहा खोल्यांत राहणारी आहे, हे माहीत नव्हतं. लग्नाचा विषय निघाला, गिरीश आमच्या घरी आला व त्यानं लीलाचं मन न पाहता तिच्या वडिलांच्या सहा खोल्याच पाहिल्या! त्यानं माझ्या नातीला सांगितलं की, मी तुझ्याशी लग्न करून तुझ्यावर अन्याय करणार नाही, तुझ्यावर दारिद्र्य लादणार नाही; तू तुझ्या सहा खोल्यांत राहा. तुम्ही मला सांगा, तुमच्या मुलानं लीलावर प्रेम केलं. तिच्या वडिलांच्या घरात खोल्या किती आहेत, हा मुद्दा इथं येतोच कसा? लीला

तुमच्या घरी येताना बरोबर सहा खोल्यांची अडगळ घेऊन येणार नाही. मी स्टँपपेपरवर लिहून देते की, माझी नात तुमच्या घरी आल्यावर तुमची होऊन राहील. ती माहेर विसरेल, माहेरच्या सहा खोल्या विसरेल. लीले, तू मघाशी कोणतं वाक्य म्हणालीस, ते गिरीशला ऐकव. हं— आठवलं. एवढ्या मोठ्या नगाधिराज हिमालयाची कन्या पार्वती पण ती स्मशानात मुक्काम करणाऱ्या शंकराकडं धावली. तिनं वैकुंठाधिपती विष्णूची इच्छा मनात धरली नाही. का? प्रेम, केवळ प्रेम! प्रेमासाठी माझी नात स्वत:च्या आई-वडिलांच्या सहा खोल्या पार विसरते आणि तुमचा मुलगा प्रेम विसरतो, वरती आई-वडिलांच्या श्रीमंतीची शिक्षा माझ्या नातीला देतो— हा काय न्याय झाला? मी अन्याय सहन करणार नाही.''

आजींनी बोलणं संपवलं व त्या दोन खोल्यांच्या जागेत घरभर हिंडल्या. त्यांना प्रशस्त व्हरांडा दिसला. आपली व नातीची बॅग घेऊन त्या व्हरांड्यात दाखल झाल्या. त्यांनी तिथूनच ओरडून सांगितलं. ''लीलाऽऽ अगं, इकडं ये— हा बघ केवढा मोठा, खोलीएवढा व्हरांडा आहे! आपण दोघी इथंच राहू. गिरीशनं लग्न करायचं कबूल केलं तर आपण घरात शिरायचं, नाही तर आपण कायम व्हरांड्यातच मुक्काम ठोकायचा!''

गिरीशचे आई-बाबा गिरीशकडं पाहायला लागले. गिरीश म्हणाला, ''आजी, माझा विरोध कशासाठी आहे, हे तरी ऐका.''

''मला माहीत आहे, लीलालाही माहीत आहे. गिरीश, आजकाल सुस्थित मुली धनवंतांच्या घरी जातात, हे मी सर्वत्र पाहते आहे. मला ते पाहवत नाही, तरीही मला ते पाहावं लागतं. माझं मन कष्टी होतं. हे जग असं पैशाभोवती का फिरायला लागलं आहे? पैशापलीकडे कोणाला काहीच कसं दिसत नाही? रातांधळ्याप्रमाणे हे सारे धनांधळे का बनले आहेत? पण मला अभिमान आहे की, माझी नात याला अपवाद आहे. ती पैशाला जेवढी द्यायची तेवढीच किंमत देते आणि माणसातील गुणांना अनमोल समजते. पैशानं फक्त पोट भरतं, पण मन भारून टाकायचं काम फक्त आपलं, गुणवंत माणूस करतं— हे लीलाला समजलं आहे याचा मला आनंद आहे. तुला केव्हा कळेल याची मी या व्हरांड्यात मुक्काम टाकून वाट पाहत राहणार.''

गिरीश पुढं झाला व म्हणाला, ''आजी, तुमच्या बॅगा द्या आणि तुम्ही अन् लीला घरात या. लग्नानंतर मी अन् लीला व्हरांड्यात मुक्काम टाकू!''

❑❑❑

गाठ

"शेखर, तू बऱ्या बोलानं कबूल कर; हो म्हण. गाठ माझ्याशी आहे. अण्णांच्या व माईंसमोर कच खाऊ नकोस.'' मीनानं शेखरला सरळ-सरळ दम दिला.

शेखरनं ठाम स्वरात गयावया केली, ''मीना, मी तुला आताच सांगून ठेवतो— अण्णा-माईंच्या समोर मी असताना तू हा विषय काढू नकोस; मी माघार घेणार. तसं कशाला? तुझ्यासमोर, आताच मी मागं हटतो. मी तुझ्याबरोबर लग्न करणार नाही. कारण मला अक्कल आहे, वरती मी कृतज्ञ आहे. अण्णा-माईंचे उपकार विसरून मी त्यांच्या मुलीशी लग्न करू?''

''उपकार विसरून का; उपकार स्मरून लग्न कर ना! मुलीचं लग्न म्हणजे आई-वडिलांच्या मागे केवढा मोठा व्याप आणि ताप असतो! अण्णा-माईंनी तुझ्यावर उपकार केले आहेत ना; मग त्या उपकारांची परतफेड म्हणून त्यांच्या मुलीशी लग्न

करणं व त्यांना मुलीच्या लग्नाच्या कटकटीतून सोडवणं, हे तुझं कर्तव्य नाही? माझ्याशी लग्न करायचं नाकारणं, हाच कृतघ्नपणा ठरेल! अण्णा-माईंची मुलगी म्हणजे मी लग्नावाचून राहणार, अण्णा-माई मुलीचं लग्न होत नाही म्हणून दुःखी होणार आणि तू दुसऱ्या कोणाच्या तरी मुलीशी लग्न करणार! आहाहा, काय पण ही कृतज्ञता!''

शेखर मिळमिळीत स्वरात गुरगुरला, ''मीना, मला काय म्हणायचं आहे, हे तुला नीट समजलेलं आहे; तू मुद्दाम वाकड्यात शिरू नकोस. तुझ्याशी लग्न करण्याबाबत खुद्द अण्णा-माईंनी मला विचारलं असतं, तर मी नक्कीच होय म्हणेन. तुझ्यासारख्या हुशार, वरती छान दिसणाऱ्या मुलीला नकार द्यायला मी काय मूर्ख आहे? पण इथं प्रकार उलटा आहे. तू हे लग्न अण्णा-माईंच्यावर लादते आहेस. मीना, तू बी. ए. आहेस. तुला नोकरी आहे. तू घरची सधन आहेस. मी साधा एस. एस. सी. आहे. वरती मी सुस्वाद हे पोळीभाजी केंद्र चालवतो. अण्णा-माईंच्या मदतीमुळं मी उभा आहे. त्यांचा जावई होण्याची माझी पात्रता नाही. तुझ्या लग्नात मी केटरिंगचं कंत्राट मात्र जरूर घेईन. माझी तेवढी— नव्हे, तेवढीच लायकी आहे. मी स्वयंपाकी आहे. स्वयंपाक्यानं कुठपर्यंत धाव घ्यावी याची मला जाण आहे.''

''शेखर, तू स्वयंपाकी नाहीस; तू केटरर आहेस. तू येरागबाळा नाहीस; तू मालक आहेस. तुझा स्वतंत्र व्यवसाय आहे. सहा वर्षांपूर्वी तू स्वयंपाकी होतास, पण गेल्या सहा वर्षांत तू कोठच्या कोठे पोचला आहेस! तुझ्या हाताखाली स्वयंपाकाचे व इतर पदार्थ करणाऱ्या चार स्त्रिया आहेत, तीन नोकर आहेत. तुझी रहदारीच्या मुख्य रस्त्यावर व्यवसायाची जागा आहे.''

''मीना, तू माझी खोटी प्रशंसा करू नकोस. म्हणे, रहदारीच्या रस्त्यावर मी व्यवसायाकरता जागा घेतली आहे! मीना, ही जागा भाड्याची आहे; माझ्या मालकीची नाही. मालक ही जागा मला विकायला तयार आहे, पण ही जागा घेण्याएवढे पैसे माझ्याकडे नाहीत. जागेसाठी लागणारे डिपॉझिटही मी अण्णांकडून घेतलं होतं. माणसानं स्वतःकडं फुकटचा मोठेपणा, कोणी दिला तरी, घेऊ नये.''

''शेखर, लग्नाच्या या विषयावर मी तुझ्याशी पुन्हा बोलणार नाही. मी तुझ्या फायद्याचं सुचवलं आहे. माझ्याशी लग्न केल्यावर अण्णा तुला जागा विकत घेण्याकरता पैसे देतील.''

''मीना, माय गॉड! अगं, हा आर्थिक लाभ माझ्या ध्यानातच आला

नव्हता. तू हे सांगितलंस, ते बरं केलंस.'

"बघ, मी अजून तुझी बायको झालेली नाही, तरीही मी बाहेरून तुला शहाणपण पुरवते आहे. एकदा का तू माझ्याशी लग्न केलंस की, माझं शहाणपण घर-बसल्या चोवीस तास तुझ्या दिमतीला असेल; वर मी धंद्यात मदत करेन!"

"मीना, तू किती बावळट आहेस! तू कोणाचीही बायको होऊ शकणार नाहीस. उपरोध, तिरकसपणा म्हणजे काय, हे तुला स्त्री असूनही माहीत नाही. अगं, बायको व्हायचं म्हणजे हे गुण अंगी पाहिजेतच पाहिजेत; एक वेळ स्वयंपाक आला नाही तरी चालेल! मी उपरोधाने बोललो होतो, ते तुझ्या ध्यानातही आलं नाही. म्हणे, माझं शहाणपण लग्नानंतर चोवीस तास तुमच्या दिमतीला असेल! तुझ्या अण्णा-माईंनी धंदा चालू करताना मला मदत केलीच आहे; आता मी त्यांना काय सांगू? तुमची पदवीधर, सुंदर मुलगी एस. एस. सी. स्वयंपाक्याच्या गळ्यात बांधा, त्यात तुमचा फायदाच फायदा आहे, असं? असं खोटं बोलून मी अण्णा-माईंना फसवणार नाही."

शेखरबरोबर बोलण्यात काहीही अर्थ नाही, हे मीनाला कळून चुकलं. नशीब, आपण दिसायला सुंदर आहोत हे या स्वयंपाक्याच्या नजरेत आहे, हेही तसं खूपच म्हणायचं.

शेखरनं त्याच्या आईकडून दुसऱ्याचं ऐकून घेण्याचा, दुसऱ्याची बाजू समजावून घेण्याचा गुण घ्यायला हवा होता. आपण शारदामावशीकडं कशाही-बाबत बोलायला गेलो, तर त्या ऐकून तर घेतातच; वरती म्हणतात, "मीने, तुझ्या म्हणण्यात चांगलंच तथ्य आहे. लहान वयात तुला एवढं सुचतं व शब्दात मांडता येतं याचंच मला कौतुक वाटतं. शहाणी आहेस तू!"

आई अशी समजूतदार आणि शेखर हा असा आडमुठा. 'विचार करतो', एवढं तरी म्हणावं? पण नाही, विषय निकालात काढून मोकळा!

नऊ वर्षांपूर्वी शेखर अण्णा-माईंच्याकडं सल्ला मागण्याकरता आला होता. शेखरचे वडील अण्णांचे जवळचे मित्र होते. ते वारले. शेखरच्या आईनं, "तुला काय करायचं ते तू कर. पण तू एकदा अण्णांना भेट, त्यांचा विचार घे. ते तुझ्या वडिलांचे जवळचे मित्र आहेत." असे सांगून शेखरला अण्णांकडं पाठवलं होतं. त्या वेळी मीना सहावीत होती.

शेखरनं अण्णांना सांगितलं, "मी एस. एस. सी. झालो आहे. पंचाऐंशी टक्के गुण मिळाले आहेत. पण पुढचं शिक्षण घेणं शक्य नाही. नानांच्या

अखेरच्या आजारीपणात खूप पैसे खर्च झाले. आई म्हणते की, मिळेल ती नोकरी कर. एक तर मला नोकरी करायची नाही. शिवाय एस. एस. सी.- वाल्याला नोकरी अशी काय मिळणार? मला उत्तम स्वयंपाक करता येतो. ही विद्या मी आईकडून घेतली. मला स्वत:ला खाण्याची हौस आहे. मी आईला 'हे कर, ते कर' असं सांगायचो. करताना आईला मी बघायचो, नंतर स्वत: करून पाहायचो आणि काय, आता मी तरबेज झालो आहे. मी आईला म्हटलं की, मी घरगुती पोळी-भाजी केंद्र काढतो, पण आईला माझा हा स्वयंपाक्याचा व्यवसाय पसंत नाही. मी म्हणालो की आई, कोणत्याही व्यवसायात कमीपणा नाही. आई म्हणाली की, तू अण्णांकडं जा, त्यांचा सल्ला घे.''

अण्णा-माईंना शेखरची विचारसरणी आणि धडाडी एकदम पसंत पडली. अण्णा म्हणाले, ''कल्पना उत्तम आहे. वहिनींना मी पटवीन. पण तू तुझं हे केंद्र चालू कुठं करणार?''

''कुठं म्हणजे? घरीच. नाही तरी हे घरगुती पोळी-भाजी केंद्र आहे.''

''शेखर, तुमची राहती जागा एका कोपऱ्याला आहे, दुसऱ्या मजल्यावर आहे. नोकरदार गिऱ्हाइके घाईगर्दीत असतात. वृद्ध गिऱ्हाइकांना दुसऱ्या मजल्यावरचं केंद्र अडचणीचं वाटणार. तुझं केंद्र हे हमरस्त्यावर, तळमजल्यावर हवं. पोळी-भाजीच्या बरोबर इतर पदार्थही ठेव. जागा लहान चालेल; पण ती मोठ्या रस्त्यावर, लोकांच्या सोईची व त्यांच्या डोळ्यांसमोर हवी. पदार्थ तू घरून करून आण. जागेचं तू माझ्यावर सोड. जागा तुला एक वर्षभर फुकट वापरायला मिळेल. वर्षानंतर आपण तुझ्या धंद्याच्या आढावा घेऊ.''

शारदावहिनी चार जणांचं ऐकणाऱ्या होत्या. त्या स्वत: अण्णा-माईंना येऊन भेटल्या. माई म्हणाली, ''शारदा, अगं, तुझा शेखर हा आम्हाला मुलासारखाच आहे. शेखर हा माझा मुलगा असता आणि तो मला पोळी-भाजी केंद्राचं बोलला असता, तर मी त्याला शिकण्याचा आग्रह केला नसता. मी व्यवसायाला उत्तेजन दिलं असतं. माझ्या वडिलांचं गिरगावात हॉटेल होतं. मी हॉटेलवाल्याचीच मुलगी आहे. माझ्या दोन्ही भावांना हॉटेलचा धंदा कमीपणाचा वाटला आणि त्यांनी नोकरी धरली. आज त्यांची परिस्थिती काय आहे? सामान्य. आता दोघांना पश्चात्ताप होतो. पण काय उपयोग? धंदा हा नेहमी वरचा, नोकरी खालची.''

शारदामावशींनी आपला विरोध तत्काळ मागं घेतला. घरी पदार्थ करण्याची जबाबदारी आपल्याकडं घेतली व शेखरला सक्रिया पाठिंबा दिला.

मीनाच्या मनात आलं, माणसानं शारदामावशीप्रमाणे असावं. लवचीक, समजूतदार; नाही तर शेखर! हटवादी, आपलं तेच खरं समजणारा. मीनाला शेखरचा तसा रागच आला होता. पण हा शेवटी शारदामावशीचा मुलगा आहे. तिच्याकडं पाहायचं आणि शेखरला क्षमा करायची! पण कधी तरी मावशीकडं शेखरविरुद्ध तक्रार नोंदवायलाच हवी.

शेखरचं पोळी-भाजी केंद्र चालू झालं आणि जोरात चालू लागलं. वर्षानंतर शेखर अण्णांकडं आला. त्या वेळी मीना सातवीत होती. शेखरनं माहिती दिली, "अण्णा, माझं केंद्र उत्तम चालतं. या वर्षापासून दुकानाचं भाडं मी देईन; तुम्ही देऊ नका. तुम्ही दुकानाकरता डिपॉझिटची रक्कम भरली आहे, ती किती ते सांगा. मी हळूहळू तुमची ती रक्कमही परत करीन. माझ्याकडून तुम्ही त्या रकमेवरचं व्याज घेऊ नका. तुमचं तेवढं ओझं माझ्यावर कायम असू द्या. का, ते विचारा."

"का बाबा? डिपॉझिट तू परत करणार, मात्र व्याजाची रक्कम परत करणार नाहीस, ते का?" अण्णांऐवजी माईंनी विचारलं.

"माई, माझं वय अवघं अठरा आहे आणि माझ्या हातात पैसा खेळायला लागला आहे. तरुण वयात हातात पैसा आला की मोह पडतात, दोन व्यसनं जडतात. मी असा वावगा वागू लागलो की, अण्णांनी माझे कान उपटावेत, अशी माझी इच्छा आहे. अण्णा, तुम्ही तसा प्रयत्न कराल याची मला खात्री आहे. कारण मित्राचा मुलगा वाया जातो आहे, हे तुम्हाला पाहवणार नाही. त्या वेळी मी उद्धटपणे म्हणेन, 'अण्णा, माझ्या पैशाचं मी काहीही करीन. तुम्ही सांगणारे कोण? तुमचे डिपॉझिटचे पैसे मी परत केले आहेत. व्यवहार संपला आहे.' त्या वेळी तुम्ही म्हणाल, 'शेखर, तू डिपॉझिट परत केलंस; पण त्यावरच्या व्याजाचं काय? तुला व्यसनावर पैसे उधळायचे आहेत ना; मग प्रथम माझी व्याजाची रक्कम टाक.' अण्णा, माणसाला पैशाची तहान किती असते, हे मी तुम्हाला काय सांगणार? एवढं नक्की, तुमचे व्याजाचे पैसे परत करायला लागू नयेत, म्हणून मी मुकाट व्यसनं सोडेन. तुमच्या मित्राचा मुलगा मार्गावर येईल."

न राहवून माईंनी शेखरला मिठीत घेतलं आणि त्या म्हणाल्या, "शेखर, एवढ्या लहान वयात केवढं शहाणपणाचं बोलतोस! तुझे नाना असते, तर त्यांना किती बरं वाटलं असतं! माझी खात्री आहे, तू कधीही वावगा म्हणून वागणार नाहीस. तुझं हे बोलणं मला शारदाच्या कानावर घालायला हवं. शारदानं तुझ्यावर चांगले संस्कार केले आहेत."

मीनाला आजही आठवतं. एवढ्या मोठ्या शेखरला माईनं मिठीत घेतलेलं पाहून मीना लाजली होती व तेव्हा म्हणाली होती, ''अय्या! माई एवढ्या मोठ्या शेखरदादाला मिठीत काय घेतेस!''

मीनाला या क्षणी शेखरचा हेवा वाटतो आहे! शारदामावशीसारखी आई लाभणं, हे भाग्यच आहे. नवऱ्याच्या माघारी मावशी अश्रू गाळत बसल्या नाहीत; धीर सोडून खचल्या नाहीत. नानांच्या आजारीपणात मावशींनी त्यांची तन-मन-धनानं सेवा केली. पण ती सेवा काही कामी आली नाही. ल्युकेमिया म्हणजे रक्तपेशींचा कॅन्सर. तो बरा होणार नाही, हे मावशींना माहीत होतं. खुद्द नाना सांगत होते, ''शारदा, माझ्यावर पैसा खर्चू नकोस; त्याचा काही उपयोग नाही. तू तुझे दागिनेही विकलेस. मी जाणार, हे निश्चित आहे. माझ्या माघारी तू अन् शेखर कसे जगाल?''

नाना गेले. नवऱ्याच्या मरणाचं दु:ख करायलाही मावशींना सवड नव्हती. शेखरचं दहावीचं वर्ष होतं. अण्णा हे नानांचे जिवलग मित्र मदत करण्याकरता उतावीळ होते. शारदामावशी म्हणाल्या, ''तुम्ही माझ्या पाठीशी आहात याची मला खात्री आहे. माई मला बहिणीप्रमाणे आहे. ज्या दिवशी माझी चूल अडेल, त्या दिवशी मी तुमच्या घरी येईन. पण मला प्रयत्न करू दे. माझ्याकडं शिवणाचं मशीन आहे, ते मला चालवू द्या.''

दहावीनंतर शेखरनं आपला मार्ग स्वत:च शोधला होता. शेखरचा निर्णय योग्य आहे ना, याची खात्री करून घेण्यासाठी त्यांनी शेखरला अण्णांकडं पाठवलं होतं.

शारदामावशी अशा धीम्या होत्या, समतोल व विचारी होत्या, दुसऱ्याचं ऐकणाऱ्या होत्या, मीनाच्या मनात आलं, 'नाही तर हा शेखर! मला नकार देण्यापूर्वी कमीत कमी मावशींचा तरी विचार घ्यावा. पण नाही! मी कच खाणार म्हणजे कच खाणार, हे असं बोलून राजश्री मोकळे झाले! लढायला धडाडी लागते. कच काय, कोणीही खाईल!'

शेखरच्या व्यवसायाला चार वर्षं पुरी झाली. शेखरनं लगतचं दुकान घ्यायचं ठरवलं. तो अण्णांकडं आला. ''अण्णा, तुमच्या बँकेतून मला पुन्हा मदत हवी. जवळचं दुकान घेणार आहे. डिपॉझिटसाठी मला दीड लाख रुपये कमी पडताहेत. तुम्ही द्याल का? मात्र या डिपॉझिटवर व्याज देणार, डिपॉझिटही हळूहळू तुम्हाला तीनएक वर्षांत परत करीन.''

अण्णा-माईंनी शेखरला वेळोवेळी मदत केली होती. केलेल्या मदतीबद्दल अण्णामाई एकमेकांची पाठ थोपटत होते, ''केशवचा मुलगा एवढा कर्तबगार निघेल, असं वाटलं नव्हतं. वा रे गब्रू! मी नोकरी करणार नाही, व्यवसाय करणार, असं शेखरनं जेव्हा प्रथम ठामपणानं मला सांगितलं; तेव्हाच मी ओळखलं होतं की, हा पोरगा लढाई जिंकणार! आपण वर्षभराच्या जागेची जबाबदारी घेतली, हे उत्तम केलं. त्यामुळं तो एकदम बाजारात आला. बाजारातील स्पर्धेत टिकण्याकरता काय करावं लागतं, हे त्याला समजलं. शारदावहिनी सांगत होत्या, 'शेखर पहाटे पाचला कामाला लागतो आणि रात्री अकराला झोपतो.' शेखर धंद्यात नाव काढणार. नानाचा मुलगा मार्गाला लागला.''

मीनाला अण्णांच्या मित्रप्रेमाचं तसं कौतुक होतं; नाही असं नाही. पण मीनाच्या मनात शारदामावशीला फार वरचं स्थान होतं; मीना लहानपणापासून नानाकाकांच्या घरी जात-येत होती. शेखरला ती शेखरदादा म्हणायची व भाऊबीजेला त्याला ओवाळायची.

शेखरनं व्यवसाय चालू केला आणि मीनानं शेखरला ओवाळणं बंद केलं. शेखर निष्ठापूर्वक लागोपाठ दोन भाऊबीजांना आला होता. शेखर आल्या-आल्या, ''आई, मी आलेच हं—'' असं म्हणून मीना घराबाहेर पडली होती आणि चांगली दोन तास परतली नव्हती. वाट पाहून, कंटाळून शेखर परतला होता.

माई नंतर मीनावर रागावल्या होत्या. त्या वेळी मीनानं स्पष्टपणे सांगितले होतं, ''माई, मी शेखरला ओवाळणार नाही. मला त्याच्याबरोबर भावाचं नातं जोडायला आवडत नाही.''

माईंनी मीनाची झडती घेतली होती— ''का? शेखरला भाऊ मानण्यात तुला कमीपणा वाटतो? त्याचं दुकान अन्नपदार्थांचं आहे, कापडाचं किंवा सोन्याचांदीचं नाही; म्हणून शेखर सामान्य ठरत नाही. तुझं हे चढेलपणाचं वागणं मला मुळीच पसंत नाही. तू ओवाळत नाहीस हे तसं ठीकच आहे, तूच शेखरला बहीण म्हणून शोभणारी नाहीस.''

अण्णांनीही सुनावलं होतं, ''मीना, तुझं वागणं अयोग्य आहे. माझी समृद्धी ही तुझ्याकडे माझी एकुलती एक मुलगी म्हणून येणार आहे. पण या पैशाच्या श्रीमंतीला मी महत्त्व देत नाही. तुझ्याकडं मनाची श्रीमंती नाही— ही माझी खंत मी बोलून दाखवतो.''

मीनानं खाली मान घालून अण्णा-माईंचं बोलणं ऐकून घेतलं होतं. सातवीतल्या मुलीला वर तोंड करून, 'अण्णा-माई, मला शेखर हा नवरा म्हणून

हवा, भाऊ म्हणून नाही.' असं थोडंच बोलता येतं? त्यावर माई कडाडली असती, 'मीने, तू टी. व्ही. पाहणं बंद कर. तुझं हे वय शिकण्याचं आहे; नवरा निवडण्याचं नाही.'

काळ लोटला, शेखर धंद्यात स्थिर झाला. तो मार्गाला लागला, असं अण्णा-माईंना वाटलं. पण मीनाला तसं वाटत नव्हतं. शेखरनं पूर्णपणे मार्गाला लागायला हवं; म्हणजे त्याचं लग्न व्हावं आणि तेही आपल्याशी व्हावं. मीना त्या दृष्टीने विचार करत होती.

मीना बी. ए. झाली. नोकरीला लागली आणि तिच्या लग्नाचा विचार अण्णा-माईंनी चालू केला. मीना तातडीनं शेखरकडं गेली आणि तिनं स्पष्टपणे आपलं मन उघड केलं, ''शेखर, मी तुला भाऊबीजेला ओवाळायचं नाकारलं, या घटनेला किती तरी वर्षं झाली. मी त्या वेळी सातवीत होते. इतकी वर्षं तू माझ्या मनात माझा नवरा म्हणून आहेस. शेखर, मी म्हणते ते तू मुकाट कबूल कर, हो म्हण. मी घरी अण्णा-माईंना तुला मी पसंत आहे, असं सांगणार आहे. अण्णा-माईंच्यासमोर कच खाऊ नकोस. मला तुझ्याशिवाय दुसऱ्या कोणाशीही लग्न करायचं नाही.''

पण मीनाच्या या चढाईचा व आक्रमकतेचा काही उपयोग झाला नाही. मी कच खाणार, हे शेखरनं ठामपणानं सांगून टाकलं आणि वर कच खाऊन दाखवलीही. मीना मग अण्णा-माईंशी त्यांच्या हिताचं बोलली. मीनानं त्यांना समजावलं, ''हातात कळसा आणि गावाला वळसा, असा प्रकार तुम्ही का करताय? मला शेखर पसंत आहे. तो सुस्वभावी आहे, निर्व्यसनी आहे. तो भाऊबीजेला आपल्या घरी येत असे, मी त्या वेळी घरातून निघून जात असे. का? कारण मी शेखरमध्ये माझा नवरा पाहत होते. वडिलांच्या श्रीमंतीमुळे गरीब शेखरशी मी चढेलपणे वागते, अशी तुमची बोलणीही मी सहन केली. त्या वयात मी जे बोलू शकले नाही, ते मी आज बोलते.''

अण्णा म्हणाले, ''मीना, आमचा त्या वेळी उगाचच गैरसमज झाला. मी एकदम सॉरी म्हणतो.''

माई म्हणाल्या, ''तरी मला वाटायचंच की, माझी मीना अशी उद्धटपणे कशी काय वागते? मीच मीनाला समजून घेण्यात अपुरी पडले.''

अण्णा म्हणाले, ''मीना, तुझं मन मला समजलं आहे. तरीही मी शेखरशी याबाबत बोलणार नाही; कारण स्पष्ट आहे. शेखर माझ्या मित्राचा

मुलगा आहे. मी त्याच्याकरता जे काही थोडं केलं, ते माझं कर्तव्य होतं. मात्र दिलेल्या मदतीचा मी असा गैरफायदा उठवणार नाही. शेखरचा स्वभाव मला माहीत आहे. तो नम्र, कृतज्ञ व दुसऱ्याचे मन राखणारा आहे. मी विचारलं तर तो होयच म्हणेल. तुझ्याबरोबर लग्न करणं हे आपलं कर्तव्य, असं तो समजेल व बोहल्यावर चढेल. अशी जबरदस्ती अयोग्य ठरेल. लग्न हा ज्याच्या-त्याच्या आयुष्याचा प्रश्न आहे. शेखरला तू आवडली असतीस, तर त्यानं मला स्पष्टपणे सांगितलं असतं. तो मुलगा आहे; लाजायला मुलगी थोडाच आहे? मदतीच्या बदल्यात जावई पदरात पाडून घेण्याइतपत हलक्या मनाचा मी नाही.''

माईंनी मान डोलावून अण्णांशी सहमती दाखवली.

मीना हतबुद्ध झाली! या दैवलीलेला काय म्हणावं? आपल्याला हवा तो नवरा आपल्या डोळ्यांसमोर आहे, शेखरलाही आपण पसंत आहोत; पण त्याला आपण त्याच्या वरचढ वाटतो! का? तर, आपण त्याच्याहून चार बुकं जास्त शिकलो आहेत, आपले वडील चार पैसे बाळगून आहेत, वरती अन्नपदार्थांचा विक्रेता म्हणजे स्वयंपाकी हे चुकीचं समीकरण त्याच्या मेंदूत घट्ट बसलेलं आहे. शेखर म्हणतो, ''मीना, अण्णांनी आपणहून विचारलं, तर भाग वेगळा!'' अण्णा म्हणतात, ''मी शेखरला विचारणार नाही. दिल्या मदतीची भरपाई म्हणून तू माझा जावई हो, हे मी सांगणार नाही.''

बाई गं! ही कोंडी कशी फुटणार? आपल्याभोवती अडाणी माणसंच कशी काय जमा झाली आहेत? म्हणतात की, लग्न हे ब्रह्मदेवानं वर आधीच ठरवलेलं असतं, फक्त ते साजरं होतं भूलोकीच्या मंगल कार्यालयात. हे जर खरं असेल, तर आता ब्रह्मदेवानंच पुढाकार घेतला पाहिजे. त्याशिवाय शेखर माझा होणं कठीण आहे! देवा, माझ्या मदतीला धाव... मीनानं काकुळतीनं अशी प्रार्थना केली.

परमेश्वरानं मीनाची प्रार्थना ऐकली. आठच दिवस झाले. अण्णा-माई शेखरच्या घरी गेले आणि शारदावहिनींना रीतसर मीनाची पत्रिका व फोटो देऊन आले.

शारदाबाई शेखरला म्हणाल्या, ''शेखर, अण्णा-माई आले होते. मीनाकरता त्यांना तुझं स्थळ पसंत आहे. हुंडा घेणार नाही, लग्न साधेपणानं करायचं, आमच्या घरात धंद्यात सुनेनं लक्ष घालावं अशी आमची इच्छा आहे. वगैरे आपल्या सर्व अपेक्षा मी त्यांना बोलले आहे. मीना मला सून म्हणून पसंत आहे. मी तिला लहानपणापासून पाहते आहे. नम्र, लाघवी आहे. तुझा व्यवसाय तसा स्वयंपाक्याचा आहे. दुसरी कोणाची तरी मुलगी सून म्हणून आणायची आणि तिला

तुझा व्यवसायच मान्य नसेल तर? मी खात्री करून घेतली आहे. मीनाला तुझा व्यवसाय आवडतो, तूही आवडतोस.''

शेखर कशाला नाही म्हणतोय? त्यानं आनंदानं होकाराची मान गदागदा हलवली आणि तो ही शुभवार्ता देण्याकरता मीनाकडं पळाला.

सौ. मीना नेहमी म्हणते, ''आपला हेतू स्वच्छ, शुद्ध व प्रामाणिक असला की, परमेश्वर मदतीला धावतो. माझंच उदाहरण घ्या ना! हां, तसे आपणही आपले पाय हलवायला हवेत. गीतेत भगवंतांनी सांगितलं आहे की, 'तू स्वत: खचू नकोस, तूच स्वत:चा उद्धारकर्ता आहेस, तूच तुझा हितकर्ता आहेस आणि खचलास तर तूच तुझा शत्रूही आहेस.' मी पाय हलवले व शारदामावशीकडं गेले. तिच्या मांडीवर डोकं ठेवून घळाघळा रडले व 'त्यांचा मुलगा शेखर आणि माझे आई-वडील यांच्याकडं दुसऱ्याचं मन जाणून घेण्याची कुवत कशी नाही... ती तुझ्याकडं कशी आहे' हे घडाघडा बोलले. मावशीनं मला समजून घेतलं व ती मला म्हणाली, मला सर्व समजलं आहे. मी पुढचं पाहते.''

मग काय— वरच्या ब्रह्मदेवाच्या मदतीला भूलेकीची माझी समजूतदार शारदामावशी धावली आणि लग्नगाठ बसली की!

ब्रह्मदेवाचा संकल्प प्रत्यक्षात यावा, अशी अण्णा-माई व शारदाबाई यांची केव्हापासूनची इच्छा होती. या साऱ्यांनी शेखरबरोबर चर्चाही केली होती. शेखरला पत्नी म्हणून मीना हवीच होती. भाऊबीजेला आपल्याला ओवाळण्याचं मीना टाळते, हे शेखरच्या ध्यानी आलं होतं. यातून सोईचा अर्थ काढून शेखरचं दुसरं व्यवहारी मन जमिनीला घट्ट धरून होतं. त्यामुळं त्यानं आईला सांगितलं होतं— ''आई, तू किंवा अण्णा-माई यांनी हा विषय मीनाकडे काढू नये. मी एस. एस. सी. आहे, मीना संपन्न घरातील आहे— ही वस्तुस्थिती मला कशी विसरता येईल? तुम्ही सर्वांनी थोडा धीर धरा. लग्न मीनावर लादू नका. जरा थांबू, मीना काय करते ते पाहू आणि मग निर्णय घेऊ.''

मीना काय करते, ते सर्वांनी पाहिलं आणि मग मीनाला कळू न देता, मीनाला हवा तो निर्णय साऱ्यांनी घेतला. न घेऊन काय करतील? गाठ मीनाशी होती आणि वरती ब्रह्मदेवानं गाठ मारली होती!

◻◻◻

खात्रीचा उपाय

"वरची, जबाबदारीची जागा मिळाली आहे. पगार वाढणार आहे. ही जागा स्वीकारली, तर काही वर्षांत आणखी वरचं पद मिळेल. आणखी पगार वाढेल. काय करू?'' प्रमोदनं विचारलं.

"बाई गं, केवढा अवघड प्रश्न विचारला आहेस तू? हा काय प्रश्न झाला? वरची जागा मिळाली की, ती विचार न करता स्वीकारायची. तुझी अडचण काय आहे? नवी जबाबदारी स्वीकारल्यावर तुझं काम वाढेल, तू मला घरकामात काही म्हणजे काही मदत देऊ शकणार नाहीस— हेच तू मला सांगणार असशील, तर ते सांगू नकोस. सध्या तू मला काय मदत करतोस? काही नाही.''

"पूर्णिमा, प्रश्न चेष्टेवारी नेऊ नकोस; प्रश्न गंभीर आहे. कारण माझी वरची नवी जागा फिरतीची आहे. मी रिजनल ऑफिसर म्हणजे विभाग अधिकारी होणार आहे. धुळे-नाशिक-

पुणे-सातारा-कोल्हापूर हा सारा भाग माझ्या अखत्यारीत येणार आहे. या भागात आज आमचे दोन हजार प्रतिनिधी म्हणजे विक्रेते आहेत. त्यांची संख्या मला सात हजारांपर्यंत पोचवायची आहे. माल साठवण्यासाठी नवे डेपो स्थापन करायचे आहेत. मुख्य म्हणजे, आम्हाला खेड्यापाड्यांपर्यंत वैद्यकीय उपकरणं व वेगवेगळ्या औषध कंपन्यांची स्वस्त व गुणकारी औषधं पोचवायची आहेत. महिन्यातून वीस दिवस मी घरी नसेन.''

''फिरतीची नोकरी आहे, म्हणून विचारात पडला आहेस तर!''

''म्हणूनच तर विचारात पडलो आहे, या जागेवर पाच वर्षं काम केलं तर मी पुन्हा हेड-ऑफिसला येईन. पगार दुप्पट होणार आहे. फिरती आहे; पण कार, ड्रायव्हर मिळणार आहे.''

''पगार दुप्पट होणार आहे? म्हणजे आपल्याला मोठी चार-पाच खोल्यांची जागा बऱ्या वस्तीत विकत घेता येईल. होय ना?''

''हो.''

''पण नोकरी फिरतीची आहे, म्हणजे महिन्यातून वीस दिवस तू माझ्याजवळ नसणार.''

''महिन्यातून वीस दिवस कमीत कमी आणि तेही पाच वर्षे.''

''प्रमोद, खरं सांग— तू माझ्याशिवाय राहू शकशील?''

''नाही. अवघड जाईल. पण तू माझी समजूत घालशील, तर मी पटवून घेईन व बढती स्वीकारीन. तू व शिरीष यांच्या सुखासाठी मी तुम्हा दोघांचे विरह सोसेन. वीस दिवस म्हणजे सलग वीस दिवस नाहीत. एका आठवड्यानंतर तीन दिवस मी घरी येईन. माझा कार्यक्रम मीच आखणार आहे. मी तो तुझ्या सोईनं ठरवेन. पगाराव्यतिरिक्त भत्ते मिळतील, ते वेगळेच. पण भत्ते माझ्यावरच खर्च होतील. ते तुझ्यापर्यंत पोचणार नाहीत.''

''खरं सांगू? तूच निर्णय घे. तू घेशील तो निर्णय मला मान्य असेल, पण दर आठवड्यानंतर तीन दिवस घरी ये. मी आणि शिरीष तुझी वाट पाहत असू. पण तुलाच घरापासून दूर राहायचं नसेल, तर तू वरची जागा नाकार. फक्त माझ्याकरता व शिरीषकरता तू काहीही करू नकोस. तू आपल्या तिघांचा विचार कर.''

प्रमोदनं फिरतीची बढती विचारपूर्वक स्वीकारली. प्रमोद सखदेव हे रिजनल ऑफिसर वर्षभर फिरतीच्या नोकरीवर आहेत. त्यांचा पगार दुप्पट झाला आहे. 'एक आठवडा फिरती, तीन दिवस घरी' हा क्रम मात्र त्यांना पाळता येत नाही.

प्रमोद सखदेवांनी आपल्या बोलक्या स्वभावातून खूप मित्र जोडले आहेत. त्यांनी काम वाढवलं. एका वर्षांत त्यांना जास्तीचे पाचशे विक्रेते भरती करावेच लागले. खेड्यापाड्यांत औषधं पोचवण्याकरता प्रमोदनं वेगळी वाट शोधली.

नवे विक्रेते नेमताना त्यानं गावचे सरपंच व लोकप्रतिनिधी यांच्याशी चर्चा केली. प्रमोदनं आपलं म्हणणं थेट मांडलं, "तुमच्या गावात आम्ही खात्रीची औषध पुरवू. ती स्वस्तही पुरवू. मात्र या औषधांच्या विक्रीत तुम्ही तुमची टक्केवारी ठेवणार असाल, तर औषधांचं मूल्य वाढेल. तुम्ही नागरिकांच्या आरोग्यापेक्षा तुमची टक्केवारी जपणार असाल, तर आमच्याहून जास्त टक्केवारी देणाऱ्या कंपन्या पुढं येतील. त्या कंपन्या तुम्हाला जास्त टक्केवारी देतील, पण महागडी औषधे तुमच्या गळ्यात बांधतील. काय नेम— भेसळीची औषधं तुमच्या नकळत गावात पोचतील. भेसळीची औषधे उद्या तुमच्या मुलाबाळांच्या जिवावर बेततील. मी एक मध्यममार्ग सुचवतो. त्या मार्गानं तुम्हाला तुमच्या घरी कायमची टक्केवारी मिळत राहील. आमच्या कंपनीकरता आम्हाला विक्रेते हवेत, गोडाऊनकरता जागा हवी. गोडाऊनच्या देखरेखीकरता, स्वच्छतेकरता, रखवालीकरता माणसं हवीत. ही सारी मंडळी मी तुमच्याकडून कंत्राटी पद्धतीवर घेईन. कंत्राटी पद्धतीवर का, तर तुमच्या ग्रामपंचायतीच्या दर तीन वर्षांनी निवडणुका होतात. नवीन पक्ष निवडून आला तर त्या पक्षाचे पुढारी म्हणणार, आता आमचे विक्रेते घ्या, आमचं गोडाऊन भाड्यानं घ्या. तसं म्हणाल तर हा व्यवहार टक्केवारीचाच आहे. पण या पद्धतीत तुम्हाला एकाच वेळी पूर्ण कोंबडी कापून खायला मिळणार नाही, मात्र अंड्यांची तरतूद आहे व ती कायमची आहे. यात माझ्या कंपनीचाही स्वार्थ व फायदा आहे. आमचा माल तुमच्या व जवळच्या गावांतून वापरला जाणार. माल चांगला असला, औषधं गुणकारी ठरली; तर आमचा खप वाढेल. खप वाढला तर आम्हाला मोठं गोडाऊन लागेल, विक्रेते वाढतील आणि नकळत तुमची टक्केवारीही वाढेल. आमची कंपनी फक्त विक्रेती आहे. आमचा भर नुसती विक्री वाढवण्यावर नाही, चांगल्या औषधांची विक्री वाढवण्यावर असेल. मी थोडं पुढं जाऊन असं म्हणेन की, गावाचं आरोग्य सुधारलं आणि त्यामुळे आमच्या औषधांचा खप कमी झाला तरी चालेल. गावाचं आरोग्य सुधारण्याच्या ज्या योजना असतील, त्यांतही आमची कंपनी सहभागी होईल."

गावागावांतील प्रतिष्ठितांना, पुढाऱ्यांना सखदेवांचं म्हणणं व्यवहारी वाटलं, हिताचं वाटलं व त्यामुळं पटलं. सखदेव गावच्या शाळांतून कंपनीतर्फे निबंध, वक्तृत्व व क्रीडास्पर्धा आयोजित करत. निबंधाचे व वक्तृत्वाचे विषय आरोग्याशी

निगडित असत. गावात शासनातर्फे दुष्काळी योजना, रोजगार हमी योजना या अंतर्गत रस्तेबांधणी, पाझरतलाव बांधणे, गावतळे निर्माण करणे— अशी कामे घेतली जात. अशा कामांना सखदेव अवश्यमेव भेट देत. या ठिकाणी मजुरांचे आरोग्याचे किरकोळ पण अनंत प्रश्न असत. सखदेव औषधांचं महत्त्व पटवत, औषधे उधारीवर देण्याची व्यवस्था करत. उधारीचे पैसे निश्चितपणे वसूल होत, कारण सखदेवांच्या कंपनीची नोकरमाणसं ही गावचीच मंडळी होती.

एकूण, सखदेवांनी कंपनीचा उत्तम जम बसवला. डॉक्टरांनी औषधे सुचवली तर रोगी विचारीत, ''ही औषधे सखदेवांची कंपनी विकत नाही. तुम्ही दुसरी औषधं सुचवा, सखदेवांच्याकडे मिळणारी हवीत.'' सखदेवांचं हेडऑफिस त्यांच्यावर खूश होतं, कारण औषधांची विक्री वाढलेली त्यांना दिसत होती. शाखा वाढल्या होत्या. मुख्य म्हणजे कंपनीचा लौकिक वाढला होता. मात्र घरच्या आघाडीवर आपण बरंच काही गमावलं आहे, हे प्रमोदच्या ध्यानी आलं होतं. तो महिन्यातून आठ दिवस घरी असे. घरी असे म्हणजे पूर्ण वेळ घरी असे, असं नाही. त्याला रोज हेड ऑफिसवर चार तास तरी जावंच लागे. पण तो लवकर परत येई, रात्रीच्या जेवणाला असे. सकाळी तो शिरीषच्या भोवती-भोवती करे. पण आपलं व आपल्या मुलाचं पूर्वीएवढं सख्य नाही, हे प्रमोद समजून चुकला होता. जे प्रमोदला समजलं होतं, ते पूर्णिमाच्याही ध्यानी आलं होतं. आपण घरी नसतो, आपण शिरीषकरता रोज वेळ देऊ शकत नाही, याबद्दलचा एक प्रकारचा अपराधी भाव प्रमोदच्या मनात असे. त्यामुळे तो घरी परतताना शिरीषकरता चार नाही तर दहा गोष्टी घेऊन येई. खाण्याचे पदार्थ, चित्रांची पुस्तके, यंत्रखेळणी, कपडे अशा वस्तू प्रमोद दर खेपेला आणत असे. पूर्णिमा म्हणे, ''सगळं घर शिरीषच्या वस्तूंनी भरून गेलं आहे आणि तू थोडाच वर्षा-सहा महिन्यांनी येतोस? दर आठ-दहा दिवसांनी तुझी फेरी असते!''

''असू दे गं. मला शिरीष दहा दिवसांनी दिसतो. त्याला केव्हा भेटतो, असं होऊन जातं. मी आलो की शिरीष, त्याच्या वस्तू आणि मी! त्याच्याबरोबर खेळताना मला केवढा आनंद मिळतो!''

प्रमोद यायचा आणि शिरीषचा ताबा घ्यायचा. ''शिरीष, मी नसताना तू अन् आईनं काय काय केलं? आईनं तुझ्याकरता खायला काय काय केलं होतं? तू बालवाडीत काय शिकलास? तुझी कोणती खेळणी मोडली आहेत, ते सांग. मी संध्याकाळी नवीन आणीन. तू व मी आज एकत्र जेवायचं. मी तुला भात कालवून देईन. रात्री मी तुला गोष्ट सांगेन. एक नाही; दोन, तीन. तू गोष्ट ऐकता-

ऐकता झोपून जा. मज्जा येईल. रात्री घरी जेवायचं का बाहेर हॉटेलात? तुला आइस्क्रीम आवडतं, ते खाऊ.''

प्रमोदला असं शिरीषच्या भोवती-भोवती वावरताना पाहणं पूर्णिमाला सुखकारक होई. त्याचबरोबर शिरीष प्रमोदजवळ रमत नाही, तो कंटाळलेला वाटतो, हेही पूर्णिमाच्या ध्यानी आलं होतं. पूर्णिमा म्हणे, ''प्रमोद, काही तरी गोंधळ झाला आहे. एरवी शिरीष ठीक असतो, आनंदात असतो; पण तू आलास की तो अबोल होतो. तो तुझ्याबरोबर असतो, तू म्हणशील त्याप्रमाणे वागतो, तुझ्याबरोबर तो खेळतो, तू त्याला कारमधून हिंडवून आणतोस. तो तुझ्याजवळ कारमध्ये बसतो, पण मनानं तो तुझ्याबरोबर नसतो. तू आलास की शिरीष मला विचारतो, 'बाबा किती दिवस राहणार आहेत?' तीन दिवस असं मी म्हणाले की तो म्हणतो, 'तीन दिवस? बाप रे!' मी त्यावर म्हणते, 'शिरीष, तीन दिवस म्हणजे खूपच कमी झाले नाही? पण काय करणार? बाबांची नोकरीच फिरतीची आहे. त्यांना किती तरी गावांना जावं लागतं. सवड मिळाली की ते इकडं धावतात— माझ्यासाठी व तुझ्यासाठी, माझ्यापेक्षा तुझ्यासाठी जास्त! मी त्यांच्याशी फोनवर बोलते. बाबा फोनवर तुझी व माझी चौकशी करतात, पण त्यांचं तेवढ्यावर समाधान होत नाही.''

एवढं बोलून पूर्णिमा थांबली. शिरीषचं पुढचं बोलणं तिनं मुद्दामच प्रमोदला सांगितलं नाही. शिरीष सहजपणे म्हणाला होता, ''आई, बाबांना सांग ना, एवढी धावपळ करून कशाला येता? आपण दोघेच असताना किती मजेत असतो! बाबा महिन्यातून एकदा आले तरी चालेल.''

शिरीषचं हे बोलणं ऐकून पूर्णिमा दचकली होती. सहा वर्षांच्या शिरीषला वडिलांविषयी ओढ का नाही— प्रमोद हा एवढा प्रेमळ पिता असूनही? प्रमोदचा महिन्यातील फक्त आठ दिवसांचा सहवास तिला अपुरा वाटत होता. तिला प्रमोद रोज घरी हवा होता. प्रमोदनं सारखं जवळ बसावं, सतत बोलावं, तिच्याकरता त्यानं काही खास करावं— अशी पूर्णिमाची अपेक्षा नव्हती. पण प्रमोद घरात वावरतो आहे... त्याचं बोलणं, त्याची हालचाल आपल्या कानाडोळ्यांना जाणवते आहे... त्याला त्याच्या काही वस्तू सापडत नाहीत म्हणून तो आत येऊन चौकशी करतो आहे... स्वयंपाकातील हा पदार्थ आवडतो, तो आवडला नाही असं काही म्हणतो आहे... त्याच्या चार वस्तू बाजारातून आणण्याबाबतची त्याची मागणी तो नोंदवतो आहे— असं काही तरी रोज घडायला हवं. टीव्हीवरचा काही खास कार्यक्रम पाहण्यासाठी तो बाहेरच्या खोलीतून ओरडे, ''पूर्णिमा, गॅस बंद

कर आणि ताबडतोब बाहेर ये. साबणाची ही नवी जाहिरात गंमतदार आहे. साबण अंगाला लावताना साबणाच्या फेसाचा स्पर्श हा युवतीच्या हाताचाच स्पर्श आहे, असं या युवकाला वाटतं आहे! युवतीच्या बोटातील अंगठी अगदी तुझ्या अंगठीसारखी आहे.'' आपण बाहेर धावतो, जाहिरात पाहतो, पुन्हा आत जातो. म्हटलं तर तसं काही फारसं घडत नसतं, पण हे असं न घडणं रोज घडायला हवं. आपण व प्रमोद यामुळं सतत जवळ येत असतो. छान वाटतं. आपण कढी करतो. कढीत काही कमी आहे असं आपल्याला वाटतं; काय ते समजत नाही. थोडं मीठ टाकावं का साखर टाकावी? आपण हाक मारतो, ''प्रमोद, ही कढी पिऊन बघ— ती बरोबर झाली आहे का?'' प्रमोद अर्धी वाटी कढी पितो व म्हणतो, ''मस्त झाली आहे. आणखी वाटीभर दे!'' प्रमोद वाटीभर कढी पितो आणि आपण तृप्त होतो!

रात्री जेवल्यानंतर प्रमोद म्हणतो, ''चल बाहेर जाऊ. आइस्क्रीम खाऊ.'' आपण म्हणतो, ''नको रे बाबा, मला कंटाळा आला आहे. तू जा अन् खाऊन ये.'' प्रमोद बाहेर जातो आणि भरपूर घेऊन येतो व म्हणतो, ''खाताना बरोबर तू हवीस, शिरीष हवा; मगच खाण्यात गोडी, म्हणून घेऊन आलो आहे. तुला कोणतं हवं आहे? चार तऱ्हा आणल्या आहेत.'' खाता-खाता प्रमोद म्हणतो, ''तुला एक गंमत दाखवतो.'' तो एक चमचा झोपलेल्या शिरीषच्या ओठाला लावतो. शिरीष झोपेत मटामटा खातो, मग आपण ओरडतो, ''आता त्याचे दात किडतील. कशाला त्याला देतोस? त्याचं फ्रीजमध्ये ठेवते. आण इकडं. तो उद्या खाईल.'' प्रमोद गोरामोरा होतो, ''सॉरी, माझ्या ध्यानातच आलं नाही. तू त्याला हळूच जागं कर आणि चार चुळा करायला लाव. तुला ते जमतं.''

असे किती प्रसंग रोज घडत असतात. अशा प्रसंगांतून शिरीषला अन् आपल्याला प्रमोद मिळतो. हे प्रसंग मुद्दाम निर्माण केलेले नसतात; ते घडत असतात. अशा प्रसंगांतून सहवाससुखाचे थेंब-थेंब टपकत असतात. या बढतीमुळं प्रमोदला आपण पारखे अन् आपल्याला प्रमोद पारखा झाला आहे. पुढचं वैभव पाहायचं व आजची उणीव सोसायची.

प्रमोद आला की तो आपल्यासाठी व शिरीषकरता जास्तीत जास्त वेळ देतो. मुक्कामाच्या त्या तीन-चार दिवसांत तो आपल्याला स्वयंपाक असा करूच देत नाही; आपण बाहेरच जेवू किंवा पदार्थ घरी मागवू, असं म्हणतो. पदार्थ मागवताना आपल्याला व शिरीषला काय हवं याची चौकशी करतो. तो जास्त करून शिरीषभोवतीच असतो. शिरीष झोपल्यावर तो आपल्याला मिळतो. पण प्रमोद असा तीनच दिवस असतो, पुढचे आठ-दहा दिवस नसतो. मात्र असण्याचा आनंद हा नसण्याच्या

दु:खाची मुळीच भरपाई करत नाही. वेलीवर दिवसातून अधूनमधून पाण्याचे किरकोळ शिंपण केलं की वेल किती सतेज व टवटवीत राहते! पण दोन-तीन दिवस पाणी न घालता, एखादे दिवशी पाण्याच्या जोरदार फवाऱ्याखाली वेल घुसळून काढली तर? पाणी मिळालं नाही, अशी तक्रार वेल कायदेशीरपणे करू शकणार नाही; पण एकदाच धो-धो मिळणारं सुख हे रोजच्या थेंबाथेंबाच्या सुखाएवढं लज्जतदार नाही, हे वेलीच्या मनात येणारच! पण आपण समजून घेतो. प्रमोदनं नोकरीचं हे त्रांगडं आपल्याकरताच पत्करलं आहे. वर्ष तर गेलं. अशीच आणखी चार वर्षं जातील... काय— चार वर्षं? चार? आणखी चार? जातील का अंगावर येतील? कोणास ठाऊक, पण आपण निभावून न्यायला हवं. सैनिकांच्या बायका आयुष्यभर जे पेलतात, ते आपल्याला चारच वर्षं तर पेलायचं आहे! पण या चार वर्षांत शिरीष कोमेजून तर जाणार नाही ना?

पूर्णिमानं आपलं मन प्रमोदजवळ उघडं केलं, "शिरीष तुझ्यापासून दूर तर जाणार नाही ना?" आपण शिरीषच्या जवळ जाण्याचा प्रयत्न करतो, पण शिरीष आपल्याजवळ असतो का?— प्रमोद हाच प्रश्न स्वत:ला विचारत होता.

प्रमोदनं दहाव्या वेळी पूर्णिमाला विचारलं— त्याच्या गैरहजेरीत पूर्णिमा शिरीषशी कशी वागते? शिरीष कसा वागतो? तो कंटाळलेला वाटतो का? तो बालवाडीत जातो ना? बालवाडीत तो पूर्वीप्रमाणेच आनंदात असतो, का वडील नाहीत म्हणून घुमा राहतो? त्याच्या खाण्यात काही बदल झाला आहे का? प्रमोदच्या या सर्व प्रश्नांना पूर्णिमानं ठामपणानं एकच उत्तर दिलं होतं— प्रमोद नसताना शिरीष पूर्ण आनंदात, खूप मजेत असतो. वडील नाहीत म्हणून दुर्मुखलेला वगैरे मुळीच नसतो. मात्र...मात्र... असं बोलून पूर्णिमा थांबली.

"मात्र... मात्रच्या पुढं काय, ते बोल ना!"

"प्रमोद, तू येतोस... येताना शिरीषकरता किती तरी वस्तू घेऊन येतोस. तीन-चार दिवस तू त्याच्याबरोबर असतो. शिरीष माझाच मुलगा आहे, तरी पण मला त्याचा हेवा वाटतो. तू माझ्यासाठी येतोस त्यापेक्षा तू शिरीष करता येतोस, असं मला वाटतं."

"उगाच काही तरी तिरकस बोलू नकोस. मी शिरीषकरता येतो, तसाच मी तुझ्याकरता नाही; तुझ्या-माझ्याकरताही येतो, हे काय तुला कळत नसेल?"

"चल, चावटपणाचं बोलू नकोस."

"पूर्णिमा, तू मला समजून घेशील याची मला खात्री आहे. मी फिरतीच्या नोकरीचा निर्णय तुझ्याशी चर्चा करूनच घेतला होता. पाच वर्षांनंतरच आपली

आर्थिक स्थिती खूप सुधारणार आहे. मुख्य म्हणजे, या खुराड्याच्या घरातून आपण मोठ्या घरात जाणार आहोत. आता काही मिळवायचं तर काही गमावणं आलंच. आपण दोघं समजुतीनं काही गमवायला तयार आहोत; पण मी शिरीषला गमवायला तयार नाही. सहा वर्षांच्या मुलाला, आपल्याला पूर्वीप्रमाणे वडील मिळत नाहीत, अशी बोच असणार. शिरीषनं तुझ्या-माझ्याप्रमाणे समजूतदारपणा दाखवावा, अशी अपेक्षा थोडीच करता येते? मी प्रत्येक वेळी मनात हा विचार घेऊन येतो आणि जास्तीतजास्त वेळ शिरीषला द्यायचा, असं ठरवून मी त्याप्रमाणे वागतो. तीन दिवस मी शिरीषला व्यापून टाकतो म्हण ना! माझं नसणं शिरीषला जाणवू नये, अशी माझी इच्छा असते. मी नसतो त्या वेळी तो आनंदात असतो, हे छानच आहे. याचा अर्थ मी नसतो, हे त्याला खुपत नाही. हेच तर व्हायला हवं. पण मी येतो तेव्हा त्याला दुप्पट आनंद व्हायला हवा.''

"...आणि तेच तर होत नाही! तू आलास की मी आतून-बाहेरून मोहरून निघते. प्रमोद, तुझ्या एक लक्षात आलं आहे का? तू आलास की तुझ्याकरता म्हणून मी एकही काम शिल्लक ठेवत नाही. सर्व बिलं भरून टाकलेली असतात. घरातील सर्व दुरुस्त्या वेळच्या वेळी मी करून घेतलेल्या असतात. तू हेड ऑफिसला जातोस— बस्स, तेवढंच तुझं काम. घरी तुझ्याकरता दोनच विषय— एक शिरीष व दुसरा मी.''

"माझ्या ते लक्षात आलेलं आहे. माझ्या गैरहजेरीत तू सर्व छान सांभाळतेस. त्यामुळं तर मी निर्धास्तपणे नोकरीत रमतो. शिरीषचीच चिंता माझ्या मनात आहे. ही फिरतीची नोकरी नव्हती, तेव्हा मी शिरीषकरता असा खास वेळ देऊ शकत नव्हतो; देतही नव्हतो. त्या वेळी शिरीष मजेत असायचा. आता मी त्याच्याकरता मुद्दाम वेळ काढतो; तर हे राजश्री घुमे, अबोल व हरवलेले असतात. पूर्णिमा, यावर तू काही तरी मार्ग काढ. मीही विचार करतो. मी नसताना आनंदात व मजेत असणारा शिरीष मी आल्यावर सतत त्याच्याबरोबर राहूनही... त्याला जे-जे पाहिजे, ते करायला मी तयार आहे.''

जे प्रमोदला कळत नव्हतं, ते पूर्णिमालाही कळत नव्हतं. बाबा आल्यावर शिरीष का अवघडतो? प्रमोद जास्तीत जास्त वेळ शिरीषबरोबर घालवतो, त्याच्याबरोबर खेळतो, त्याला फिरायला घेऊन जातो, त्याला हे खायचं का, ते प्यायचं का, पाळण्यात बसायचं का घोड्यावरून रपेट करायची— असे प्रश्न पुन: पुन्हा विचारतो; पण शिरीष प्रसन्न नसतो. का?

...प्रमोद घरचा तीन दिवसांचा मुक्काम संपवून फिरतीच्या कामावर हजर झाला. ऑफिसात गेल्या-गेल्या त्याला सुपरवायझर मोकाशींकडून समजलं की, गावच्या जत्रेत मोकाट सुटलेल्या वळूमुळे पळापळ झाली. चेंगराचेंगरी घडली. या चेंगराचेंगरीत श्रीपती हा पाच वर्षांचा मुलगा सापडला. त्याचा पाय फ्रॅक्चर झाला. तो सरकारी इस्पितळात आहे.

''असं? तर मग आपण प्रथम तिकडं इस्पितळात जाऊ. श्रीपतीच्या घरच्यांना काही मदत हवी असेल, तर ती आपण कंपनीतर्फे देऊ.'' प्रमोद मोकाशींना घेऊन इस्पितळात गेला. श्रीपती इस्पितळाच्या कॉटवर प्लॅस्टरमध्ये अडकलेला पाय सांभाळत मजेत खेळत होता. त्याच्याभोवती त्याच्याच वयाची चार पोरं होती. श्रीपती व त्याचे सवंगडी शेंगा-गूळ यांचा समाचार घेत हसत— खिदळत होते.

प्रमोदसाहेबांनी श्रीपतीची चौकशी केली. त्याची काहीच तक्रार नव्हती. पाय दुखत नव्हता. तो खेळगड्यांबरोबर मजेत होता.

प्रमोदसाहेबांनी विचारलं, ''श्रीपती, तुझे आई-बाबा कुठं आहेत?''

''बाबा आलाय, समोरच्या बाकावर बसलाय.'' श्रीपतीनं आपलं चिमुकलं बोट त्या बाजूला नेलं. प्रमोद श्रीपतीच्या वडिलांजवळ गेला. श्रीपतीचे वडील दोन कोसांवरच्या खेड्यात राहत होते. त्यांच्या घरची मंडळी जत्रेला आली होती. ''नशीब बरं, म्हणून इस्पितळ जवळच होतं. आता पोराचा पाय ठीक आहे. परवाला शिरपाला घेऊन गावी जाणार. प्लॅस्टर काढायला डॉक्टर सांगतील, तेव्हा त्याला घेऊन येईन. पाय फ्रॅक्चर झाला आणि नंतर शिरपाला ताप आला, म्हणून इस्पितळातील मुक्काम आठ दिवसांचा झाला.'' श्रीपतीच्या वडिलांनी माहिती दिली.

''तुमच्या श्रीपतीचं कौतुक करायला हवं. त्याच्यावर आजारीपणाचं काहीच दडपण दिसत नाही. शाबास आहे त्याची!''

''रोज सकाळी मी गाडी जोडतो. त्याचे चार मैतर गाडीत घालतो. त्यांना घेऊन इथं येतो. दिवसभर शिरपती मैतरांबरोबर खेळतो, भाकरी खातो, मजा करतो. त्याची आई रोज सर्वांसाठी गुळाचा सांजा करून पाठवते. संध्याकाळ झाली की त्याच्या मैतरांना घेऊन परत जातो.''

''आणि रात्री? श्रीपती एकटा असतो?''

''रात्री? पोरगा इस्पितळाच गप्प-गाढ झोपतो. झोपायला गादी आहे. डॉक्टर, नर्स हे आहेतच की! आणि रोज तुमचे मोकाशीसाहेब फेरी मारतातच.''

प्रमोदसाहेबांनी मोकाशींकडं कौतुकानं पाहिलं. दत्ताराम मोकाशी सुखावले.

"तुम्ही रोज श्रीपतीच्या मित्रांना का म्हणून घेऊन येता?"

"यायलाच पाहिजे. रोज चार नवी पोरं पकडतो. शिरपा पाच वर्षांचा आहे. तो माझ्याजवळ थोडा रमेल? गावात दिवसभर शिरपा त्याच्या मैतरांबरोबरच तर असतो. त्याचं मन इस्पितळात कसं रमणार? कारभारीण शिरपाला आणि त्यांच्या मैतरांना पुरेल एवढे खाण्याचे प्रकार देते. मी शेतावरचा सोलाणा, शेंगा, गूळ, ऊस हे पदार्थ घेतो. ही पोरं म्हणजे वानरंच. दिवसभर मजेत खेळतात, खातात, चैन करतात!"

"असं करण्यापेक्षा तुम्हीच दिवसभर त्याच्याजवळ थांबलात, खेळलात; त्याला तुमच्या हातानं भरवलंत, तर श्रीपतीला जास्त बरं वाटेल. एवढे मित्र कशाला जमवता?"

प्रमोदसाहेबांनी विचारपूर्वक हा उपाय मांडला. त्यांना श्रीपतीच्या बाबांचं मत हवं होतं.

श्रीपतीचे वडील म्हणाले, "खुळं का येडं? पोर पोरांतच रमणार. माझ्या एकट्याच्यानं होण्यासारखं असतं, तर मी एवढा व्याप काय म्हणून केला असता? गावची पोरं इस्पितळात यायला तयार नसतात. त्यांची मर्जी सांभाळून आणि खाण्याच्या पदार्थांची ओढ लावून त्यांना घेऊन येतो. शिरपा पोरात रमतो, पोरं-पोरं मजा करतात. पोरं आपल्यात कशी रमतील?"

"मजा करतात, म्हणजे काय करतात?"

"मला विचाराल तर पोरं काय करतात, हे मला उमगत नाही. मी लांबून बघत असतो. मध्येच केव्हा तरी शिरपा मला हाक मारतो. मी जातो, काहीबाही बोलतो आणि बाकावर येऊन बसतो. मी इथं बाकड्यावर बसून कंटाळतो, पण ही पोरं मात्र खुशीत असतात. काय बोलतात, काय करतात— हे त्यांनाच माहीत!"

प्रमोदसाहेबांच्या डोक्यात प्रकाश पडला. पोरं पोरांत रमतात. त्यांना ऊठसूट आई-बाप नको असतात. म्हणजे आपला शिरीषही त्याच्या मित्रांतच आनंदात असणार! आपण घरी जातो अन् शिरीषचा ताबा घेतो. त्याला मोटारीतून हिंडवतो, हॉटेलात नेतो, आइस्क्रीम खाऊ घालतो, गोष्टी सांगतो म्हणजे त्याला त्याच्या मित्रांपासून तोडतो. बाप रे! म्हणजे आपण आपला सहवास शिरीषवर लादतो. शिरीषला काय हवं, हे आपण त्याला विचारत नाही. पण आता विचारायची गरजच नाही. श्रीपतीच्या वडिलांनी आपल्याला शहाणं केलं आहे! शिरीषला त्याच्या

मित्रांसह आपल्या कारमध्ये घालायचं अन् बागेत न्यायचं. खाण्याचे पदार्थ विकत घ्यायचे व ते शिरीष आणि त्याचे मित्र त्यांच्या हवाली करायचे आणि आपण लांबून पाहत राहायचं. शिरीष व त्याचे मित्र यांना खेळायला मोकळं सोडायचं. शिरीषशी जवळीक साधण्याचा खात्रीचा उपाय प्रमोदसाहेबांना सापडला होता. पुढच्या आठवड्यात ते हा खात्रीचा, गुणकारी उपाय करून पाहणार होते!

❑❑❑

आरसा

घराबाहेर पडताना ''हसीना, तेरा काम हुआ की नहीं? मेरी जान, जल्दी चल—'' असं वासू मोठ्याने म्हणाला. ''आती हूँ। जरा ठहरो जी।'' असा हसीनाने मंजूळ आवाजात पण मोठ्या ठसक्यात प्रतिसाद दिला. डोक्यापासून पायापर्यंतच्या काळ्या बुरख्यात लपलेली हसीना ब्लॉकबाहेर पडली. हसीनाचे पायच काय ते बुरख्याबाहेर दिसत होते. पाय नाजूक होते. पायात चांदीच्या साखळ्या होत्या. वासूने फाटकापाशी हसीनाच्या कमरेभोवती हाताचा विळखा घातला. ''हटो जी! ये रात थोडी है? कुछ तो शर्म करो—'' असे शब्द लटक्या रागाने पण हसीनाने मोठ्याने उच्चारले.

गृहसंस्थेच्या फाटकातून बाहेर पडल्या-पडल्या ''रिक्षाऽऽ'' असं वासू ओरडला. रिक्षा आली. ''प्यारी हसीना, आस्ते आस्ते—'' असं म्हणत वासूने हसीनाला हात देऊन रिक्षात अलगद बसवलं. नंतर वासू बसला व ''स्टेशन—'' असं म्हणाला.

रिक्षावाल्या मोतुगडेला आश्चर्य वाटलं. फक्त पाचशे मीटरवर असलेलं स्टेशन समोर सहज दिसत होतं. गणाधिराज गृहसंस्थेतून कुणी बाहेर पडेल अन् स्टेशनवर जाण्याकरता रिक्षा करेल; तेही हातात अवजड सामान वगैरे काही नसताना? मोतुगडेला हा धक्का बसला होता.

गेले पाच दिवस हा प्रकार चालला होता, पण गणाधिराज गृहसंस्थेतल्या एकाच्याही ध्यानी हा प्रकार आला नव्हता. आलाच असला, तरी तो कुणीही बोलून दाखवला नव्हता. सकाळच्या वेळी जो-तो ऑफिसला जाण्याच्या धांदलीत असतो आणि वासू हा असा कोण मोठा राज्यपाल लागून गेला आहे, की त्याच्याकडे लोकांनी पाहावं? 'गणाधिराज ही आपली, हिंदुत्वनिष्ठांची गृहसंस्था आहे; आपण एका मुसलमान युवतींबरोबर पाच दिवस फिरत आहोत आणि तरीही ते एकाच्याही ध्यानी येऊ नये? रक्त उसळणं तर बाजूलाच राहिलं!' याचा वासूला अचंबा वाटून राहिला होता. आपण एका मुसलमान युवतीला पळवून आणलं आहे याचा अभिमान वाटून, गणाधिराजमधल्या सभासदांनी आपलं कौतुक करावं; तर तेही नाही! आपली सोसायटी हिंदुत्वनिष्ठ आहे की नाही? वासू संभ्रमात पडला होता. वासू आज शेवटचा यत्न करणार होता.

आज रविवार असूनही वासू सकाळी हसीनासह घराबाहेर पडला. वासूने रोजचेच संवाद जोरात उच्चारले. हसीनानेही मोठ्या आवाजात जबाब दिले. गृहसंस्थेतली सर्व मंडळी नेहमीप्रमाणे उदासीन होती! वासूला आश्चर्यच आश्चर्य वाटलं. आपण संध्या या पत्नीचा त्याग केला, तिच्या जागी हसीनाची स्थापना केली आहे आणि तरीही गणाधिराज सोसायटीमधला समाज झोपलेला?

रविवार असल्याने गणाधिराज गृहसंस्था तशी थोडी सुस्तच होती. तात्या कापसे पहिल्या मजल्यावरच्या त्यांच्या बाल्कनीत उभे होते. त्यांनी वासूला तळमजल्यावरच्या त्यांच्या ब्लॉकमधून, गोषातील एका युवतीबरोबर फाटकाकडे जाताना पाहिलं; पण तात्यांना काहीही जाणवलं नाही.

वासूने रिक्षा बोलावली. "स्टेशन—" असं वासू मोठ्याने ओरडला, "प्यारी हसीना, आस्ते आस्ते—" असं म्हणत नव्हे, तर जवळजवळ ओरडतच त्याने हसीनाला रिक्षात चढवलं. रिक्षात बसल्यावर वासूने आज प्रथमच हसीनाच्या कमरेभोवती हात सरकवले. हसीनाला आश्चर्य वाटलं. ब्लॉक ते बाहेर पडायचं फाटक यादरम्यानच्या अंतरात गेले पाच दिवस वासू तिच्या कमरेभोवती हात सरकवत होता, पण आज रिक्षात बसल्यावरही वासूने हा चाळा का बरं केला असावा? जास्त विचार न करता हसीनाने "हटो जी, ये रात थोडीही है? कुछ तो

शर्म करो—'' हे शब्द मोठ्याने उच्चारले. वासूने पानाच्या ठेल्याजवळ मदनला पाहिलं होतं. मात्र हे हसीनाला माहीत नव्हतं. वासूने मोठ्या आवाजात रिक्षात नवा डायलॉग टाकला. "मेरी जान, रात कम पडती है! ये साला दिन उगवताच क्यों है? चलो, पुरा दिन बाहर रहेंगे, जिवाची मुंबई करेंगे।''

सकाळची सिगारेट चोरून प्यायला मदन कापसे खाली उतरला होता. गणाधिराजच्या फाटकाला लागूनच पप्पूशेठचा पानाचा ठेला होता. मदन हा संस्कारी तरुण होता. तो वडिलांसमोर सिगारेट ओढत नसे. त्याचे वडील तात्याही संस्कारसंपन्न होते. तेही घरात सिगारेट ओढत नसत. बाप-लेक एकमेकांना चुकवून, म्हणजे संस्काराला दुखापत होणार नाही ही खबरदारी घेऊन, पप्पूच्या ठेल्याजवळ येत, सिगारेट घेत व रस्त्यावरच्या रहदारीकडे पाहत सिगारेट ओढत. मदनने वासूचा शब्द न् शब्द ऐकला. मुळात वासूचा आवाज मोठा होताच; त्यात आज वासू खास मदनकरता भरदार आवाजात बोलला होता. चोरट्या आवाजातला संवाद ऐकण्याचा रियाझ करणाऱ्या मदनच्या कानांना वासूच्या चढ्या आवाजातले रिक्षाबाहेरचे व रिक्षातले संवाद स्वल्पविराम-पूर्णविरामासह ऐकू आले. त्याने अर्धी ओढलेली सिगारेट खाली टाकली व सिगारेटचा चटका बसला नसतानाही तो विव्हळला, "पप्पूशेठ, हा वासूच होता ना?''

"हां! वासूशेठही थे।''

"वासूशेठ?''

"वासूशेठ कहनाही पडेगा। स्टेशन सामनेही है, लेकिन वासूशेठ आजकल रिक्षामें जाते है, रिक्षामेंच आते है।''

"काय?''

"हां.''

"आणि वासूच्या बरोबरीची ही बाई कोण आहे?''

"हसीना.''

"पप्पूशेठ, मीही माझ्या कानांनी हसीना हेच नाव ऐकलं. ही हसीना म्हणाली, हटो जी, ये रात थोडीही है? कुछ तो शर्म करो।''

"हा संवाद मी रोज ऐकतो आहे. वासूशेठ हसीनाला घेऊन फाटकापाशी येतात, तिच्या कमरेभोवती हात टाकतात. हसीना 'हटो जी' हे वाक्य उच्चारते.'' पप्पू पानवाल्याने माहिती दिली.

"हे किती दिवस चाललं आहे?''

"पाच दिवस. मी दिवस मोजतो आहे. वासूशेठ असली शेठ आहे.''

"म्हणजे?"

"मी सर्वांनाच शेठ म्हणतो. तुम्हालाही मदनशेठ म्हणतो. पण वासूशेठ हसीनाके साथ रिक्षामें हररोज स्टेशनको जाता है, रिक्षामेंच वापस आता है। रोज वीस रुपया खर्चा करता है।"

"पप्पूशेठ, गेले पाच दिवस तुम्हाला संध्यावहिनी दिसल्या का?"

"नाही."

"नक्की?"

"एकदम पक्का."

मदन ही सनसनाटी बातमी घेऊन घरी घुसला व त्याने जाहीर केलं, "तात्या, वासूने बाई ठेवली आहे."

"मूर्खासारखं बोलू नकोस." तात्या ओरडले.

"आई, बाहेर ये. तुला महत्त्वाची बातमी सांगायची आहे. वासूने हसीना नावाची मुसलमान बाई घरात आणून ठेवली आहे!" मदनचा आवाज तापला होता. तो आतपर्यंत गेला. आई ताबडतोब बाहेर आल्या.

तात्यांच्या डोक्यात लख्ख प्रकाश पडला होता. आपण बाल्कनीतून जे पाहिलं, तेच आपला पोरगा सांगतो आहे!

मदनने सर्व तपशील जस्साच्या तस्सा तात्यांच्या व आईंच्या समोर उभा केला. पानवाल्या पप्पूबरोबर घडलेलं संभाषण सांगितलं. गेले पाच दिवस वासू या हसीनाबरोबर घराबाहेर पडतो... स्टेशन चार पावलांवर तर आहे, पण वासू हसीनाला चालू देत नाही... तिला रिक्षातून नेतो... हसीनाच्या कमरेभोवती हात टाकतो आणि हसीना रोज, "ये रात थोडीही है? कुछ तो शर्म करो" असं म्हणते. आज तर तो हसीनाला घेऊन पूर्ण दिवसभर जिवाची मुंबई करणार आहे!

तात्यांना सर्व सुसंगत वाटलं. स्टेशनपर्यंतचं अंतर पायी चालण्याचं आहे; एवढ्या अंतरासाठी लग्नाच्या बायकोकरता महामूर्ख नवराही दहा रुपये खर्चून रिक्षा करणार नाही. वासू तर ओळीने पाच दिवस जातो आहे; याचा अर्थ वासूची भानगडच आहे!

तात्यांनी प्रश्न विचारला, "बाई मुसलमान आहे, हे कशावरून?"

"तिचं नाव हसीना आहे. ती गोषात होती. तिच्या पायात साखळ्या होत्या."

"तू तिला स्वत: पाहिलंस?"

"पाहिली, गोषासकट पाहिली. त्या दोघांचं बोलणं एका मीटरवरून ऐकलं, म्हणून तर सांगायला आलो."

आपण म्हातारे झालो आहोत, हे तात्यांना जाणवलं. आपण बाल्कनीतून वासूला गोषातील स्त्रीबरोबर जाताना पाहिलं. आपण पाहिलं आणि विसरून गेलो? एवढी भयंकर घटना आपल्या मनावर उमटली कशी नाही? छ्या! गणाधिराज सोसायटीत वासू पेठेकर या सभासदाने गृहसंस्थेची परवानगी न घेता बाई आणून ठेवावी; याचा अर्थ काय?

धडाडून सावध झालेल्या तात्यांनी सदरा चढवला व ते कार्यवाह नाना परब यांच्याकडे गेले. नानांनी सर्व ऐकून घेतलं व मत दिलं, "वासूने परवानगी घेतली नाही, हे खरं आहे; पण या कामाकरता परवानगी घ्यावी लागते, असं कोणत्या बायलॉजमध्ये लिहिलं आहे? तात्या, मी नसत्या बिलामती अंगाला चिकटवून घेणारा नाही. तुमची तक्रार आहे का? लेखी द्या. मी कार्यकारी मंडळाची बैठक बोलावतो. कार्यकारी मंडळ निर्णय घेईल. तो मी तुम्हाला व वासूला कळवेन. पंधरा दिवस तरी लागतील."

"म्हणजे आत्ता या क्षणी तुम्ही काहीही हालचाल करणार नाहीत तर?"

"नाही." नानांनी ठणकावून नकार दिला.

नाना गृहसंस्थेत वर्षानुवर्षं कार्यवाह म्हणून यशस्वीपणे ठाण मांडून आहेत, ते केवळ त्यांच्या ठणकावून नकार देण्याच्या गुणामुळे. प्रत्यक्षात काहीही काम करायचा प्रसंग आपल्यावर ओढवणार असेल, तर नाना कार्यकारी मंडळाची सभा बोलावतात.

"आपली हिंदूंची सोसायटी आहे. या सोसायटीत वासूने मुसलमान स्त्री आणली आहे. वासूने संध्या या आपल्या पत्नीवर अन्याय केला आहे; त्याचं काय?" तात्यांनी हिंदुत्व मधे आणलं.

नानांच्या बोलण्या-चालण्यावर त्यांच्या पन्नास वर्षांच्या धर्मपत्नी माई यांचे कान-डोळे दक्षतेने पहारा देत. संध्याचा उल्लेख ऐकल्यावर त्या आतून चवताळून बाहेर आल्या, "तुम्ही चर्चा काय करता आहात? वासूने घरात बाई आणून ठेवली आहे आणि वर ती मुसलमानीण! संध्याचं काय झालं असेल? गेले तीन-चार दिवस मला ती पोर दिसलीही नाही. वासूने बायकोचा गळा तर घोटला नाही?"

तात्या अन् नाना शुद्धीवर आले. एका हिंदू स्त्रीच्या संसारात मुसलमान स्त्री घुसली आहे, त्या मुसलमान स्त्रीला वासू रिक्षातून फिरवतो आहे अन् गेले चार दिवस संध्या कुणाला दिसलीही नाही! ...याचा अर्थ काय? नानांचं हिंदुत्व आक्रमक नव्हतं, पण ते झोपलेलंही नव्हतं. ही वेळ कृतीची आहे; कार्यकारी मंडळाची सभा बोलावण्याची नाही, हे त्यांच्या ध्यानी आलं.

तेवढ्यात माई म्हणाल्या, "थांबा, मी आत्ता निकाल लावते. शेवंताऽऽ बाहेर ये."

शेवंता ही कामवाली 'आलो जी' म्हणून बाहेर आली. शेवंता ही संध्याच्या घरीही काम करत असे.

"शेवंता, काल संध्याकडे कामाला गेली होतीस का?"

"न्हाई जी. पाच दिवस जाले, वासूदादा म्हणाले, आमच्या घरी एक पाव्हणी येनार हैत. तू कामाला येऊ नगंस. तुला कामाला सुट्टी. पन तुजे पैके कापनार न्हाई. पुन्यांदा कवा यायाचं, त्ये मी तुला सांगन."

"त्या वेळी तिथे संध्या होती का?"

"व्हत्या. त्येंचा चेरा लई म्हंजे, लई उतरला होता."

"संध्या काही बोलली का?"

"न्हाई जी. त्यांनी रुमालानं आपलं डोळं पुसलं... त्या रडल्या जी!"

"त्या दिवसानंतर तू संध्याला पाहिलंस का?"

"न्हाई जी. मी त्यांच्या घरला जात न्हाई, तर संध्याबाईंना बगनार कशी?"

"अगं, तू या सोसायटीत सहा-सात घरांत काम करतेस. कामाच्या निमित्ताने तू आवारात, जिन्यात वर-खाली करतेस. एखादे वेळी तरी तुला संध्या दिसली का?"

"न्हाई."

माई चिंतातुर दिसल्या. नानांनी विचारलं, "काय गं, याचा अर्थ काय?"

माई काहीच बोलल्या नाहीत. तात्याच म्हणाले, "वासूच्या घरातून कुणाला किंचाळ्या, आरडाओरडा, रडारड ऐकू आली का?"

"वासूच्या ब्लॉकमधला आवाज आपल्या ब्लॉकपर्यंत कसा पोचेल? मी पुष्पाला विचारते. तिचा ब्लॉक वासूच्या ब्लॉकला लागून आहे." माई एवढं म्हणाल्या व त्यांनी तत्परतेने पुष्पाला फोन लावला. माईंचं फोनवर बोलणं चालू झालं होतं, "पुष्पा, वासूच्या घरातून तुला गेल्या दोन-चार दिवसांत कण्हणं, रडणं, भेकणं, संतापणं, ओरडणं, किंचाळणं असं काही ऐकू आलं का?...नाही? काय म्हणतेस? ...काहीही आवाज ऐकू येत नाहीत? ...रात्री? ...रात्री एक स्त्री हिंदी भाषेत बोलते? ...काय? ...बाई गं!"

माईंनी फोन खाली ठेवला.

तात्या अन् नाना अधीर कानांनी व डोळ्यांनी माईकडे लक्ष देत होते. तेवढ्यात त्यांच्या दारावरची घंटा वाजली. माईंचं फोनवरचं बोलणं ऐकून पुष्पा

चक्रावली होती. वासूच्या घरातून कण्हणं, रडणं, भेकणं... वगैरे वगैरे ऐकू येतं का, असा प्रश्न माईंनी का विचारला? वासूच्या घरातून रात्री हिंदी संवाद ऐकू येतात, अशी माहिती दिल्यावर माई 'बाई गं!' म्हणून का ओरडल्या? माई या राष्ट्रभाषा हिंदीच्या एवढ्या विरुद्ध का आहेत? वासूच्या घरात सर्व कुशल, क्षेम व मंगल आहे, हे ऐकण्यासाठी माईंनी या उतारवयात उत्सुक असायला हवं! पण माईंना वासूच्या घरातून किंकाळ्या, किंचाळणं ऐकायला मिळावं— असं का वाटावं? आपली उत्सुकता पुरी करून घेण्यासाठी धडाधड जिना चढून माईंच्या ब्लॉकमध्ये पुष्पा अवतरली होती.

पुष्पा ही संध्याची शेजारीण. दोघींच्या तळमजल्याच्या ब्लॉकच्या एक नाही तर दोन भिंती समान होत्या; शिवाय दोघींच्या ब्लॉकचे दर्शनी दरवाजे एकमेकांना चिकटून होते.

माईंनी सूत्र हातात घेतलं, "पुष्पा, वासूने घरात एक मुसलमान बाई आणून ठेवली आहे, तिचं नाव आहे हसीना. वासू हसीनाकरता स्टेशनपर्यंतच्या अंतरासाठीही रिक्षा करतो... तिच्या कमरेभोवती हात टाकतो! माझ्या मदनने ही पक्की खबर आणलेली आहे. मी शेवंताकडे चौकशी केली. शेवंता ही आमची कामवाली. ती वासूकडेही काम करते. तिने सांगितलं की, ती गेले पाच दिवस संध्याकडे कामाला जातच नाही. वासूने पाच दिवसांपूर्वी तिला सांगितलं की, माझ्याकडे एक पाहुणी येणार आहे. तेव्हा तू कामाला येऊ नकोस. वासू शेवंताला असं म्हणाला, तेव्हा संध्या तिथे होती. तिच्या डोळ्यांतून टपाटपा अश्रू खाली पडले, असं शेवंता म्हणाली."

"अस्सं आहे तर! म्हणून तुम्ही मला विचारलंत की, संध्याच्या घरातून तुला रडण्याचा, किंचाळण्याचा, ओरडण्याचा आवाज आला का? मला तसा आवाज ऐकू आला नाही." पुष्पाने गंभीरपणे उत्तर दिलं.

"तुला खणण्याचा आवाज तरी ऐकू आला?" माईंनी पृच्छा केली.

"खणण्याचा?" नानांना आपल्या पत्नीच्या प्रश्नाचा रोखच समजला नाही.

माईंनी सगळा उलगडा केला. "मी संध्याला छान ओळखते. लग्नापूर्वी ती राष्ट्रसेविका समितीत जात असे. ती स्वभावाने जहाल आहे. ती कडवी हिंदुत्वनिष्ठ आहे. ती मुळात सवत पत्करणार नाही— त्यात मुसलमान सवत तर नाहीच नाही. तिने रणरागिणीचं रूप धारण केलं असणार. वासूने तिचा खून केला असावा. ज्या अर्थी खणण्याचा आवाज ऐकू आला नाही, त्या अर्थी त्याने घरात प्रेत दडवून ठेवलं असणार."

तात्या म्हणाले, "ते शक्य नाही. पाच दिवसांत त्या प्रेताची दुर्गंधी नसती का आली?'

"मग वासूने संध्याला घरी बंदिस्त करून ठेवलं असणार." नानांनी तर्क लढवला.

"पण संध्या ओरडणार नाही का?" माईंनी विचारलं.

"संध्याच्या तोंडात बोळा घालून, तिला बांधून ठेवलं असेल तर?" पुष्पाने विचारलं.

पुष्पाचा तर्क पटल्याने माईंनी मान डोलवली.

तात्या म्हणाले, "आज सकाळी-सकाळी वासू अन् त्याची ती टवळी हसीना —दोघे बाहेर गेले आहेत. आज रविवार आहे. वासू त्या हसीनाबरोबर जिवाची मुंबई करणार आहे म्हणे! वासूच्या गैरहजेरीत आपण त्याच्या घराची तपासणी केली तर?"

"ती कशी करणार?"

"दर्शनी दरवाजावर व्हेंटिलेटर आहे. तो वर करून आत पाहू. स्वयंपाकघराची एखादी खिडकी उघडी असेल. नसेल, तर उघडण्याचा यत्न करू. वासूचा ब्लॉक तळमजल्यालाच तर आहे." तात्यांनी दिग्दर्शन केलं.

"पण अशा तऱ्हेने दुसऱ्याच्या ब्लॉकमध्ये पाहणं, हे योग्य ठरेल का?" नानांनी प्रश्न उपस्थित करून मोडता घातला.

"एका तरुणीच्या संसारात दुसरी स्त्री घुसली आहे... संध्याच्या तोंडात बोळा घालून तिला बांधून ठेवलं आहे... अशा वेळी आपण गप्प राहायचं? त्यात पुन्हा वासू व हसीना दिवसभर घरी नाहीत! तेव्हा आपण वासूच्या घराची तपासणी केली, हे वासूला कळणारही नाही." तात्यांनी आपला मुद्दा पुढे रेटला.

"माझ्या घरी उंच स्टूल आहे. प्रफुल्लही घरी आहे. तोही उंच आहे." पुष्पाने स्टूल व नवरा अशी दोन्ही उंची साधने पुरवण्याची तयारी दर्शवली.

नाना, माई, तात्या, मदन हे पुष्पाच्या घरी आले. माईंनी प्रफुल्लला आपली शंका बोलून दाखवली, "वासू व हसीना या दोघांनी संध्याचा काटा तर काढला नसेल?"

प्रफुल्ल म्हणाला, "मी सकाळी पाचलाच बाहेर पडतो. माझी पहिली शिफ्ट आहे, त्यामुळे मी वासूला पाहिलं नाही, वासूबरोबरची हसीनाही पाहिली नाही; पण वासूच्या घरात डोकावून पाहायला काहीच हरकत नाही. मनात शंका आलीच आहे, तर तिचं निरसन करून घ्यावं. मला विचाराल, तर वासू साधा आहे. तो या

हसीनाच्या जाळ्यात सापडला असणार. संध्या अन् वासू या दोघांनाही आपण वाचवायला हवं.''

तात्या, नाना, मदन, प्रफुल्ल, माई व पुष्पा हे सारे वासूच्या ब्लॉकच्या बंद दरवाज्यासमोर उभे राहिले. स्टुलावर चढून प्रफुल्लने व्हेंटिलेटरचं शटर उघडायचा प्रयत्न केला. शटर वापरात नसल्याने घट्ट बसलं होतं. पुष्पाने घरातून बत्ता आणून दिला. शटरच्या लाकडी चौकटीवर बत्ता ठोकताना मधल्यामध्ये शटरमधली काच फुटली, पण शटरही सैल झालं. प्रफुल्लने शटर वर केलं आणि आत पाहिलं. जे दिसलं, ते भयानक होतं. प्रफुल्लच्या चेहऱ्यावरचा स्नायू अन् स्नायू वाकडा झाला. ''काय पाहिलंस?'' हा प्रश्न सर्वांच्या तोंडातून उमटला, पण प्रफुल्लचं तोंड काही उघडलं नाही. प्रफुल्ल खाली उतरला, मदन वर चढला. ''बाप रे!'' असा उद्‌गार काढत तोही खाली उतरला. मग तात्या व नाना हे मदन-प्रफुल्ल यांच्या मदतीने, वाढलेल्या वयामुळे लटपटत वर चढले आणि भयंकर दृश्य पाहून दुप्पट लटपटत खाली आले.

सर्व जण प्रफुल्ल-पुष्पाच्या ब्लॉकमध्ये शिरले. काय पाहिलं, ते प्रफुल्लने अडखळत सांगितलं. कॉटवर संध्याची बॉडी आडवी ठेवलेली होती. पायापासून डोक्यापर्यंत तिला चादरीत गुंडाळलेलं होतं. चेहरा दिसत नव्हता, पाय मात्र दिसत होते. ही गुंडाळी काथ्याने करकचून आवळली होती. बॉडीवर सुरा होता. सुरा लाल रक्ताने माखला होता. अर्थ स्पष्ट होता— संध्याचा खून करून तिचं प्रेत वासूने व हसीनाने आवळून बांधून ठेवलं होतं. मुख्य म्हणजे, बॉडीच्या मागच्या भिंतीवर दाऊद इब्राहिमचं मोठं चित्र चिकटवलं होतं.

माईंनी भीषण शांततेचा भंग केला. ''पाय दिसत होते? पायात साखळ्या होत्या का?''

मदनने पूर्ण खुलासा केला, ''संध्याचा खून झाला आहे. वासूने दाऊद इब्राहिमच्या नात्यातल्या कोणा हसीनाशी लग्न केलं आहे. संध्याच्या पायांत साखळ्या नाहीत, कारण त्या हसीनाच्या पायांत आहेत.''

''पोलिसांना कळवावं. नाना, तुम्ही कार्यवाह आहात. तुम्ही पोलिसांना कळवा.''

''प्रफुल्ल, तू शेजारी आहेस; तू थेट पोलिसांत जा.'' नानांनी सल्ला दिला.

''चला तर मग— आपण पोलिसांत जाऊ.'' प्रफुल्ल तयार झाला.

'आपण' हा शब्द ऐकल्यावर नाना सावध झाले. ''आपण? यात आमचा काय संबंध? प्रफुल्ल, तू शेजारी आहेस; शिवाय व्हेंटिलेटर तोडून तूच प्रथम

संध्याला पाहिलं आहेस.''

माईंना ही टोलवाटोलवी सहन झाली नाही. त्या म्हणाल्या, ''मी पोलिसांकडे जाते. वासूने संध्याला मारलं, तिच्या पायातल्या साखळ्या काढून घेतल्या अन् त्या हसीनाला दिल्या! आता आणखी काय व्हायला हवं?''

आपल्या बायकोला कसं आवरावं, हे नानांना समजेना. नानांनी बुद्धी चालवली, ''आपण पोलिसांत न जाण्यातच शहाणपणा आहे. आपण पोलिसांत गेलो की पोलीस ताबडतोब येतील. सोसायटीबाहेर गर्दी होईल. काय नेम, दूरचित्रवाहिन्यांच्या गाड्याही येतील. वासू व हसीना यांना सोसायटीच्या आवारात येण्यापूर्वीच खून उघडकीला आला आहे, हे समजेल.''

''कळू दे ना! मुंबई पोलिसांचे व कायद्याचे हात लांब आहेत. वासू व हसीना त्यातून कसे काय सुटतील?''

''सुटतील, नक्की सुटतील! दाऊद इब्राहिम नाही सुटला? हसीना ही दाऊद इब्राहिमच्या नात्यातली आहे. वासू व हसीना दुबईमार्गे सौदी अरेबियाला पोचतील. मग तुमचे मुंबईचे पोलीस काय करतील? मला वाटतं, आपण स्वस्थ राहावं. वासू अन् हसीना जिवाची मुंबई करून रात्री येतील, घरात शिरतील. पुष्पाने लक्ष ठेवावं. ते घरात शिरले की पुष्पा व माई यांनी आत शिरावं. आम्ही हातात काठ्या घेऊन बाहेर उभे राहू. आपण पोलिसांच्या हाती गुन्हेगार पुराव्यासह देऊ.'' नानांच्या मदतीला तात्या आले.

नानांनी हुश्श केलं. म्हणजे, आता पोलिसांकडे जाणं टळलं!

वासू व हसीना तसे कंटाळूनच परत आले होते. गेले पाच दिवस सोसायटीतल्या एकानेही आपल्या साहसी कृत्याची दखल घेतली नाही, याचं वासूला वैषम्य वाटत होतं. वासू व हसीना ब्लॉकमध्ये शिरले. व्हेंटिलेटरच्या फुटलेल्या काचेचे तुकडे आणि वर केलेला व्हेंटिलेटर वासूच्या नजरेने टिपला. तेवढ्यात माईंनी ब्लॉकची घंटा वाजवली.

वासू ओरडला, ''हसीना, धोका आहे. पुरावा नष्ट कर!''

''पुरावा नष्ट कर—'' हे वाक्य माई व पुष्पा यांनी ऐकलं. त्यांनी दरवाजावरची बेल वाजवण्याचा सपाटा लावला. मदन ओरडला, ''माईऽऽ आपण दरवाजा फोडला तर?''

तेवढ्यात वासूने दरवाजा उघडला. ''म्हणे, दरवाजा फोडला तर? का म्हणून दरवाजा फोडणार?''

माईंनी कॉटकडे पाहिलं. कॉटवर संध्याची मुटकुळी दिसत नव्हती; बॉडीवरचा रक्ताळलेला सुरा दिसण्याचा प्रश्नच नव्हता!

"वासू, संध्या कुठे आहे?" माई ओरडल्या. चार सभासद काठ्यांसह आत शिरले.

वासू मस्तवालपणे म्हणाला, "संध्या ना— ती माहेरी गेली आहे आणि मी वासू नाही. मी वासियतखान झालो आहे. मी धर्म बदलला आहे. मी मुसलमान झालो आहे. मी संध्याला तलाक दिला आहे. मी हसीनाबरोबर निकाह लावला आहे."

या वाक्याचा परिणाम म्हणून बुरख्यातली हसीना बुरख्यातच लाजली. बुरख्याची लाजरी हालचाल कळून येत होती.

माई फसल्या नाहीत. त्यांनी ठामपणे विचारलं, "संध्या कुठे आहे? मला पोलिसांना बोलवावं लागेल."

"माझ्याविरुद्ध पोलिसांत जाऊ नका. मी आज रातको मेरे मुसलमान रिश्तेदारोंको खान्याकरता बोलावलं आहे. तासाभरात सारे येतील. मला किंवा हसीनाला जर हात लावलात, तर गणाधिराज जाळून टाकू!"

वासू हा मूळचा मवाळ, शांत व सामान्य गृहस्थ होता. ज्या पद्धतीने वासू बोलला ती पद्धत वासूची नाही; वासियतखानची आहे, हे साऱ्या काठीधारी सभासदांनी सहज ओळखलं. वासियतखानाच्या बोलण्यानंतर बोलण्यासारखं काहीच उरलं नव्हतं. सर्वांनी आपापल्या काठ्या म्यान केल्या. माईच धीराने बोलल्या, "या कॉटवर संध्याची बॉडी होती; ती कुठे आहे?"

"त्या बॉडीवर रक्ताचा सुरा होता; तो कुठे आहे? 'पुरावा नष्ट कर' हे तुझे शब्द मी ऐकले आहेत." असं बोलत पुष्पा आतल्या खोलीकडे निघाली. यावर वासियतखान विकट हसला. त्याने हसीनाला आपल्या पाठीशी घातलं व खिशातून पिस्तूल काढत तो कडाडला, "कोई अंदर जायेगा नहीं। बाहर निकलो... मी गोळी घालूंगा।।"

पुढे जाऊन नानांनी माईला व प्रफुल्लने पुष्पाला ब्लॉकबाहेर ओढलं. वासूने पुढे जाऊन घाईघाईने ब्लॉकचा दरवाजा आतून बंद करून घेतला. ब्लॉकबाहेर पडल्या-पडल्या माई ओरडल्या, "वेळ घालवू नका... ताबडतोब पोलिसांना बोलवा... मी दरवाजा बाहेरून बंद करून घेते!"

"माझं ऐका— आपण या प्रकरणातून अंग काढून घेऊ. हा वासियतखान सोसायटी जाळायला कमी करणार नाही. गेलेली संध्या नाही तरी आता परत येणार नाही!" नाना म्हणाले. तात्यांनी मान डोलावली.

माईंनी दरवाजा बाहेरून बंद केला. आतून आवाज आला, "पुष्पे, मी संध्या बोलते आहे. दार उघडा अन् आत या. पोलिसांना बोलावू नका. मी जिवंत आहे. आत येऊन बघ आणि खात्री करून घ्या."

"हा संध्याचाच आवाज आहे. हसीना एवढं लांबलचक व शुद्ध मराठी बोलू शकणार नाही." पुष्पाने खात्री दिली.

माईंनी बाहेरची कडी काढली. वासूने आतली कडी काढली. वासूजवळ काळ्या झग्यातली पण तोंडावरचा बुरखा वर केलेली संध्या उभी होती!

वासूने खुलासा केला, "गेले पाच दिवस मी बुरख्यातली संध्या ऊर्फ हसीना हिला घेऊन बाहेर जात येत होतो. दोघंही ऑफिस चुकवत नव्हतो. ऑफिस चुकवून कसं चालेल? जाताना रोज संध्याच्या आकाराची एक वळकटी कॉटवर बांधून ठेवून जात होतो. वळकटीवर लाल रंग लावलेली सुरीही ठेवत असे. वळकटीतून बाहेर दिसणारे पाय हे कार्डबोर्डचे आहेत. ते हस्तकौशल्य संध्याचंच आहे. आत जाऊन ते पाहा व संध्याला दाद द्या. या नाटकाची संकल्पनाही संध्याचीच आहे."

"संध्या, हे जर नाटक होतं; तर मग शेवंताला यापुढे पाच दिवस येऊ नकोस, असं वासू म्हणाला तेव्हा तू खरीखुरी रडलीस कशासाठी?" माईंनी प्रश्न टाकला.

"अय्या! शेवंताने माझं रडणंही तुम्हाला सांगितलं तर! माझं रडणं खरं होतं; पण नाटक होतं. पण नाटकातही वासू धर्म बदलून मुसलमान होणार व मी गोषात जाणार, याचं मला खरं दुःख झालं होतं. मी समितीची प्रशिक्षित स्वयंसेविका आहे." संध्याने खुलासा केला.

"सोसायटीतला एक सभासद मुस्लिम पत्नी आणतो आणि तुम्हा सभासदांना त्याची पाच दिवस दादही नसते? आपण दहशतवाद्यांविरुद्ध कडाडून बोलतो, पण प्रत्यक्षात काय घडतं? मी वासू नाही, वासियतखान आहे असं म्हणालो आणि खोटं पिस्तूल काढलं; तर तुम्ही बाहेर पडलात? जे काही धैर्य दाखवलं, ते माईंनी दाखवलं. आपण मध्यमवर्गीय फक्त बोलतो! बस्स, मला तसं काहीच सिद्ध करायचं नव्हतं. मी फक्त समोर आरसा धरला. त्या आरशात आपण कसे दिसत आहोत, ते आपण पाहायचं!" वासूने समारोप केला.

❑❑❑

किल्ली

बाहेर गलका चालू झाला.

'लंचब्रेकला अजून चांगला पाऊण तास बाकी आहे आणि एवढ्यात गलका? याचा अर्थ मेघा, कुंदा व नंदा या तिघींनी नेहमीप्रमाणे आताच डबे उघडण्याचा निर्णय घेतलेला दिसतोय! असं होता कामा नये. ऑफिसची म्हणून काहीएक शिस्त असावयास हवी. या तिघी डबे उघडून जेवायला बसल्या आणि कोणी नागरिक 'आमच्या गृहसंकुलात गेले तीन दिवस पाणी येत नाही', अशी तक्रार घेऊन आला म्हणजे— तो केवढा संतापेल? आमच्या घरात अन्न शिजवायला व प्यायला पाणी नाही आणि या तिघी लंचब्रेकला तब्बल पाऊण तास शिल्लक असताना डबे उघडून बसल्या आहेत! या तिघींना कसं बरं सांगावं?'

विचार करता-करता जानकी सुखटणकर अस्वस्थ झाली.

'काल-परवापर्यंत आपण या तिघींच्याबरोबर क्लार्क म्हणून

बाहेर बसत होतो. आपण कधीही लंचब्रेक झाल्याशिवाय डबा उघडत नव्हतो. या तिघी आपली टिंगल करायच्या. म्हणायच्या, "वेळ पाळणं म्हणजे काम करणं नाही. काम पुरं होणं महत्त्वाचं आहे." आपण लगेच कबूल करून टाकायचो, "खरं आहे गं, मला जरा कामाचा उरक कमीच आहे. तुम्ही डबे उघडा, चालू करा, मी आलेच." सहाच महिन्यांपूर्वी आपण ऑफिसरच्या जागेसाठीची परीक्षा दिली आणि आठ दिवसांपूर्वी आपण या सेक्शनच्या प्रमुखही झालो. आता आपण केबिनमध्ये बसतो; आपल्या मैत्रिणी बाहेर बसतात.

'हे भलतंच त्रांगडं होऊन बसलं आहे! आपण कमीत-कमी या सेक्शनच्या तरी प्रमुख व्हायला नको होतं. आपल्याला वेगळा सेक्शन मिळायला हवा होता. आपण अधिकारी झालो आणि मैत्रिणींना मुकलो. वरती आपण या मैत्रिणींना शिस्त शिकवण्याचा प्रयत्न केला, तर या आपल्या शत्रू होऊन बसतील! काय करावं बरं?'

जानकीनं मार्ग शोधला. बस्स! आपण या तिघींच्या बरोबर डबा खायचा.

ती बाहेर येऊन तिघींना म्हणाली, "ए, मला केबिनमध्ये छान ऐकू आलं. तुमचे डबे आता उघडणार आहेत. यापुढं तुम्ही डबे बाहेर खायचे नाहीत. तुमची मैत्रीण केवळ तुमच्या मागर्दशनामुळं ऑफिसर झाली आहे. तिला मोठं टेबल व स्वतंत्र ऑफिस मिळालं आहे. माझ्या मैत्रिणींनी काय म्हणून बाहेर, उघड्यावर डबे उघडायचे? आजपासून डबे माझ्या खोलीत खायचे."

मेघा, कुंदा व नंदा ऐकत होत्या. जानकी पुढं म्हणाली, "तुम्ही तिघी माझ्यावर दया करा आणि माझ्याबरोबर लंच घ्या. गेले आठ दिवस मी आत एकटी डबा उघडते... घास माझ्या घशात अडकतो. ए, ही ऑफिसरची खुर्ची म्हणजे वैताग आहे! तुमची मैत्री या प्रमोशनच्या दहापट मोलाची आहे. तुमच्याबरोबर गप्पा मारत जेवण्यात किती मज्जा येत असे! माझ्याबरोबर आज जेवा ना—"

मेघा, कुंदा व नंदा यांनी विचारलं, "जानकी, म्हणजे ऑफिसर झाल्यावरही तू आमची मैत्रीण आहेस?"

"मैत्रीण आहे म्हणजे, आहेच! म्हणजे तुम्ही मला वाळीत टाकायला निघाला होता की काय? ए, पण तुम्ही तिघींनी माझ्याकरता थोडा त्याग करायला हवा. मी ऑफिसर होण्याची चूक करून बसले आहे. त्यामुळे मला लंचब्रेक झाल्याशिवाय थोडाच डबा उघडता येईल? लंचब्रेकच्या आधी मी जेवताना आढळले, तर शितोळे काव-काव करतील. ते तुमच्या युनियनचे लीडर आहेत. मी ऑफिसर झाले; मी आता युनियनमध्ये नाही! आणि लंचब्रेकआधी 'मिसेस सुखटणकर,

सुहानी मंझीलला बेकायदा पाणी कोणी दिलं?' असं विचारायला प्रधानसाहेब माझ्या केबिनमध्ये शिरले तर? आपल्या साऱ्या जणींची वाट लागेल!''

मेघा, कुंदा व नंदा यांना त्यांच महत्त्व पटलं. जानकीवर उपकार करण्याकरता त्या लंचब्रेकमध्ये, लंचब्रेकच्या आधी नाही, तिच्या केबिनमध्ये आपले डबे उघडू लागल्या. लंचब्रेकमध्ये तोंडी लावण्याकरता ऑफिसातील तुंबलेल्या फायलींचा विषय जानकी हमखास काढे, ''ए, खरं सांगा— तुम्ही तिघींनी मिळून मला काकूबाई बनवण्याचा प्लॅन आधीपासूनच रचला होता की नाही? खोटं बोलू नका. मी तुमच्यासमोर खुळी-वेडी ठरले गं! तुम्ही नोकरीत एवढ्या सिनिअर, तुम्ही एवढ्या हुशार; तरीही तुम्ही खात्याच्या परीक्षांना बसत नाही, यातच मी काय ते ओळखायला हवं होतं... पण मी पडले दीडशहाणी! खात्याच्या परीक्षांना बसत गेले. तरी तुम्ही मला वेळोवेळी तिरकस बोलून सावध केलं होतं— 'जानकी, तू काय बाई आमच्या वरचढ होणार... तू ऑफिसर बनणार. आम्ही आपल्या क्लार्क एके क्लार्कच राहणार!' मला या शब्दांतील व्यवहारी चातुर्य समजलंच नाही गं. तुम्ही तिघी माझ्या खऱ्याखुऱ्या मैत्रिणी होता व आहात. त्यामुळे तुम्ही स्पष्ट शब्दांत मला नाउमेद करत नव्हता, एवढंच; पण यातून मी ओळखायला हवं होतं... पण मी फसले व ऑफिसर होऊन बसले. ते काही नाही, तुम्ही मला फसवलंत. या तुंबलेल्या फायलींतून तुम्हीच मला बाहेर काढायला हवं.''

मेघा, कुंदा व नंदा यांनी जानकीला सावध करण्याचा यत्न मुळीच केला नव्हता; उलट त्यांनी जानकीची खिल्लीच उडवली होती. वरची ऑफिसरची जागा स्वीकारा कशाला आणि जबाबदारीचं लफडं मागं चिकटवून घ्या कशाला? आणि मुख्य म्हणजे अभ्यास कोण करणार? तिघींचीही खात्री होती की, या परीक्षा अवघड आहेत. परीक्षेला बसणं म्हणजे नापास होणं. हात दाखवून अवलक्षण कोण करून घेईल? त्यापेक्षा जानकी हरभऱ्याच्या झाडावर चढते आहे का आणि पडते आहे का, ते पाहावं. नेहमीचं काम करताना हिला एवढं घासावं लागतं; ही काय परीक्षा पास होईल? पण जानकी परीक्षांना बसली, यशस्वी झाली व तिला ऑफिसरची जागाही मिळाली. या तिघींना मनातून तसं अपराधीच वाटत होतं. त्यांना वाटलं होतं की जानकी म्हणेल, 'माझी टिंगल करत होता; पण शेवटी मी ऑफिसर झालेच की नाही!' वाटत होतं की, जानकी ऑफिसर झाल्यावर आपल्याला त्रास देईल; पण या खुळीला आपण तिची फिरकी घेत होतो, हे कळलंच नाही. ती आपल्याला मैत्रीणच समजते आहे. हे एक प्रकारे छानच घडलेलं आहे. वरती आपण ऑफिसर न होण्यात चतुरपणा दाखवला, असं जानकीला वाटत आहे. हे तर उत्तमच झालं.

ऑफिस साडेपाचला सुटायचं. मेघा, कुंदा व नंदा या साडेचारपासूनच फ्रेश होऊन ऑफिस सोडण्याची तयारी करू लागत. पुरुष कर्मचाऱ्यांना खास तयारी करावी लागायची नाही. पण आपण पुरुष— आपण बायकांच्या वरचढ असायलाच हवं, म्हणून तेही साडेचारला पाच मिनिटं कमी असताना काम थांबवत.

जानकी क्लार्क होती, तेव्हा ती थेट साडेपाचपर्यंत काम करी व नंतर बाहेर पडे. जानकी सुखटणकर या केबिनमधल्या अधिकारी स्त्रीला थेट साडेपाचपर्यंत ऑफिसात काम चालावं, अशी अपेक्षा होती. पण हे साधायचं कसं? जानकीनं मार्ग शोधला.

साडेचार वाजले की जानकी केबिन सोडून बाहेर येई. लोंबकळत पडलेल्या, कटकटीच्या कामाची फाईल मागे. कोणतंही रेंगाळलेलं काम एका कोणाच्या चुकीमुळं अडकलेलं नसे. तसे ते कोणामुळेच फसलेलं नसे. जानकी म्हणे, "या कामाशी ज्यांचा कधीही, दुरूनसुद्धा संबंध आलेला नाही असे कोण कोण आहे, त्यांनी थांबावं. आज या फाईलचा मला निकालच लावायला आहे."

काही म्हणत, आमचा या फायलीशी संबंध आहे; काही नाही म्हणत. परिणामी, थांबावं सर्वांनाच लागे. जानकी सांगे, "या फायलीतील प्रकरण माझ्यावर शेकणार आहे. मला मदत करा व यातून मला बाहेर काढा."

मध्येच जानकी घरी फोन करून सांगे, "एका अवघड कामात मी अडकले आहे. माझे सर्व सहकारी मदतीला आहेत, म्हणून यातून सुटेन. पण घरी यायला साडेआठ तरी वाजतील."

'साडेआठ' हे शब्द ऐकले की सारे वेगाने कामाला लागत. साडेपाच-सहापर्यंत काम संपवायचं, या जिद्दीनं सारे धावपळ करत. कोणी तरी सुचवून पाही, "फायलीतील प्रकरण खरंच अंगावर शेकणार असेल, तर आपण फाईल गहाळ झाली, असं सांगू या."

"आपल्यासमोर तर फाईल आहे. ती गहाळ झाली, असं कसं सांगायचं? खोटं बोलायचं का? खोटं बोलल्यावर आपल्याला देव पाप देईल. त्या पापाचं काय? देवाला कसं फसवाल?" देव, पाप हे शब्द ऐकले की पालिकेतील सारे कारकून जानकीकडे 'ही कोण अडाणी खेडवळ बाई पालिकेत नोकरीला लागली आहे', या विचारानं पाहत व अवाक् होत. त्यांना जानकीची कीव येई. दयाबुद्धीने ते कामाला लागत. जानकीला हेच, म्हणजे आपण बावळट ठरणं व काम होणं, अपेक्षित असे. आपण तल्लख व तरीतरीत आहोत, हे सिद्ध करण्यात तिला स्वारस्य नव्हतं; तिला साधंच राहायचं होतं.

सर्वांनी केलेल्या सहकार्याची ती सतत स्तुती करे. आपण मदत केली म्हणून सुखटणकरबाई बचावल्या, याचा आनंद ती आपल्या सहकाऱ्यांना पुरेपूर मिळवून देई.

जानकीला घरी जायला ज्या दिवशी उशीर होई, त्या दिवशी घरी जाताना ती मावा बर्फी घेऊन जाई. मावा बर्फी तिच्या सासूबाईंची आवडती होती. उत्तम मावा बर्फी मिळण्याचं मिठाईचं दुकान तिच्या वाटेवरच होतं. ती सुगंधी उदबत्तीचा एखादा नवा पॅक घेई. सुगंध हा तिच्या सासऱ्यांचा मर्मबिंदू होता. घरी जाताच जानकी जाहीर करे, ''आज मला उशीर झाला आहे. उशिराबद्दल मला दंड व्हायलाच हवा. आता स्वयंपाकघराचा पूर्ण ताबा मला द्या. राहिलेली सर्व कामं मी एकटी करणार; नाही तर मला अपराधी वाटेल.''

कामे करता-करता जानकी उदबत्ती लावे. ''नाना, ही नवी उदबत्ती म्हणे खास आहे. मी लिबर्टीवाल्याला सांगितलं की, उदबत्ती खास आहे की नाही, हे मी उद्या सांगेन. आमच्या नानांच्याकडे सुगंधाची खरी प्रतवारी करण्याची शक्ती आहे. नाना, तुमचं मत द्या.

''मावा बर्फी ताजी वाटली म्हणून माई, मी मुद्दाम तुमच्याकरता आणली आहे—'' असं म्हणत जानकी बर्फीच्या वड्या माईच्या पुढ्यात ठेवे.

''आई, मी किती वेळ तुझी वाट पाहत होतो!'' राजू धाव घेई.

''चल, तू माझ्याबरोबर आत चल. काम करता-करता मी तुला छान गोष्ट सांगणार आहे. आता लगेच; रात्री नाही. रात्री पुन्हा आणखी दुसरी.''

''कोणती गोष्ट?''

''साधू, खुळा बाळू व शहाणा राजू यांची.''

''शहाणा राजू म्हणजे मी ना?''

''अर्थात.''

जानकीनं गोष्ट शेवटाला आणली, ''साधू खुळ्या बाळूला म्हणाले, तू शहाण्या राजूसारखा वाग. राजू शहाणा झाला; कारण त्याला माई-आजी सगळ्या चवीच्या भाज्या, फळं खावीत असं शिकवतात. त्यामुळे बुद्धीला तेज चढतं. आजोबा व्यायामाचं महत्त्व सांगतात. शरीर सुदृढ झालं की मनही बलवान होतं. त्यामुळं राजू अंधाराला घाबरत नाही. झुरळ, पाल, एवढंच काय— पण कुत्र्यालाही घाबरत नाही. नाही तर तू!''

''आई, खुळा बाळू म्हणजे शेजारचा चिंटू ना?''

''जो-जो खुळ्यासारखा वागतो, तो खुळा बाळू. जो शहाण्यासारखा वागतो,

तो राजू. तू नीट वागला नाहीस, तर तूही खुळा बाळू होशील.''

''नाही, मी शहाणा राजूच राहणार. रात्री राक्षस व राजकन्या यांची गोष्ट सांग. सांगशील?''

''नक्कीच.''

तेवढ्यात आत येऊन माधव फुणफुणला, ''जानकी, ऑफिसात एवढा वेळ काय करत होतीस?''

जानकी ओशाळं हसत कबुलीजबाब देई, ''मी आणि इतर पाच जण मिळून वेळ फुकट घालवला. ऑफिसात मला तुझी अन् नानांची एवढी आठवण झाली म्हणून सांगू! माधव, मी कष्टाळू आहे; पण माझ्याकडं बुद्धी म्हणतात ती तेवढीशी नाही. मी आणि माझ्या सहकाऱ्यांनी एका नागरी प्रश्नाचा निकाल लावण्याचा प्रयत्न केला. वेळ फुकट घालवला. नीट उत्तर मिळालं नाही. रात्रीची जेवणं झाल्यावर तू व नाना माझ्याकरता फक्त पंधरा मिनिटं काढा. काढाल ना? तुम्ही सहज प्रश्न सोडवाल. मी साहेबांकडं उद्यापर्यंतची मुदत मागितली आहे, ती केवळ तुम्हा दोघांच्या जिवावर! मुदत मिळाली, कारण आम्हा सहा जणांना उशिरापर्यंत थांबलेलं साहेबांनी पाहिलं. उशिरा थांबण्याचा लाभ हा एवढाच झाला! मी या घरात पडले हे केवळ माझ्याच फायद्याचं ठरलेलं नाही, यात आमच्या ऑफिसचाही फायदा झालेला आहे.''

सर्व आवरून झाल्यावर जानकीनं माई, नाना, माधव यांना सांगितलं— वॉटरमीटर चोरीला जातात, वॉटरमीटरवर पाण्याचं मोजमाप नेहमी जास्ती असतं, प्रत्यक्षात घरात तेवढं पाणी मिळतच नाही— अशा नागरिकांच्या तक्रारी आहेत. वॉटरमीटर चुकीचं आहे हे म्हणायची सोयच नाही, कारण मीटर सप्लायर एका मंत्र्याचे बंधू आहेत, त्यांचा प्रधानसाहेबांवर दबाव आहे वगैरे सर्व माहिती दिली आणि ''आता यावर उपाय सुचवा, मी लिहून घेते.'' असं म्हणत कागद पुढे ओढला.

या प्रश्नावर ब्रह्मदेवही उपाय सुचवू शकणार नाही, हे जानकीला माहीत होतं. नाना व माधव काय उपाय सुचवतील? पण ती दोघं जे उलटसुलट बोलत होती, ते जानकीनं इमानेइतबारे कागदावर लिहून घेतलं; वर प्रसन्नपणे हसून म्हणाली, ''बाई गं! माझे सर्व प्रश्न तुम्ही दोघांनी चुटकीसरशी सोडवलेत!''

दिवस संपवताना नेहमीप्रमाणे जानकीनं माई-नानांना ''काही हवं का? दूध गरम करून देऊ का? औषधाच्या गोळ्या घेतल्यात? गरम पाण्याचा थर्मास उशाशी ठेवला आहे का?'' वगैरे प्रश्न विचारले. मनापासून विचारले. पुढच्या

वयात अशी आठवण करून देणं गरजेचं असतं. नाना-माईंना पूसतपास झाली की बरंही वाटतं, हे तर आहेच!

शेवटी जानकी देवापुढं उभी राहिली व म्हणाली, "देवा, जन्मोजन्मी मला याच जन्मीची आई मिळो. सुख मिळवण्याची जादूची कांडी तिनं माझ्या हाती दिली. आईनं सांगितलं होतं की जानकी, "सासरी, शेजारीपाजारी, मित्रमैत्रिणींत वावरताना 'कामावे तो सामावे', हा मंत्र ध्यानी ठेव. जो काम करतो, त्याचा सारे स्वीकार करतात. आणखी एक लक्षात ठेव— यश मिळालं की यशाचं श्रेय वाटून टाकावं. असं वाटून टाकलं की— नवं यश आपल्याकडं धावत येतं आणि नेहमी नम्रतेनं वागावं, कमीपणा घ्यावा व मोठं व्हावं. आई, तू सांगितलंस तसंच वागते. तू मला सुखाची किल्लीच दिली आहेस. ही किल्ली मी राजूपर्यंत पोचवेन."

माधव ओरडला, "जानकी, देवापुढची तुझी समाधी केव्हा संपणार? लवकर ये. ऑफिसातील एक गंमत सांगायची आहे."

"आलेऽ आलेऽऽ माधव, देवापुढं मी काय मागितलं असेल? तुझ्यासारखा प्रेमळ, समजूतदार व उदार आणि वर हुशार नवरा मला जन्मोजन्मी मिळावा— मी असं म्हणाले आणि तू हाक मारलीस. याचा अर्थ, देवानं माझं म्हणणं ऐकलं. बरं, गंमत सांग— मी ऐकते."

❑❑❑

लढा

योग जमून यावा लागतो; मुद्दाम जमवावा म्हटले, तर जमत नाही. वामन देवल, किसन गुणे व वसंत थिटे हे तिघे मूळचे वामन्या, किश्या व वश्या होते; तेव्हापासून परस्परांचे जीवश्चकंठश्च मित्र होते. किती काळ? तर मोजून चौदा वर्षे— प्राथमिक शाळेतील चार व माध्यमिक शाळेतील दहा, अशी चौदा वर्षे! त्या काळात या तिघांनी आपापली सुख-दुःखे वाटून, अनुक्रमे उपभोगली व भोगली होती. खरे तर सुखेच जास्त होती. परीक्षेच्या आधीच्या काळातच काय ते दुःखाचे ढग दाटून यायचे! हां, परीक्षेचा निकाल लागल्यानंतरचा काळ तर खडतरच होता. पण खडतरपणा त्यांच्या वडिलांनी उगाचच निर्माण केला असे. मुलगा उत्तीर्ण झाला व वरच्या वर्गाला गेला याचा आनंद मानायचा सोडून जर वडिलधारीमंडळी उगाचच प्रगतिपुस्तकातील गुणतक्ता पाहून आरडाओरडा करत सुटली; तर त्याला वामन्या, किश्या व वश्या ही बालके काय

करतील? त्यांच्या वर्गाचा निकाल नेहमी ७०-७५ टक्केच लागत असे. याचा अर्थ २५ टक्के मुले चक्क नापास होत. ज्यांची मुले उत्तीर्ण झाली आहेत, तेच वडील जर "गुण एवढे कमी का?" हा प्रश्न विचारून त्रागा करणार असतील; तर ज्या मुलांनी गटांगळ्या खाल्या आहेत, त्यांच्या वडिलांनी काय करावे? या तिघांचे वडील किती तरी वेळा, "पेला अर्धा रिकामा आहे याचा खेद करू नका; पेला अर्धा भरला आहे याचा आनंद माना," हे वाक्य स्वयंपाकघरातील धुसफुशीवर उतारा म्हणून उच्चारत असत. योग्य वेळी न दिलेल्या दागिन्यांवरून आईने वडिलांना एवढे घालून पाडून बोलायला नको होते, असा हे तिघे पितृभक्त पुत्र मनातल्या मनात विचार करत. आपले वडील दिलदार आहेत. ते उसाची मोळी विकत आणतात, घरी भुईमुगाच्या शेंगांचे पोते लावतात व गूळ शेर-दोन शेरांनी विकत न आणता गुळाची भेली आणतात— हे तिघेही लहानपणापासून पाहत होते. भुईमुगाच्या शेंगा आणि गूळ पाहिजे तेवढा मिळाल्यावर सोन्याच्या बांगड्या, पाटल्या, नथ अशा क्षुल्लक वस्तूंची काय पत्रास— हा विचार या तिघांना सहज सुचे व पटे. मात्र, एरवी भरलेला अर्धा पेला पाहणाऱ्या आपल्या वडिलांना आपले सर्व विषयांतील पन्नासच्या आसपास असलेले गुण दिसू नयेत व न मिळालेले पन्नास गुणच दिसावेत, या विसंगतीचे तिघांनाही परम आश्चर्य वाटे! 'असे गुण मिळवलेत तर तुमचे पुढे काय होईल', ही चिंता तिघांच्याही वडिलांना होती. पण 'जगी ज्यास कोणी नाही त्यास देव आहे, निराधार आकाशाचा तोच भार वाहे' हे गीत तिघेही मनातल्या मनात म्हणत व वडिलांची चिंता परमेश्वरचरणी वाहत.

दहावी झाल्यावर गुणांनुसार व आडनावाच्या आद्याक्षरांनुसार तिघांना वेगवेगळ्या महाविद्यालयांत प्रवेश घ्यावा लागला. तिघेही बी.कॉम. झाले. तिघांचेही काका-मामा कर्तबगार निघाले होते. त्यांनी या तिघांना मुंबईत बोलावून घेतले. तिघांचे रस्ते वेगळे झाले. तिघेही दुरावले.

आजकाल सुदृढ बुद्धीचे आणि वर सुदृढ शरीराचे उमेदवार नोकरीकरता कोणत्याच कंपन्यांना मिळत नाहीत. त्यामुळे दोहोंपैकी एक असले तरी खूप झाले, या निर्णयावर कंपन्या आल्या आहेत. वामन्या, वश्या व किश्या यांची शरीरे खणखणीत होती. त्यांना नोकऱ्या मिळाल्या की, मुलींच्या वडिलांना ती स्थळे कर्तबगार वाटू लागतात. प्रश्न राहण्याच्या जागेचा असतो. दोन्ही बाजूंचे बाप या प्रश्नावर तोडगा काढतात. राहण्यापुरत्या कामचलाऊ जागाही मिळून जातात.

तसेच झाले. पुढे काळ लोटला. वामनराव देवल, किसनराव गुणे व वसंतराव थिटे हे तीन गृहस्थ अनुक्रमे अंधेरी, कल्याण व मुलुंड या तीन गावांतील

चाळीतील भाडेकरू म्हणून सहकुटुंब नांदू लागले. तिघेही वेगवेगळ्या छोट्या बँकांत नोकरीला होते. या तीन लाकडी ढलप्यांची पुन्हा गाठ पडण्याची सुतराम शक्यता नव्हती. पण परमेश्वराला या तीन मित्रांची तीन ठिकाणी झालेली विभागणी मंजूर नव्हती. त्या जगन्नियंत्याने ठरवले की, या तिघांना एकत्र आणायचे.

परमेश्वरानेच ठरवले म्हटल्यावर चक्रे फिरू लागली. तिघांच्याही बँकांच्या संचालकांनी आपल्या आपल्या नातेवाइकांना कर्जे देण्याचा सपाटा लावला. परमेश्वरी आदेशानुसार या सर्व नातेवाइकांनी प्रथम कर्जावरचे व्याज, नंतर व्याजावरचे व्याज व शेवटी कर्जाची रक्कम व व्याज परत करणे शक्य नाही; हे बँकांना कळवले. रिझर्व्ह बँक संतापली. रिझर्व्ह बँकेने या तीनही बँका देना बँकेत विलीन करून टाकल्या. देना बँकेने सूडबुद्धीने, जुन्या-छोट्या बँकेतील कर्मचाऱ्यांच्या बदल्या करण्याचा सपाटा लावला. या सपाट्याच्या रेट्यात भायखळ्याच्या देना बँकेच्या कचेरीत हे तिघे राव एका सुप्रभाती दाखल झाले.

तिघांनी परस्परांनी पाहिले मात्र, तिघांचा 'राव' हा शेंदूर गळून पडला आणि तिघे वामन्या, किश्या व वश्या या मूळ स्वरूपात परस्परांना घट्ट मिठ्या मारते झाले... आणि मग काय! एरवी नोकरीचे भायखळा हे स्थान अंधेरी, कल्याण व मुलुंडपासून किती दूर आहे म्हणून कण्हणाऱ्या तिघा मित्रांना अंधेरी, कल्याण व मुलुंड या तीन गावांत जवळजवळ काहीही अंतर नाही, हे खात्रीपूर्वक जाणवले. रविवार आणि इतर कोणती सुटी आली की, हे तिघे सहकुटुंब-सहपरिवार एकत्र येत. एकत्र येण्याचे ठिकाण असे अंधेरी, कल्याण किंवा मुलुंड.

सर्वसाधारणपणे नवऱ्यांचे जमते म्हटले की बायकांचे फाटते. मित्रामित्रांचे मेतकूट आहे म्हणावे, तर मित्रांच्या बायकांत कालकूट हे विष वस्तीला येते. पण या तिघा मित्रांच्या बाबतीत असे काही घडले नाही. वनमाला, कालिंदी व वासंती या वामन्या, किश्या व वश्या यांच्या बायकांची एकदम गट्टी जमली. तिघांची सुरेश, प्रमोद व मदन ही मुले तर एवढी समरस झाली की, दोन-चार दिवसांची सुटी आली की, ती कोणाच्या तरी एकाच्या घरी राहण्याचा हट्ट करू लागली. आजकाल घरटी एखादेच मूल असते. त्यामुळे मुलांची मित्रांच्या अभावी तशी उपासमारच होते. तीनही मुले एका कोणाच्या तरी घरी राहण्याचा प्रचंड फायदा आहे, हे तीनही कुटुंबाच्या ध्यानी आलं. ज्या एका घरी ती राहत; त्या घरच्या स्त्रीला एका मुलाच्या कटकटीपेक्षा तीन मुलांची आपल्या वाट्याला येणारी कटकट नगण्य आहे, हे अनुभवाला आले. मुलांच्या खाण्याचे पाहिले की झाले! मुले आपापसांत खेळतात, रमतात, झोपी जातात. इतर दोन घरांना मुले नसल्यामुळे, 'तू राजा, मी राणी' असे

नवजीवन चार दिवसांकरता प्राप्त होई व ते परमसुखाचे वाटे.

पावसाळा चालू झाला आणि तीनही कुटुंबांना नेहमीप्रमाणे कळून चुकले की, आपण य:कश्चित, किरकोळ व क्षुल्लक भाडेकरू आहोत. आपल्या खोल्यांत वरून पाणी गळतं, भिंतींतून पाणी झिरपतं आणि आपण काही म्हणजे काही करू शकत नाही. तिघांचेही घरमालक गुंड प्रवृत्तीचे होते. त्यांना काही सांगायला जावं, तर ते म्हणत, "हे पाहा— मी तुम्हाला राहायला या, असं आमंत्रण द्यायला आलो नव्हतो. तुमची इथं राहायची इच्छा नसेल, तर आपण जागा सोडू शकता व बंगल्यात जाऊन राहू शकता! मी घरमालक आहे. म्हणजे, या बांधकामाचे पैसे देण्याचा मूर्खपणा मी केला आहे. बांधणारे गवंडी, सुतार वेगळेच होते. ते पैसे घेऊन गेले. मी त्यांच्याकडं तक्रार करू शकतो का? नाही. पावसाळ्यात गळतं, हे खरं आहे. तुम्ही वाटलं, तर तुमच्या पैशानं दुरुस्त्या करून घ्या; मात्र दुरुस्तीचे पैसे भाड्यातून वळते वगैरे करणार नाही."

पूर्वीच्या पावसाळ्यांतही पाणी गळत होतं आणि या पावसाळ्यातही तसंच पाणी गळालं. पण गळती-गळतीत फरक होता. पूर्वीच्या पावसाळ्यात प्रत्येक जण गळतीचं दु:ख एकट्या-एकट्यानं भोगत होता; या वर्षीच्या गळतीचं दु:ख सहन करायला मित्रांची साथ होती. वामन्या म्हणाला, "पूर्वी आम्ही तिघेच होतो. आता तुम्ही जास्तीचे सहा जण आहात. त्यामुळे घरात गळती कमी वाटते. पूर्वी प्रत्येकाच्या वाट्याला एक-तृतीयांश गळती येई, आता एक-नवमांश येते." वामनरावाच्या या हिशेबावर सुरेश-प्रमोद-मदन ही मुले हसली, वनमालाबाई-कालिंदीबाई-वासंतीबाई याही हसल्या; पण किसनराव व वसंतराव चुकचुकले. हे दोघं राव म्हणाले, "आपल्यापैकी कोणा एकाचंही घर जरी बिनगळतीचं असतं, तरी उत्तम झालं असतं. पावसाळ्यात आपण त्याच घरी राहिलो असतो. पण आपलं नशीब कसं समान फुटकं आहे पाहा— कल्याण, मुलुंड व अंधेरी या तीनही घरांतून पाणी गळतं. तीनही घरांचे मालक दुष्ट आहेत. आपण तिघेही भोगत आहोत. आपण भायखळ्याच्या देना बँकेत एकत्र आलो, हे वाईटच घडलं. त्यामुळं आता आपली प्रत्येकाची दु:खं तिप्पट झाली आहेत. पूर्वी आपण एकेकटे होतो, तेव्हा इतर दोघांची दु:खं आपल्यापर्यंत पोचत तरी नव्हती!"

हा नवा हिशेब सर्वांच्या अंत:करणाला जास्त भिडला.

वनमाला म्हणाली, "कसायाला गाय धार्जिणी, ही म्हण खरी आहे. आमच्या घरमालकाचं इस्त्रीवाल्या भय्यापुढं मात्र काहीही चालत नाही."

"म्हणजे?" कालिंदी व वासंती उद्‌गारल्या.

"आमच्या चाळीच्या तोंडाशी इस्त्री करणाऱ्या भय्याची खोली आहे. त्याच्या खोलीत आमच्या मानानं काहीच गळत नाही. त्याच्या डोक्यावर आमच्याप्रमाणे गच्ची नाही, पण त्याच्या खोलीच्या भिंतीतून गळतं. भय्यानं आरडाओरडा केला, इस्त्री करता-करता चाळ पेटवून देईन असं म्हणाला आणि त्यानं भाडं देणं बंद केलंच, वरती तो म्हणतो की, आम्ही यूपीवाले आहोत, आम्ही हिंदीत शिवीगाळ करू. मालक निघाले की तो म्हणतो, 'फुकट का भाडा लेनेवाला सुव्वर कैसा चलता है तो देखो!' मालक हिंदी भय्याला पार टरकून आहेत!"

कालिंदी म्हणाली, "आमच्या चाळीच्या तोंडाशी फळवाल्यानं गाडी लावली आहे. आम्हाला जाणं-येणंही अवघड होतं. आम्ही भाडेकरू; आम्ही त्याला काय बोलणार? आमचे मालक त्याला भारदस्त हिंदीत म्हणाले, 'भय्याजी, आप आपकी गाडी गमन-आगमन के लिये मार्ग छोडके क्यों लगाते नहीं? अच्छा होगा, मार्गक्रमण के लिये व्यत्यय नहीं होगा.' यावर फळवाला भय्या काय म्हणाला असेल?"

"काय?" वनमालेनं विचारलं.

"भय्या मराठीत म्हणाला, 'मी हिंदीत बोलणार नाही, मराठीत सांगतो. ही मुंबई कोणाच्याही बापाची नाही. मी गाडी कोठेही लावेन! आणि हे लठ्ठ्या, तुला येता-जाताना त्रास होत असेल, तर तू तुझ्या शरीरावरची चरबी कमी कर. फुकटचं भाडं खाऊन-खाऊन तू फुगला आहेस!' आमचे मालक गप्प गसले."

मग वासंती म्हणाली, "आमच्या चाळीतही एक भाडेकरू आहे. तो भाडंच देत नाही. आमच्या घरमालकांची पोलिसांत वट आहे. मालकानं खासगी ओळखीतून भाडेकरूला दमदाटी करायला दोन पोलीस आणले."

"मग?" कालिंदीनं विचारलं.

"भाडेकरू पोलिसांना म्हणाला, ही माझी व घरमालकाची खासगी बाब आहे; ही सिव्हिल मॅटर आहे. मी भाडं देत नाही, देणार नाही. घरमालकानं कोर्टात जावं. मी कोर्टात उत्तर देईन. तुम्ही पोलीस हप्ते खायला चटावले आहात. मालकानं तुम्हाला पैसे चारले आणि तुम्ही त्याच्या वतीनं आलात भुंकायला!"

"बाई गं! मग?" वनमालेनं विचारलं.

"मग काय! पोलिसांना उलट बोललेलं आवडत नाही. एका पोलिसानं त्या भाडेकरूच्या तोंडात हाणली. त्याबरोबर तो भाडेकरू बोंबलला. आतून भाडेकरूची

बायको आली, बहीण आली, आई आली. त्यांनी आपल्याच अंगावरचे कपडे टराटरा फाडले आणि त्यांनी रडायला, ओरडायला, बोंबलायला, आरंभ केला की, पोलिसांनी त्यांच्यावर हात टाकला!''

"काय?'' वनमाला व कालिंदी थरारून ऐकत होत्या.

"पोलिसांनी आमच्या अंगावर हात टाकला, असं रडत-भेकत त्या पोलीस ठाण्याकडं पळाल्या. भाडेकरूची दोनंही पोरं आतून खरकटं अन्न घेऊन आली. त्यांनी ते खरकटं अन्न पोलिसांच्या अंगावर टाकले आणि आमच्या हातातील जेवण खेचून घेतलं, असं आक्रंदत, रस्त्यावरून धाय मोकलून रडत ठाण्यावर पोचली. खुद्द भाडेकरूही ठाण्यावर गेला व त्यानं लेखी तक्रार दिली. मालकाच्या वतीनं दोन हवालदार दमदाटी करून पाच हजार रुपये मागत होते; मी लाच देणार नाही म्हणालो, तर त्यांनी घरातील बाईमाणसांवर हात टाकला. पोलीस ठाण्यावर एवढीऽ गर्दी जमली! पोलीस ऑफिसरनं घरमालकाला दोन लाफा लगावल्या व त्यानं पोलिसांना ताणलं, 'एवढी वर्षे खात्यात नोकरी केलीत, तुम्हांला केव्हा अक्कल येणार? सरळ, कायद्याला घाबरणाऱ्या व अब्रूला जपणाऱ्या मध्यमवर्गीय नागरिकाकडून पैसे मागायचे; ते सहज मिळतात. गुंड प्रवृत्तीच्या भाडेकरूच्या मागे लागून वेळ फुकट दवडता?' या प्रसंगानंतर आमचे घरमालक त्या भाडेकरूपुढं शेळीप्रमाणे वागतात, त्याच्या खोल्यांच्या दुरुस्त्या घरमालक आपणहून करून देतात. भाडेकरूची आई-पत्नी-बहीण यांच्या नजरेला नजर देत नाहीत. पोलिसांची भंबेरी उडवणाऱ्या भाडेकरूपुढं कोणताही घरमालक मान खाली घालणारच की!''

वासंतीचं बोलणं संपलं आणि वामन्या ओरडला, "बस्स! ठरलं. आपणही आपल्या-आपल्या घरमालकांना आपण ढाण्या वाघ आहोत, हे दाखवून द्यायचं! घरमालकासमोर आपणही हवालदारांच्या थोबाडीत मारायची. आपल्या बायकोनं व मुलानं हवालदारांच्या अंगावर पाणी ओतायचं, हवालदारांना झाडूनं मारायचं अन् घरमालकासमोर दोन-दोन थोबाडीत द्यायच्या.

"हवालदार मालकाला दरडावून विचारतील, असला खतरनाक भाडेकरू तुम्ही भाड्यानं ठेवलातच कसा? गाढवा, कुत्र्या, डुकरा, तुला घरमालक केलं कोणी?''

हे बोलताना वामन्या विलक्षण उत्तेजित झाला होता. वनमाला डोळे विस्फारून नवऱ्याकडं पाहू लागली. वामन्या पुढं म्हणाला, "आपल्या घरमालकांची बोबडी वळेल. आपण, आपली बायको व आपला मुलगा घरमालकापुढं वाघ ठरू. आपल्या गळक्या छपराची घरमालक पावसाळ्यापूर्वीच दुरुस्ती करून देईल!

घरमालक आपल्याला म्हणेल, जर एखादा थेंब पाणी तुमच्या घरात गळालं तर मला सांगा; मी स्वत: येऊन पुसून देईन.''

वामन्याच्या कल्पनाविस्तारावर किश्या व वश्या खदाखदा हसले. दोघं म्हणाले, ''वामन्या, तू म्हणजे पक्का विदूषक आहेस. शेख महंमदी तरी किती करशील? तुझ्या या नामी कल्पनेमुळे वेळ मात्र मजेत गेला अन् गळतीचा त्रास थोडा कमी झाल्यासारखं वाटलं!''

पण वामन्या माघार घ्यायला तयार नव्हता. तो हे प्रात्यक्षिक घडवायला तयार होता. पण वामन्याला अंधेरीच्या घरी दोन हवालदार यायला हवे होते. हवालदार आले की, पुढचा प्रसंग वामन्या घडवायला तयार होता.

...एका रविवारी वामन्याच्या चाळीत खरोखरच दोन हवालदार आले. हवालदार धष्टपुष्ट होते, त्यांच्या ओठांवर कल्लेदार मिशा होत्या. हवालदारांनी आपले दंडुके वामन्याच्या घरमालकाच्या दारावर दाणदाण आपटले. एक हवालदार ओरडला, ''आपणच भुस्कुटे का? आपणच घरमालक आहात ना?''

घरमालक भुस्कुटे चपापून बाहेर आले. दुसरा हवालदार ओरडला, ''वामन देवल या नावानं कोणी तुमच्या चाळीत राहतो का? चला, त्यांची खोली दाखवा. साला खून करून, नाव बदलून, पोलिसांना चकवून या चाळीत राहिला आहे. साल्याला पोलीस ठाण्यावर नेतो आणि त्याची चामडी लोळवतो.''

''खूनऽऽ?'' भुस्कुटे ओरडले. त्यांनी वामनराव देवल या खुन्याचं बिऱ्हाड दोन्ही हवालदारांना लांबून दाखवलं. वामनराव देवल हे खुनी आहेत, हे समजल्यावर ते भयग्रस्त झाले होते.

हवालदारांनी वामन्याच्या दारावर दंडुके लगावले. वामनराव देवल बाहेर आले. एक हवालदार तिरसटले, ''चल, चौकीवर चल— तुझ्या पापाचा घडा भरला आहे. हैबती मुकादामाचा खून करून पळालास! तुला काय वाटलं, तू वाचशील?'' दोन्ही हवालदारांनी आपल्या आपल्या मिश्यांना 'अलगद' पीळ भरला.

देना बँकेत नोकरी करणाऱ्या, सरळमार्गी वामनराव देवलांना खुनाचा खोटा आरोप कसा सहन व्हावा? ते धारदार आवाजात म्हणाले, ''हवालदार, हे सभ्य माणसाचं घर आहे. मी वामन देवल आहे हे खरं आहे, पण एका नावाची दोन माणसं असू शकतात. तुमच्याकडं वॉरंट आहे? खुनी वामन देवलचा फोटो आहे?''

कोणते हवालदार असले उलटे प्रश्न ऐकून घेतील? ते पुढं झाले आणि त्यांनी वामनराव देवलांची मानगूट पकडली. वामनराव ओरडले, "एक वेळ मी छपरातून होणारी गळती सहन करीन; पण माझ्या प्रतिष्ठेची गळती मी सहन करणार नाही. 'संभावितस्य च अकीर्ति: मरणात् अतिरिच्यते' हे गीतावचन आहे. तुम्हा हवालदारांना संस्कृत कळणार नाही, म्हणून अर्थ सांगतो. सज्जनाला अपकीर्ती मरणाहून दु:सह होते."

आणि काय, वामनरावांनी दोन्ही हवालदारांच्या मुस्काडात लावली. तोपर्यंत आतून वनमालाबाई व सुरेश ही माता-पुत्रांची जोडी बाहेर आली आणि त्यांनी छोट्या बादल्या व पातेली भरभरून पाणी हवालदारांच्या अंगावर फेकलं. मात्र त्यांचा नेम चुकल्यामुळे जास्त करून बरेचसे पाणी दुरून पाहणाऱ्या भुस्कुट्यांच्या अंगावर पडले. वनमालाबाई पुन्हा आत गेल्या व झाडू घेऊन आल्या. सुरेश आतून धुण्याची काठी घेऊन आला. वामनराव आत गेले व भाजी कापायची सुरी घेऊन आले. हवालदार 'नखशिखान्त' हादरले. "असला खतरनाक भाडेकरू तुम्ही चाळीत ठेवलाच कसा?" असं दोन्ही हवालदार भुस्कुट्यांवर ओरडले व त्यांनी भुस्कुट्यांच्या पोटरीवर दंडुके लगावले. भुस्कुट्यांची पत्नी व मुले, वनमालाबाई व सुरेश यांच्याएवढी पराक्रमी नव्हती. त्यांनी भुस्कुट्यांना झालेली मारहाण साश्रू नयनांनी फक्त पाहिली! हवालदार गेल्यावर वनमाला मोठ्यानं म्हणाली, "वामन, खुनाला वाचा कधी ना कधी फुटते, ते खरं आहे का रे?"

भुस्कुटे हा अंधेरीचा मग्रूर घरमालक जमिनीवर आला. वामनराव देवल या खुनी भाडेकरूशी नम्रपणे वागणेच योग्य, असा निर्णय भुस्कुट्यांनी घेतला. भुस्कुटेच काय, पण त्या चाळीतील मस्तवाल इस्त्रीवाला भय्याही इस्त्रीसकट थंड पडला.

पंधरा दिवस गेले. किसनराव गुण्यांच्या घरापुढे दोन हवालदार दाखल झाले. अंधेरीचाच प्रयोग कल्याणला घडला. किसनराव, त्यांची पत्नी कालिंदी व मुलगा प्रमोद यांनी हवालदारांना पळवून लावले. गीतेतील श्लोक किसनरावांनीही अर्थासह हवालदारांना ऐकवला. खुनी किसनरावांच्या हवालदारांपुढच्या धडाडीमुळे कल्याणचा घरमालक एवढा वरमला की, सांगता सोय नाही. आपल्या पोटऱ्यांना बाम चोळता-चोळता तो म्हणाला, "किसनराव, तुम्हाला हवी तशी दुरुस्ती करून घ्या— भाड्यातून पैसे वळते करून घ्या."

नंतर पुन्हा पंधरा दिवस गेले. मुलुंडच्या वसंतराव थिट्यांच्या घरून दोन हवालदार गीतेचा श्लोक मराठी अर्थासह ऐकून मार खाऊन पळाले. पळता-पळता त्यांनी वसंतरावांच्या घरमालकाला शिव्या घातल्या व दंडुके लगावले. मुलुंडचे घरमालकही सरळ झाले.

...हवालदारांचे खराब झालेले गणवेश धुवायला, इस्त्री करायला पंधरा दिवसांची गरज नव्हती. ते आठ दिवसांत पूर्ववत् होत होते. पण मार खाऊन पळालेल्या हवालदारांना पूर्वस्थितीवर यायला पंधरा दिवस गरजेचे होते.

वामन्या, किश्या व वश्या या तीन मित्रांनी जोडीजोडीने हवालदारांच्या भूमिका सफाईदारपणे वठवल्या. मित्रांकडून मार खाल्ला व घरमालकांना माराची परतफेड केली. महिलावर्गाने अंगावर जास्त पाणी उधळले. पाण्यात आपण रंग घालावयास हवा होता, अशी चुटपूट त्यांच्या मनाला लागून राहिली.

आणि काय— गळणारी छपरे दुरुस्त होऊ लागली, तीनही घरमालक खुनी भाडेकरूंपुढे नमले आणि तीन कुटुंबवत्सल मित्र सुखी झाले.

❑❑❑

दयेचा पाझर

शेवंता दबकत-दबकत आत आली. तिनं ओळीनं तीन दिवस खाडा केला होता. ती बाईंना न सांगता गावच्या देवीच्या जत्रेला गेली होती. बाई रागावल्या असणार! सरळच आहे. तीन दिवस न सांगता कामावर गैरहजर राहिल्यावर बाई चिडणारच. म्हणून तर शेवंतानं कपाळावर चिंधी बांधली होती. कपाळ दुखत आहे, असं सांगायचं आणि कण्हायचं!

"काय गं!, आजारी होतीस का? का तुलाही नवऱ्यानं दारू पिऊन मारलं?" मालतीबाईंनी विचारलं. मालतीबाईंच्या शब्दाशब्दांतून काळजी ठिबकत होती.

तुलाही म्हणजे, आणखी कोणाला तिच्या नवऱ्यानं दारू पिऊन मारलं? शेवंताला समजलं नाही. बाई पेपर वाचतात व पेपरातून त्यांना नवऱ्यानी दारू पिऊन बायकांना मारल्याच्या बातम्या घरपोच मिळतात, हे शेवंताला कसं कळावं? शेवंता काही न बोलता ठरवल्याप्रमाणं कण्हली.

मालतीबाई पुढं गेल्या. त्यांनी शेवंताला हाताला धरून खुर्चीवर बसवलं. बाईंच्या मनात आलं की, हे सगळे नवरे असे कसे दगडगोटे व काटेकुटे? त्यांनी विचारलं, ''शेवंता, फार दुखतंय का?''

''व्हय.'' शेवंता पुटपुटली. दुखत नसताना दुखतंय असं धडधडीत खोटं, वर तेही मोठ्यानं कसं बोलायचं— म्हणून शेवंता पुटपुटली.

''बाई गं! तुझा आवाजही नीट उमटत नाही. बैस. कामाचं नंतर बघू. प्रथम मी तुझ्याकरता चहा घेऊन येते.''

मालतीबाईंचं अंत:करण दयेनं भरून गेलं. हे नवरे असे आडमुठे का असतात? बाई पेपर वाचायच्या, टीव्हीवरचे गुन्हेगारीचे कार्यक्रम पाहायच्या. नवऱ्यांच्या सर्व करामती त्यांना माहीत होत्या.

नवरा रात्री उशिरा दारू पिऊन, झोकांड्या देत घरात शिरतो नि जेवायला मटण का नाही म्हणून जाब विचारतो. बायको म्हणते, ''मटनाला पैका कुठून आनू? तू तर सारा पैका दारूवर उडवतोस!''

नवऱ्याला असले तर्कशुद्ध प्रश्न आवडत नाहीत. तो तिला काठीनं मारतो.

दुसरा नवरा बाहेरख्याली असतो. तो घरात दुसऱ्या बाईला आणतो नि तिला बायकोच्या उरावर नाचवतो. कोणती बायको असा अपमान सहन करेल? ती विरोध करते. नवरा तिला मारतो.

तिसरा नवरा बायकोकडे घटस्फोट मागतो. म्हणे, बायको काळी असते! लग्नाच्या वेळी तिच्या गळ्यात माळ घातलीस, त्या वेळी तुला तिचा काळा रंग दिसला नव्हता का? बायको काय म्हणून घटस्फोट देईल? नवरा संतापतो नि बायकोला मारतो.

चौथा नवरा बायकोनं माहेराहून पैसे आणावेत यासाठी तिचा छळ करत असतो. म्हणे, नवऱ्याला मोटार घ्यायची असते! घे ना— तुझ्या कर्तबगारीवर पैसे मिळव आणि मोटारच का हेलिकॉप्टर घे! पण बायकोनं माहेराहून पैसे का आणावेत? बायकोच्या माहेरी पैशाचं झाड असलं तरी त्या झाडावरचे पैसे तुझे कसे रे सोन्या? बायको माहेरहून पैसे आणणार नाही असं म्हणते, नवरा संतापतो आणि बायकोला मारतो.

पाचवा नवरा बायकोला पहिल्या मुलीवर दुसरीही मुलगीच का झाली, म्हणून मारतो.

स्त्रियांवरच्या अन्यायाच्या अशा वार्ता वाचून मालतीबाईंचं अंत:करण तिळतिळ तुटे. त्यांना वाटे की, पुढचा जन्म स्त्रीचा म्हणून यायला नको आणि पुरुषांच्या

जुलमाचे आपण बळी व्हायला नको. बातम्याचा परिणाम म्हणून कधीमधी मालतीबाई त्यांच्या नकळत आपल्या नवऱ्याशी वाईट वागत. अरविंदा मालतीशी वाईट वागत असे, असं नाही. पण तो मालतीच्या मनात शिरू शकत नसे; तिची दुःखे समजू शकत नसे, याबद्दल अरविंदाला खंत वाटत असे. अरविंद ऑफिसातून आल्या-आल्या त्याच्याबरोबर स्त्रियांवरच्या अन्यायावर चर्चा करायला मालती उतावीळ असे. अरविंद या चर्चेत वरवर नि थोडाच वेळ सहभागी होई. तो म्हणे, ''मालती, तू अशा बातम्या वाचतेसच कशाला? पाहतेसच का? तुला सहन होत नाही ना; मग तू अशा बातम्यांपासून दूर राहा.''

''दूर राहा म्हणजे? आपल्या डोळ्यांना जे वृत्तपत्रातून धडधडीत दिसतं नि दूरदर्शनवरून दिसतं, ऐकू येतं— ते कसं टाळायचं?''

अरविंद म्हणे, ''तुझ्याकडे रिमोट आहे ना? मग चॅनेल बदल.''

मालती विचारे, ''चॅनेल बदलू म्हणजे वास्तवापासून दूर पळू? माझं मन असं बोथट नाही. आठवड्यापूर्वी वाचलेली बातमीही माझ्या मनात चुकचुकत राहते. दया, कणव, सहानुभूती या भावनांनी माझं मन काठोकाठ भरून वाहतं. मी तुझ्यासारखी स्वतःपुरती पाहणारी नाही. मी वास्तवापासून पळणारी नाही. मी माझ्याकडून जमेल तेवढी काळजी करतच राहणार.''

अरविंदाला मालतीचं तसं कौतुकच वाटे. वृत्तपत्रांत रोज अशा प्रकारच्या वार्ता असतात. ही मालू आठवड्यापूर्वीच्या बातम्यांचं दुःखही मनात उबवत बसते. बिच्चारीच्या मनावर केवढा ताण पडत असेल?

अनंत बातम्यांचा ताण मनावर वागवत विमनस्क मनःस्थितीत असताना आपला चहा मालती करू शकणार नाही, हे अरविंद समजून घेई. स्वयंपाकघरात जाऊन तो दोघांचा चहा करी आणि विचारी, ''मालू, आज रात्री तू स्वयंपाक करू नकोस; मी हॉटेलातून मसाला डोसे घेऊन येतो. तुला दोन मसाला डोसे लागतात, हे मला माहीत आहे.''

मालतीला मनातून थोडं संकोचल्यासारखं होई. आपला नवरा काही वर्तमानपत्रांतील छळवादी नवऱ्यासारखा नाही. तो आपल्यावर रागवत नाही, ओरडत नाही. पण तेवढ्यानं सर्व स्त्रियांचे प्रश्न काही सुटत नाहीत. मी तर माझ्या घरी सुखी पाहिजेच; त्याशिवाय जगातील सर्व स्त्रियाही नवऱ्यांच्या छळातून मुक्त हव्यात, पण तसं होत नाही. त्यामुळंच तर आपल्याला दुःखी-कष्टी स्त्रियांची आपल्या परीनं चिंता वाहावी लागते. अरविंदा काय करतो? काही नाही, दोन मसाले डोसे आणणार आणि माझ्यापुढं ठेवणार! यामुळं माझी भूक

भागेल; पण माझ्या मनाचं काय? मनाला पोखरणाऱ्या चिंतांचं काय?

मालतीबाईंच्या मनात अशी जगातल्या स्त्रियांविषयीची चिंता धुमसत होती आणि त्यातच शेवंता ही एक जवळची स्त्री दबकत-दबकत आत आली.

मालतीबाईंनी कळवळून विचारलं, "तुलाही नवऱ्यानं मारलं काय?"

शेवंताला कळेना की, आज बाईंनी हा नवऱ्यानं मारण्याचा प्रश्न अचानक का विचारला? काय उत्तर द्यावं? हो म्हणावं का, की नुसतंच कण्हावं?

शेवंताच्या न बोलण्यानं मालतीबाईंना सर्व उलगडा झाला. शेवंताला नवऱ्यानं मारलं असणार! कोणती स्त्री असला अपमान बोलून दाखवेल? मालतीबाईंनी शेवंतापुढं चहाचा कप ठेवला; शिवाय दोन 'मारी'ची बिस्किटं तिला दिली.

मालतीबाई हळुवार स्वरात म्हणाल्या, "भांडी राहू देत. आज तू फक्त कपडे वॉशिंग मशीनमध्ये टाक. श्रीपती मारतो म्हणजे कसा मारतो— हातानं की काठीनं?"

शेवंताला कळेना की, तिचा नवरा तिला का म्हणून मारेल? आणि ती काय म्हणून मार खाईल? शेवंता मैत्रिणीबरोबर सिनेमा पहायची, पाणीपुरी-भेळ खायला जायची आणि उशिरा घरी परतायची. श्रीपती त्यावरून त्रागाही करायचा. शेवंता थोडा वेळ ऐकून घ्यायची आणि मग ओरडायची, "अरंऽऽ गप्प बस की! शिनेमाला ग्येले म्हंजे कोनाचा हात धरून पळून तर ग्येले न्हाई ना? तू मैतराबरोबर पत्ते खेळतोस आणि घरलासुदीक येत न्हाईस; त्येचं काय? नीट बोलायचं असंल तर इथं थांब; न्हाई तर भाईर जा. डोस्कं शांत जालं की ये."

मालतीबाईंच म्हणाल्या, "सांगायचं नसेल तर नको सांगूस. आपली बायकांची जातच ही अशी आहे— सोशीक, आपण नवऱ्याचं उणंदुणं बाहेर सांगत नाही, आपण सोसत राहतो."

शेवंता उसळून म्हणाली, "मी त्यातली न्हाई. सोसायचं-सोसायचं तरी किती दिवस आन् कशापाई? शिरपती मला लाथंनं तुडवणार आणि वरती काठी माज्या टक्कुऱ्यात हाणणार! म्या का म्हनून गप्प बसावं म्हनत्ये?" शेवंता सर्व स्त्रियांच्यातर्फे बोलली.

शेवंतानं मालतीबाईंपुढं काल्पनिक परिस्थिती मांडली. मालतीबाईंना ती खरी वाटली. त्या आतून-बाहेरून कळवळल्या. म्हणजे श्रीपती हा साधा नवरा नाही; हा राक्षस आहे! म्हणजे हात, पाय आणि वरती काठी— या साऱ्यांचा

तो एका स्त्रीविरुद्ध वापर करतो तर!

मालतीबाई म्हणाल्या, "शेवंता, तू धुणंही करू नकोस. हे बघ, येत्या रविवारी तू श्रीपतीला घेऊन ये. अरविंदाला सुट्टी असते. अरविंदा आणि मी श्रीपतीला समजावून सांगू. 'गृहम् नु गृहिणीशून्यम् कान्तारात् अतिरिच्यते' हे या नवऱ्यांना कोणी तरी नीट शिकवलं पाहिजे. अगं, आपण आहोत म्हणून घराला घरपण आहे. घरात बाई नसेल, तर घराचं जंगल व्हायला वेळ लागणार नाही."

"बाई, तुमी ह्ये ब्येस बोललात!" शेवंतानं मान डोलवली.

आपण रविवारी श्रीपतीला घेऊन यायचं नाही, हे शेवंतानं पक्कं केलं. आपण श्रीपतीला आणणार, मालकीणबाई त्याला शेवंताला का मारतोस म्हणून विचारणार, त्याची समजूत घालणार... व्वा! आपला नवरा तिरसट आहे. तो सरळ बोलणार नाही. वरती त्यानं 'मी माझ्या बायकोला कवा मारलं?' असं विचारलं तर?

शेवंता काकुळतीनं म्हणाली, "बाई, तेवढं सांगू नका. माजा नवरा यायाचा न्हाई. तो कोनाचे श्यानपनाचे दोन शब्द आयकून घेनारा न्हाई."

मालतीबाईंना शेवंताचे शब्द ऐकून आश्चर्य वाटलं नाही. हे नवरे असेच असतात. द्रौपदीचे पाच नवरे होते; पण एकानं तरी तिचं ऐकलं का? बायकोला जुगारात लावून मोकळे झाले! रामांनी धोब्याचं ऐकलं; पण आपल्या बायकोचं ऐकलं नाही. सीतेला विनाकारण वनात नेऊन टाकलं. खरं तर धोबी बदलायचा, ते बाजूलाच राहिलं. कमीत कमी बायकोला माहेरी तरी पाठवायचं; रानात नेऊन सोडायचं म्हणजे काय? अरविंदा तरी आपलं कुठं ऐकतो? लग्नानंतर मालतीनं द्रौपदीची बाजू खिंड लढवावी तशी लढवून अरविंदाला जाब विचारला होता. अरविंदाचं उत्तर काय, तर — "मालती, त्या वेळी तिथं मी नव्हतो, तूही नव्हतीस. आता पांडव चुकले, कौरवही चुकले; पण त्यावर आता मी आणि तू काही करू शकणार आहोत का?"

अरे, कौरव-पांडव गेले; पण नवरेपण तेच आहे, तेच अन्याय चालू आहेत. तू असा हात झाडून कसा काय मोकळा होतोस? म्हणजे द्रौपदीच्या सनातन दुःखाचं अरविंदा या नवऱ्याला सोयरसुतक नाही! द्रौपदीनं सोसलं; आपल्याजवळ अंतःकरण ही चीज आहे म्हणून आपण ते दुःख आठवून-आठवून त्रस्त आहोत; पण अरविंदाला त्याचं काय? आपण त्या वेळी नव्हतो असं म्हणायचं आणि अंग झाडायचं?

मालतीनं तसा अरविंदाचा नादच सोडला होता. तो आहे तसा ठीकच आहे

म्हणायचा. तो जुगार खेळत नाही आणि आपल्याला जुगारात पणाला लावत नाही, हेच खूप समजायचं.

मालतीबाई म्हणाल्या, "शेवंता, ठीक आहे. तुझा श्रीपती समजुतीनं ऐकणारा नसेल, तर त्याला सांगून तरी काय उपयोग? श्रीपतीवर मुळात त्याच्या आईनंच संस्कार केले नसतील, तर तू तरी काय करशील? शेवंता, माणसावर ग्रंथ संस्कार करतात."

"ग्रंथ म्हणजे?"

"पुस्तकं. चांगली पुस्तकं वाचावीत. पण श्रीपतीला लिहिता-वाचता येतं का?"

"माजा नवरा सुतार हाय. त्यो काय म्हनून लिवल नि वाचल? सुताराचं काम म्हंजे रंधा मारनं, करवतीनं कापनं आणि हातोड्यानं खिळं ठोकनं."

"चला! म्हणजे तोही प्रश्न निकालात निघाला. चार संस्कार करणारी दोन पुस्तकं मी तुला देणार होते. तू आणि श्रीपती— दोघांनी मिळून रात्री पुस्तकं वाचावीत, म्हणून. शेवंता, तुला शब्दांचं सामर्थ्य माहीत नाही. 'आम्हा घरी धन शब्दांचीच रत्ने; शब्दांचीच शस्त्रे यत्ने करू', हा संत तुकारामांचा अभंग तुला माहीत आहे?"

संत तुकारामांचं नाव ऐकल्यावर हात जोडत शेवंतानं विचारलं, "तुकोबांचा कंचा अभंग म्हनालात?"

मालतीबाईंनी अभंग पुन्हा सांगितला, त्याचा अर्थ सांगितला आणि त्या म्हणाल्या, "शेवंता, शेवटी शब्द महत्त्वाचे. शब्द जोडून वाक्य होतं, वाक्यांची पुस्तकं होतात. तू आणि श्रीपती एकत्र पुस्तकं वाचा, चर्चा करा. शब्दांचं महत्त्व तू कधी श्रीपतीला समजावून सांगितलं आहेस का?"

मालती खूप वाचायची आणि अरविंदाला शहाणं करायचा यत्न करायची. पण अरविंदा हा पालथा घडा होता. "माले, तुझी कमाल आहे. तू काय काय वाचतेस!" अशी दाद देत, काहीही न ऐकता तो झोपून जायचा.

"न्हाई बा, म्या वचित न्हाई. शिरपती पन ऐकनाऱ्यातला न्हाई. त्येच्यापुडं मटन आनि दारू ठ्येवा— त्यांची चव त्येला हाय, पन त्येला पुस्तकाचं काय बी न्हाई."

"असं म्हणू नकोस. स्त्रीनंच घरात संस्काराचं निरंजन तेवतं ठेवायचं असतं. मी तुला कागद-पेन देते. तू तुकारामांचा अभंग लिहून घे, पाठ कर. श्रीपतीच्या कानांवर तो सतत पडू दे."

मालतीबाई कागद आणि पेन घेऊन आल्या नि म्हणाल्या, ‘‘घे लिहून.’’

शेवंतानं कपाळाला हात लावले. लिहून घ्यायचं? त्यापेक्षा धुणीभांडी केलेली परवडली. शेवंता चार इयत्ता शिकली होती. श्रीपतीही सहा पुस्तकं शिकला होता. पण केव्हा, तर फार फार पूर्वी. आता कोण लिहिण्या-वाचण्यात वेळ घालवेल? ती शांतपणे म्हणाली, ‘‘बाईसाहेब, मला लिवाया-वाचाया येत न्हाई.’’

‘‘अगं, आता तर म्हणाली होतीस की, तू श्रीपतीला वाचून दाखवत नाहीस म्हणून! म्हणजे, तुला वाचायल येतंय.’’

बोलण्यातली आपली गफलत शेवंता समजली. तिनं मुळापासूनच दुरुस्ती करून टाकली : ‘‘मी वाचीत न्हाई, कारण मला लिवाया-वाचाया येतच न्हाई. मी साळंतच ग्येली न्हाई.’’

‘‘काय? तू शाळेतच गेली नाहीस?’’ मालतीबाई किंचाळल्या.

मालतीबाई पूर्णपणे हताश झाल्या. शेवंताला लिहिता-वाचता येत नाही— अशी अडाणी नि अशिक्षित गाय श्रीपती या नवऱ्याच्या हाती सापडली आहे! श्रीपती शेवंताला लाथांनी तुडवतो, काठीनं मारतो; यात नवल काय? शिक्षण नसल्यामुळं शेवंताला भारतीय घटनेनं तिला दिलेल्या हक्कांची माहिती कोठून असणार? मालतीबाईंना शेवंताविषयीचा कळवळा दाटून आला. त्यांच्या मनाला दयेचा पाझर फुटला.

मालतीबाईंनी तळमळीनं विचारलं, ‘‘शेवंता, तुला लिहावं, वाचावं, शिकावं आणि शब्दांची शस्त्रं आपली करावीत, असं वाटत नाही का?’’

‘‘लई वाटतं. पर आमा गरीबास्नी कोन शिकवनार? चार घरची धुनीभांडी कवा करनार आणि शिकनार कवा?’’ शेवंतानं धोरणीपणानं उत्तर दिलं. ‘‘बाई, आता मी धुनं करत्ये, निगते. मला आनकी दोन घरला जायाचं हाय.’’

शेवंता उठली. तिला लिहायच्या-शिकायच्या गप्पांचा कंटाळा आला होता. त्यापेक्षा मीनाक्षीबाईंच्या घरी जावं— त्या टीव्ही पाहत असतात. करिना कपूर मीनाक्षीबाईंना खूप आवडते. शेवंताची पण करिनाच आवडती आहे.

मालतीबाईंनी समस्येचा नीट आढावा घेतला. बस्स! यावर आपणच तोडगा शोधला पाहिजे. निश्चयाचं तेज त्यांच्या चेहऱ्यावर पसरलं.

शेवंता निघाली, तेव्हा मालतीबाईंनी तिला थांबवलं, ‘‘शेवंता, तू आमच्या घरी रोज किती वेळ काम करतेस?’’

‘‘तासभर तरी मोडतो.’’ शेवंतानं फुगवून अर्ध्या तासाचा तास केला होता.

‘‘उद्यापासून तू माझ्याकडे यायचंस. पण तू धुणीभांडी करायची नाहीस; तू

नुसतं शिकायचंस. मी तुला तासभर शिकवीन. 'श्री गणेशा-अआइई'पासून शिकवेन. तुला शिकण्याचाच पगार देईन. शिकणं हेच तुझं काम. मी बघता-बघता तुला लिहिती-वाचती करते— बघच तू!'' मालतीबाईंना आपल्या शिकवण्याच्या कौशल्याची खात्रीच होती.

''आनि धुनीभांडी कोन करनार?''

''ते मी पाहीन. तुझं काम शिकणं. मी तुला पगार देणार तो शिकण्याकरताच.''

''पण बेरीज-वजाबाक्या, हिशेब, गनित मला शिकवू नगासा.''

''नाही. मी तुला फक्त लिहायला-वाचायलाच शिकवणार आहे. पण काय गं, पण तुला बेरीज-वजाबाक्या हे कसं काय माहीत?''

शेवंता चपापली. आपण पुन्हा जास्तच बोलून गेलो, हे तिच्या ध्यानी आलं. तिनं स्वत:ला सावरून घेतलं, ''माजा थोरला पोरगा साळंत जातो. त्येच्यामुळं मला ह्ये शब्द ठावं जालं हायती. बेरीज-वजाबाकी करताना माजा अक्षयकुमार लई म्हंजे लई रडतो.''

''अक्षयकुमार हे तुझ्या मुलाचं नाव आहे?''

''व्हय. अक्षयकुमार हीरो हाय. त्येचंच नाव मी पोराला ठिवलंय.''

''शेवंता, तू मुलाला खूप शिकव. शिक्षणानं माणूस सुसंस्कृत होतो. तो व्यसनाच्या आहारी जात नाही, दारू पीत नाही, बायकोला मारत नाही.''

''उद्यापासून 'शिरीगनेशा' लिवायला सुरुवात करत्ये. वही घेऊन येत्ये.''

''नाही. तू काही आणून नकोस. वही-पुस्तक मी देईन. तुझ्या शिक्षणावरचा सर्व खर्च मीच करणार.''

''बाईसाब, धुनीभांडी करायची न्हाईत, तरीबी तुमी मला पगार देनार ना?''

''शेवंता, तुझा माझ्यावर विश्वास आहे ना? पगार देणार. तू शिकलीस की मी भरून पावेन. मला सर्व मिळालं. मी तुझा चार वर्षांचा अभ्यास चार-सहा महिन्यांत करून घेईन.''

शेवंता खुशीत गेली. मालतीबाईंना शांत आणि निवांत वाटत होतं. आपण नोकरी न करता पूर्ण वेळ गृहिणी व्हायचं ठरवलं, हे योग्य केलं. आपली दोन मुलं छान शिकत आहेत. त्यांना केवळ हॉटेलच्या अन्नावर राहावं लागत नाही; त्या पदार्थांच्या बरोबरीनं त्यांना घरचं सात्त्विक अन्नही आपल्यामुळं मिळतं. आपण फक्त आपल्या संसारापुरतं पाहत नाही; आपण आपल्या आसपासही पाहतो. शेवंताला शिकवणं म्हणजे आपल्या घरासारखं आणखी एक घर सुसंस्कृत करणं!

संध्याकाळी मालती अरविंदाला सांगत होती, "हे बघ, आता घरची धुणीभांडी मीच करणार आहे. शेवंता ते काम करणार नाही. तू मला माझा जीवनसाथी म्हणून कामात मदत करणार आहेस, की सरंजाम पद्धतीतल्या नवऱ्याप्रमाणं माझी त्रेधा नुसती पाहणार आहेस?"

अरविंदा घाईघाईनं म्हणाला, "प्रश्नच नाही. मी धुणीभांडी करीन... पण शेवंतानं मध्येच असं काम का सोडलं? तुला दुसरी बाई केव्हा मिळणार?"

"अरविंदा, शेवंतानं काम सोडलेलं नाही; मी तिचं काम बदललं आहे. तिला मी शिकवणार आहे!"

"म्हणजे तू सगळ्या कामवाल्या बायकांना शिकवत सुटणार की काय?" अरविंदानं कळवळून विचारलं.

अरविंदाच्या हातून तशी बेसावधपणे चूकच घडली होती. त्यानं प्रश्न विचारायला नको होता. मालतीबाई अरविंदाशी पुन्हा कितव्यांदा तरी सविस्तरपणे शिक्षणावर बोलल्या! तुकारामांचा अभंग शेवंताला माहीतच नव्हता; अरविंदा तो विसरला होता. शेवंता आणि अरविंद यांच्यात तसा फरक काय होता?

अरविंदा घाईघाईनं म्हणाला, "फरक आहे. मला लिहिता येतं."

अरविंदा वही-पेन घेऊन आला. मालतीनं सांगितलेला अभंग त्यानं लिहून घेतला. पाठ करण्याचं आणि न विसरण्याचं कबूल केलं. शेवंताच्या वाटणीची धुणीभांडी करण्याचं त्यानं मान्य केलं होतंच.

मालतीनं समारोप केला, "अरविंदा, थँक यू. स्वतःपुरतं जगताना माझा जीव घुसमटतो. आज मला ऑक्सिजन मिळाल्यासारखं वाटत आहे. आज मी एका स्त्रीला सुशिक्षित करणार आहे; एका कुटुंबाला सुसंस्कृत करणार आहे."

मालती ही आपली पत्नी जगावेगळी आहे, कोणी तरी शापित देवता मनुष्यलोकावर अवतरली आहे— याचा अनुभव अरविंद वेळोवेळी घेतच होता. त्या अनुभवात आणखी एक भर पडली होती. मालतीविषयीचा त्याचा आदर व कळवळा एकाच वेळी वाढत चालला होता. मालतीला विरोध करणं म्हणजे मालतीचं लांबलचक भाषण ऐकण्याच्या आपत्तीत सापडणं... आपण पांडवांच्या, कौरवांच्या, सरंजामशाही जमीनदारांच्या पंक्तीत जाऊन बसणं आणि नंतर मालतीचं रडणं... हे त्याला माहीत होतं. ते टाळण्याकरता तो धुणीभांडी करायला तयार झाला होता.

त्या रात्री शेवंता मुद्दाम वाकडी चाल करून हौसाकडे गेली आणि म्हणाली, "हौसा, उद्याच्याला तू मालतीबायकडं केर-लादी कराया जानार हाईस ना?"

"व्हय. पर का गं? म्या जानार हाय. पर तू कामाला येनार न्हाईस असा सांगावा द्याचा हाय का? आत्ता आत्ता तीन दिस तू खाडे केलेस; आता पुन्यांदा काय काडलंस?"

"मी जानार हाय. पन तू जाताना कप्पाळाला चिंधी बांधून जा."

"आँ? आनि ते गं कशापायी?"

"अगं, बाईसाब लई म्हंजे लई मायच्या हैत. कप्पाळावरचं फडकं पायलं की त्येन्ला वाटतंय की, तुला नवऱ्यानं दारू पिऊन मारलं. त्या तुजी समजूत घालतील आनि तुला भरपगारी सुट्टी द्येतील! नुसतं जायचं आनि यायाचं."

"शेवंता, नुस्तं जायाचं आनि यायाचं एवढं सोप्पं न्हाई! त्या बाई वही-पेन द्येतात आनि 'शिरीगनेशा' लिवायला लावत्यात. त्यान्ला वाटतंय की, आपल्याला लिवाया-वाचाया येत न्हाई."

हौसानं सविस्तरपणे आपली हकिगत सांगितली, "पूर्वी शिकल्यालं पुन्यांदा रोजला तासभर शिकताना लई कट्टाळा येतोय. म्हनून मी चार वरसांचं शिक्षान येका म्हैन्यात पुरं क्येलं. केर काढणं, फरशा पुसणं परवडलं; पन त्या बाईकडून शिकनं नको. त्या बाई पार ताबडून घ्येतात. तुकारामाचा अभंग बोलत्यात. द्रुपदा-सीता यांच्यावर अन्याव झाल्याचं सांगत्यात. आयकून माजं तर डोस्कं आउट जालं. वरती आपलं बापूसाब... त्येंची मला लई म्हंजे लई दया येत्ये. बापूसाब गरीब हायेत. नवऱ्यानं यवढं गरीब असू नये.

"बाईसाब त्येस्नी 'तुमी पांडव हाय, तुम्ही द्रुपदीच्या बाजूनं बोलनार न्हाई' असं पन म्हनत्यात. बापूसाब मटका बी लावत न्हाईत. त्ये काय पांडवासारका जुगार खेळणारे न्हाईत! महिनाभर काय बी न बोलता बापूसाब क्येर-लादी करत हुतं. माज्या पोटात लई कालवलं. त्येंची दया आली, म्हनून तर मी शिक्शान म्हैन्यात आटोपलं. बापूसाबवर दया धर आन् तू बी पटापटा शिक्शान संपव."

❑❑❑

सुटका

शैलेशनं घरात शिरल्या-शिरल्या बकुळच्या हातात पाच हजार रुपये ठेवले. बकुळचा चेहरा उजळला. तिनं शैलेशकडं पाहत चिमुकल्या कौस्तुभचा पापा घेतला आणि डोके फडफडवले. तिला काय सुचवायचं आहे, हे शैलेशला समजलं. तो कुजबुजला.

"मला पापा पोचला. पापा गोड होता. आता चहात साखर कमी घातली तरी चालेल."

जरा थांबून शैलेशनं खणखणीत आवाजात विचारलं, "बकुळ, तू माझ्या पापात सहभागी आहेस ना?"

"काय?" बकुळ दचकली. तिला प्रश्न नीट समजलाच नाही. पापात सहभागी आहे म्हणजे?

"बकुळ, मी हा प्रश्न तीन वर्षांच्या कौस्तुभलाही विचारला असता, पण हे सर्व कळायचं त्याचं वय नाही. तू होय म्हणालीस, तर तोही होय म्हणेल; तू नाही म्हणालीस, तर त्याचंही नाही

असेल.''

"शैलेश, मला तुझा प्रश्नच समजला नाही. पापात सहभागी आहे, म्हणजे काय?''

"बकुळ, हा प्रश्न वाल्या कोळ्यानं नारदमुनींच्या सांगण्यावरून त्याच्या पत्नीला विचारला होता. जंगलातून जाणाऱ्या वाटसरूंना अडवून, प्रसंगी त्यांना ठार मारून, वाटसरूचे धन वाल्या कोळी लुबाडत असे. त्यानं एकदा नारदमुनींनाच अडवले. नारदमुनी म्हणाले, 'वाल्या, तू हे सारं कोणाकरता करत आहेस?' वाल्या म्हणाला, 'माझ्या पत्नीकरता. ती फार सुंदर आहे. मी तिच्यासाठी वाटमारी करतो.' नारदमुनी म्हणाले, 'मग ठीक आहे. म्हणजे तू या लुटीच्या पैशाचा सदुपयोग करणार आहेस. पण तू करतोस ती वाटमारी, म्हणजे पाप आहे. मृत्यूनंतर तुला देवासमोर जाब द्यावा लागेल, पापाची शिक्षा भोगावी लागेल. तुझी अर्धी शिक्षा तुझी पत्नी भोगेल का? मृत्यूनंतर पापाची शिक्षा म्हणून तुला उकळत्या कढईत टाकतील, तुला उलटं टांगून भाजतील... तुझ्या त्या शिक्षेत तुझी पत्नी सहभागी होईल का?''

बकुळ ओरडली, ''शैलेश, थांब. मला तुझा प्रश्न समजला. प्रश्नाचं उत्तर आहे, होय. मी तुझ्या पापात सहभागी आहे. मला हे पाच हजार रुपये हवे आहेत. मला आणखीही पैसे पाहिजेत. तुला परमेश्वरदरबारी जी शिक्षा मिळेल, त्यात मी सहभागी होईन. मी उकळत्या तेलात उडी मारीन, मी स्वतःला उलटं टांगून घेईन... आता बोल—''

शैलेश काय बोलणार? तो बघतच राहिला. बकुळ कमरेवर हात ठेवून म्हणाली, ''तू पुराणातल्या या वानग्यांनी— म्हणजे उदाहरणांनी मला घाबरवू नकोस. मी स्त्री असून अशा भंपक कल्पनांना घाबरत नाही; तू तर पुरुष आहेस! तुझे पालिकेतील सर्व मित्र पैसे खातात, त्यांची बायका-मुले आनंदात राहतात. तू पण पैसे खा. मला मजेत राहायचं आहे.''

''सर्व मित्र म्हणू नकोस. बापू कराड, नानू रणदिवे व मी शैलेश नवाथे— असा आमचा कोल्हापूरकर मित्रांचा 'न कर' म्हणजे करू नकोस— वाईट काम करू नकोस, असा ग्रूप आहे. हां, हे खरं आहे की, बापू आणि नानूच्या बायकांनाही त्यांच्या नवऱ्यांनी पैसे खावेत, असं वाटतं. पण ते राहू दे. बकुळ, तुझं म्हणणं मला नीट समजलं आहे. या विषयावरची ही काही आपली पहिली चर्चा नाही. मी माझं म्हणणं, विचार तुला ऐकवले आहेत. लोकांची कामं करण्यासाठी मला खुर्ची व पगार मिळतो. त्या खुर्चीचा गैरवापर केला व मी नडवानडवी केली, तर मला पैसे

मिळतील. अशा पैशाला लाच म्हणतात. मला अशी नडवानडवी करणं आवडत नाही. पण काल रात्रीचा तुझा राग पाहिला अन् ठरवलं की, पाप करायचं. बापू व नानूला याबाबत मी बोललो नाही. माझा पाप-पुण्यावर विश्वास आहे. प्रत्येकाला मृत्यू आहे. मृत्यूनंतर पापांची शिक्षा भोगावी लागणारच. पण तू माझ्याबरोबर असल्यावर शिक्षा भोगणं सोपं जाईल.''

''कळलं रे, उगाच चऱ्हाट लावू नकोस. आपण दोघं एकत्र मरू आणि देवापुढं निवाड्यासाठी एकत्रच जाऊ; मग तर झालं? आता सांग, हे पाच हजार रुपये कसे मिळवलेस?''

''चंदनानी या बिल्डरची फाईल मी पाहून, ओके करून ठेवली होती. त्याची सर्व कागदपत्रं, नकाशे बरोबर होते. चंदनानीचे आर्किटेक्ट पेठे हे बुजुर्ग आहेत. ते कागदोपत्री एकही चूक करत नाहीत.''

''मग यात तू काहीच नडवानडवी केली नाहीस; तू काही पापही केलं नाहीस.''

''कागदोपत्री नडवानडवी केली नाही, तोंडी केली. मी चंदनानींना म्हणालो, चंदनानी, मला फाईल नीट पाहायला हवी. पंधरा दिवस तरी लागतील.''

''मग?''

''चंदनानीनं पाच हजार रुपये समोर ठेवले व म्हणाला, साहेब, फाईल आजच्या आज वर जाऊ दे. मी म्हटलं, बरं, आज फाईल वर पाठवतो. त्याप्रमाणे फाईल वर पाठवली.''

''शैलेश, तू खरोखरच बावळट आहेस! तू काहीही पाप केलं नाहीस. आपण हा फक्त चारशे चौरस फुटांचा ब्लॉक घेतला, त्या वेळी तुला ब्लॅकने पैसे द्यावे लागलेच ना? तू अण्णांशी बोललास. अण्णा तुला काय म्हणाले होते? 'ब्लॅक दे, व्हाइट दे, काहीही कर; पण ब्लॉक ताब्यात घे. मी पैसे पाठवून देतो.' काळच बिकट आला आहे. लाच दिल्याशिवाय काम होत नाही. आपल्याकडं गॅसचं कनेक्शन नव्हतं. गॅस एजन्सीचे शहा काय म्हणाले, 'नंबराप्रमाणे कनेक्शन मिळायला दोन महिने तरी लागतील; मात्र एक हजार रुपये दिलेत तर उद्या कनेक्शन मिळेल.' आपण काय केलं? हजार रुपये दिले. ती लाचच होती ना? आईची प्रकृती बरी नव्हती म्हणून तू धावपळ करून महालक्ष्मीनं कोल्हापूरला गेलास. हमालानं तुझ्याकडून जागेसाठी दीडशे रुपये घेतले आणि त्यानं तुला राष्ट्रीय संपत्ती असलेल्या रेल्वेच्या डब्यातील एक जागा दिली.''

''खरं आहे.'' शैलेशला बकुळची तर्कसंगत मांडणी मान्य करावीच लागली,

तरीही शैलेशनं शेवटची धडपड केलीच— “बकुळ, सर्वत्र अंधार आहे. मलाही तो दिसतो आहे. या अंधारात आपण प्रामाणिकपणाची पणती का लावू नये— असा विचार कराड, रणदिवे व मी अशा तीन कोल्हापूरकरांनी केला.”

“कराड व रणदिवे यांना काय करायचं ते करू दे; पण तू तुझी पणती लावू नकोस. त्या पणतीतील तेल वाचव.”

दोन दिवस गेले. शैलेश दहा हजार रुपये व फुलांची वेणी घेऊन आला. शैलेश म्हणाला, “फुलांची वेणी माझ्या पगारात बसते. दहा हजार रुपये मात्र लाचेचे आहेत; तू सहभागी आहेस ना?”

“होय रे बाबा, आहे. सहभागी आहे. पुन्हा फाईल अडवलीस? तुझी महापालिकेची नोकरी मस्त आहे. फाईल अडवा, पैसे कमवा.” बकुळनं कौस्तुभचे दोन पापे घेतले.

“हे पैसे फाईल अडवायचे नाहीत; ही दलाली आहे. चलेजा डेव्हलपर्सची मोठी जमीन आहे. त्या जमिनीची रस्त्याच्या बाजूची लांबीच एक हजार मीटरच्या वर आहे. रस्ता रुंद होणार आहे. चलेजाच्या पॉपर्टीतून चार मीटर रस्ता जाणार होता. सर्व्हेच्या दासनं तो तीन मीटरवर आणला. मोठा डील आहे. यात नगरसेवकपण आहेत, वरचे अधिकारी आहेत. मी फक्त दास आणि चलेजा यांची ओळख करून दिली.”

“म्हणजे एक रस्ता एक मीटरनं कमी रुंद होणार?”

“हो.”

“म्हणजे पब्लिकची गैरसोय होईल, वाहतुकीची कोंडी वाढणार.”

“त्याला काही इलाज नाही. म्हटलं, तर हे पापच आहे. एक हजार गुणिले एक मीटर म्हणजे एक हजार चौरस मीटर झाले. जमिनीचा भाव आहे, चौरसला पस्तीस हजार रुपये. किती कोटींचा व्यवहार झाला? साडेतीन कोटींचा. चलेजा किती लाख रुपये वाटणार आहे, कोण जाणे! मला दहा हजार रुपये मिळाले, ते मी चलेजा आणि दास यांची गाठ घालून दिली म्हणून.”

“शाब्बास! मला तुझा अभिमान वाटतो.”

“बकुळ, मी पैसे खायला सुरुवात केली आहे, हे बापू व नानू यांना सांगू नकोस. ते दोघं आगाऊ आहेत. ते कोल्हापूरला त्यांच्या घरी कळवतील व माहिती अण्णांपर्यंत पोचेल. अण्णांना धक्का बसेल.”

चारच दिवस गेले आणि लाचलुचपत विरोधी पथक़ाने शैलेशला पंचवीस

हजार रुपये घेताना रंगेहात पकडले. हे बकुळाला समजलं, बापू कराड व नानू रणदिवे या शैलेशच्या जानी मित्रांकडून. संध्याकाळची वेळ होती. बकुळ पोहे तयार करून शैलेशची वाट पाहत होती. पण शैलेशऐवजी कराड व रणदिवेच धापा टाकत आले व आल्या-आल्या म्हणाले, ''वहिनी, गोंधळ झाला आहे. शैलेश सापडला आहे.''

''सापडला आहे, म्हणजे? तो हरवला थोडाच होता? का तो वाहतुकीच्या कोंडीत सापडला आहे, असं तुम्हाला म्हणायचं आहे?''

''वहिनी, ॲन्टिकरप्शनच्या लोकांनी शैलेशला, पंचवीस हजारांची लाच घेताना पकडलं आहे. आमचा प्रथम विश्वासच बसेना; पण नंतर महाराव बिल्डरनं सांगितलं, की तो नियमाप्रमाणे पाच हजार रुपये द्यायला तयार होता, पण नवाथेसाहेब पंचवीस हजारांकरिता अडून बसले.''

''महाराव बिल्डरचं म्हणणं बरोबर आहे. चंदनानी बिल्डरकडून शैलेशनं पाच हजार घेतले होते. मग आताच शैलेशनं पंचवीस का मागितले?'' बकुळनं आश्चर्य प्रकट केलं.

''म्हणजे वहिनी, तुम्हाला शैलेश पैसे घेतो, हे माहीत आहे तर! मी स्पष्ट बोलू? शैलेशनं पंचवीस हजार रुपये तुमच्यामुळंच मागितले असणार.'' नानू रणदिवेनं आरोप केला.

''माझ्यामुळं? यात माझा काय संबंध?''

''तुमचा काय संबंध? मग ऐका. शैलेशनं पाच हजारांच्या जागी पंचवीस सांगितले, म्हणून महाराव बिल्डर ॲन्टिकरप्शन खात्याकडं गेला. खात्याच्या सूचनेप्रमाणे महारावनं पावडर लावलेल्या नोटा शैलेशला दिल्या. खात्यानं शैलेशला पकडलं. वहिनी, लाच खाताना पकडली गेलेली व्यक्ती ओशाळी व अपराधी होते. ती टॉवेलनं, रुमालानं, कमीत कमी आपल्या दोन्ही हातांनी चेहरा झाकून घेते—'' रणदिवे सांगत होता.

''होय, मी टीव्हीवर पाहिलं आहे.'' बकुळ म्हणाली.

''पण शैलेशची तऱ्हा वेगळीच! त्यानं टीव्हीच्या फोटोग्राफरला सांगितलं, मी चेहरा झाकून घेणार नाही. मला कर आहे, तरीही डर नाही. का म्हणून विचारा? कारण माझी बकुळ माझ्या पापात भागीदार आहे. तिनं मला तसं स्पष्टपणे सांगितलं आहे. उकळत्या तेलात आम्ही दोघं उडी घेऊ.''

''शैलेश असं सगळ्यांसमोर म्हणाला? बाई गं!''

''टीव्हीच्या फोटोग्राफरपुढं म्हणालाच, पण एरवी तो ऑफिसात असंच

काही बडबडत असे. आम्हालाही ही उकळत्या तेलाची भानगड समजत नाही. काय आहे ही?'' उकळत्या तेलाचा उगम बकुळला छान माहीत होता; पण ती कशी बोलणार?

ती म्हणाली, ''मला काही म्हणजे काहीच उलगडा होत नाही!''

कराड म्हणाला, ''वहिनी, शैलेशनं बजावलं आहे की, अण्णा-माईंना बोलावू नका. अण्णा पैसे खाण्याच्या विरुद्ध आहेत. शैलेशला दोन वर्षांची तरी शिक्षा होईल. त्या काळात तुमच्याबरोबर राहण्यासाठी तुम्ही नाना-माईंना बोलावून घ्या.''

रणदिवेनं विचारलं, ''टिचभर पणतीचा प्रकाश पाडून अंधार दूर करण्यापेक्षा पणतीच विझवावी व पणतीतील तेलही वाचवावं, असं चोरंगळेसाहेबांना शैलेश सांगत होता. पणती, तेल, अंधार यातून कुणालाच काही कळेना! शैलेश हे काय बोलत होता?''

बकुळ चाचपडत म्हणाली, ''शैलेश असं बोलत होता? कमालच आहे!''

तेवढ्यात रणदिवेवर कराड ओरडला, ''नानू, आपण इथं कशासाठी आलो आहोत? मूळ काम राहिलं बाजूलाच; आपण काही तरी भलतंच बोलत आहोत.''

''वहिनी, आम्हाला वाटतं आहे की शैलेश मनाचा तोल गमावून बसला आहे व काहीही बडबडतो आहे. पुन: पुन्हा तुमचं नाव घेतो आहे. चोरंगळेसाहेब म्हणाले, काही पैशांची व्यवस्था करा, हे प्रकरण मिटवून टाकू. लाचलुचपत खात्याचे जंगम या अधिकाऱ्यांनाही शैलेशविषयी सहानुभूती वाटली. ते म्हणाले, असा हा पहिलाच लाच खाणारा आहे की, जो तोंड झाकून घेणार नाही, असं म्हणतोय. बहुतेक त्याचा स्क्रू ढिला आहे.''

''होय— होय, शैलेशचा स्क्रूच ढिला आहे!'' बकुळनं दुजोरा दिला.

''वहिनी, हे प्रकरण मिटवून टाकू. जंगमसाहेबांना पन्नास हजार रुपये देऊ. टीव्हीच्या फोटोग्राफरला पंचवीस, चोरंगळेसाहेबांना पंचवीस.''

''चोरंगळेसाहेब तर शैलेशचेच साहेब आहेत, ते महापालिकेचे अधिकारी आहेत. त्यांना पैसे का द्यायचे?'' बकुळनं विचारलं.

''वहिनी, चोरंगळेसाहेब शिस्तीचे भोक्ते आहेत. त्यांनी पैसे खाण्याचे दर ठरवून दिले आहेत. पाच हजारांच्या जागी शैलेशनं पंचवीस हजार रुपये मागितले, याचा अर्थ काय? हा पाचपट शिस्तभंग झाला.''

''वहिनी, तुम्ही लाख रुपये द्या.''

''प्रकरण मिटवायला तर पाहिजेच. पण माझ्याकडे फक्त पंधरा हजारच

आहेत. ते मला शैलेशनंच दिले आहेत. आणखी दोन-तीन हजार निघतील.''

''पण तुमच्याकडं सोनं असेल ना! सोन्याचा भाव दहा ग्रॅमला अठरा हजार आहे. वहिनी, हे प्रकरण मिटवा. एकदा ही भानगड टीव्हीवर दिसायला लागली की, तुमची वाट लागेल!''

''कारण शैलेश तुमचंच नाव घेतो आहे— बकुळ माझ्याबरोबर आहे, मला जगाची पर्वा नाही, असं म्हणतो आहे. टीव्हीवर आलं, की अण्णा-आई, तात्या-माई ते पाहणार.''

''वहिनी, तुमच्याबरोबर कौस्तुभही यात अडकेल.'' कराडनं भर घातली.

रणदिवे ओरडला, ''कराड, उगीच काही बोलू नकोस. शैलेश व वहिनी तुरुंगात जातील; पण कौस्तुभ कसा तुरुंगात जाईल? तो तर तीन वर्षांचा आहे. त्याला बालसुधारगृहात पाठवतील. वयाची अठरा वर्षे भरली की, तो बाहेर येईल.''

बकुळनं मागचा-पुढचा विचार न करता सगळे दागिने भराभरा काढून रणदिवे व कराड यांच्यासमोर ठेवले व विनवून सांगितलं, ''काहीही करा, पण हे प्रकरण मिटवा. माझ्या कौस्तुभला काहीही होता कामा नये.''

दागिने व पंधरा हजार रुपये घेऊन कराड व रणदिवे थेट शैलेशजवळ पोहोचले.

...शैलेश रात्री उशिरा घरी परत आला. त्याच्या चेहऱ्यावर ताण तर नव्हताच, उलट प्रसन्नता होती. त्यानं बकुळला उंच उचललं, खाली ठेवलं व गिरकी घेतली. बकुळनं अचंबून विचारलं, ''म्हणजे तू सुटलास! दैव बरं म्हणायचं. काय घडलं? कसं घडलं?''

''त्यात घडायचं काय? मी सर्वांना दणकून सांगत राहिलो, माझे फोटो काढा, टीव्हीवर दाखवा. मला तुरुंगात टाका, सुळावर चढवा, उकळत्या तेलात टाका. मी एकटा नाही, माझ्याबरोबर बकुळ आहे.''

''तू असं म्हणालास?''

''मग! बकुळ, मला तुझी खात्री आहे व होती. तू शब्दांची पक्की आहेस. तूच माझी खरी मैत्रीण आहेस. माझा हा आवेश पाहून कराड व रणदिवे घाबरले आणि पळाले. म्हणे जिवलग मित्र! भेदरट साले!''

''पुढं?''

''बकुळ, मला संकटात सोडून गेल्याचा कराड व रणदिवे या पळपुट्या मित्रांना नंतर पश्चात्ताप झाला असणार. तासाभरानं ते परत आले. ते दोघे, चोरंगळेसाहेब, लाचलुचपत खात्याचे अधिकारी जंगम व टीव्हीचे छायाचित्रकार

यांची चोरंगळेसाहेबांच्या ऑफिसात बैठक केली. मी बाहेर ओरडतच होतो— म्युनिसिपल कमिशनरना बोलवा, लष्कराला बोलवा; मी घाबरत नाही. गडद अंधारात मी पणती लावणार नाही. माझी बकुळ माझ्याबरोबर आहे. बकुळ तू हवी होतीस. तू पाहायला हवं होतंस. आपली पत्नी आपल्याबरोबर आहे, ही जाणीव विश्वास देणारी व धैर्य वाढवणारी असते.''

''मग?''

''मग काय? सर्व बाहेर आले. चोरंगळे साहेब म्हणाले, नवाथे, तुम्ही विद्वान आहात, तुमच्या पत्नी बकुळ शतविद्वान आहेत. आम्हीच सारे मूर्ख आहोत. जा, घरी जा.''

बकुळला विद्वान व शतविद्वानचा अर्थ म्हणजे मूर्ख व शतमूर्ख आहे, हे सहज समजलं!

''बकुळ, तात्पर्य काय— तर सर्वांनी स्पष्ट माघार घेतली, शरणागती पत्करली.''

म्हणजे आपल्या विद्वान नवऱ्याला, पैसे देऊन कसंबसं हे प्रकरण मिटवलं आहे, हे माहीतच नाही तर! अज्ञानात सुख असतं, हेच खरं! बकुळ शैलेशशी या विषयावर रात्री एक शब्दही बोलली नाही. तिच्या मनात फक्त कौस्तुभ होता. शैलेश या आपल्या विद्वान नवऱ्याचं लाच खाणं थांबलं पाहिजे, हे नक्की.

दुसऱ्या दिवशी सकाळी कराड व रणदिवे आले. शैलेशनं दार उघडलं. बकुळही पुढे आली.

कराड व रणदिवे म्हणाले, ''वहिनींकडं आमच्या दोघांचं प्रायव्हेट काम आहे.''

''माझ्यासमोर बोला; मी हॉल सोडणार नाही!'' शैलेश उसळला.

बकुळनं माघार घेतली, ''चला, किचनमध्ये चला. तिथं प्रायव्हेट बोलू. शैलेश, तू तुझ्या हॉलमध्ये थांब.''

किचनमध्ये अत्यंत हळू आवाजात कराड म्हणाला, ''वहिनी, तुमचे हे दागिने घ्या. आम्हाला दागिने विकणं प्रशस्त वाटलं नाही. आम्ही मित्रांनी पैसे उभे केले. शैलेश यापुढं जे पैसे खाईल, त्यातून आमचे पैसे वळते करून घेऊ.''

शैलेश यापुढंही पैसे खात राहणार व आपली बदनामी करत राहणार, या कल्पनेनं बकुळ संतापली. ती तरातरा बाहेर हॉलमध्ये आली आणि तिनं तोंडाचा पट्टा चालू केला, ''शैलेश, ऐक— मी यापुढं तुझ्या पापात सहभागी नाही, हे तर झालंच; पण लाचेचा एक पैसा जरी घरी आणलास, तर मी ते पैसे तुझ्यासह बाहेर

फेकून देईन. मला कौस्तुभला बालसुधारगृहात पाठवायचं नाही. मी कौस्तुभची परवड होऊ देणार नाही. मी अण्णा-आईंना कोल्हापूरहून व तात्या-माईंना सांगलीहून बोलावून घेते. त्यांच्यासमोर मी माझा मूर्खपणा कबूल करते आणि बायकोच्या नादानं पापाच्या मार्गाला लागलेला पुरुष त्यांना दाखवते.''

''तो पुरुष म्हणजे मी— होय ना?'' शैलेशनं काकुळतीनं विचारलं.

''मग तू नाहीस, तर तो पुरुष म्हणजे मी आहे?'' बकुळ चिडली.

''बकुळ, माफ कर. अण्णा-आईंना बोलावू नकोस, तात्या-माईंना काही सांगू नकोस. मी यापुढं एका पैशाची लाच घेणार नाही.'' शैलेश गयावया करू लागला.

''वहिनी, तुम्ही हे प्लीज कोल्हापूरला कळवू नका. आम्ही तिघे शाळेपासूनचे मित्र आहोत. आम्हीही यात भरडले जाऊ. वहिनी, गप्प बसण्यासाठी आम्ही तुम्हाला हजारभर रुपये लाच देतो.'' कराड असं म्हणाला व त्यानं रणदिवेच्या खिशात हात घातला.

आता मात्र बकुळच्या संतापाचा पारा कुठल्या कुठे पोहोचला. ती किंचाळली, ''पुन्हा लाच! मलाही लाच? मी आताच्या आता कालिंदीला बोलावून घेते. सोक्षमोक्षच लावते. त्या दोघींना विचारते— बायांनो, तुमचे नवरे लाच खाणार आहेत, तुरुंगात जाणार आहेत... वरती सगळ्यांना ओरडून सांगणार, की माझी बायको यात सामील आहे, ती माझ्याबरोबर तुरुंगात येईल आणि तुमच्या मुलांना बालसुधारगृहात पाठवणार आहेत. तुम्हाला हे चालेल का?''

बकुळ फोनकडे धावली.

शैलेश, बापू व नानू या तीन पणत्या मनातून सुखावल्या. आता आयुष्यभर त्यांना फक्त लाच द्यावी लागणार होती; लाच घेण्यातून त्यांची कायमची सुटका झाली होती!

...बकुळला पैसे खाण्यातील धोका पटविण्यासाठी शैलेशच्या सांगण्या-वरूनच कराड व रणदिवे यांनी हा सर्व बनाव रचला होता. बकुळचा विश्वास संपादन करण्याकरता शैलेशनं आपल्याच बँक खात्यातील पाच व दहा हजार रुपये काढून ते लाचेचे पैसे म्हणून बकुळला दिले होते. पंधरा हजारांत प्रकरण मिटवतो, असं बापूनं व नानूनं घरी जाऊन सांगायचं, हेही ठरलं होतं; पण महापालिकेच्या नोकरीचा म्हणून काही परिणाम होतोच! लाखालाखांच्या गोष्टी कानावरून जात असल्यामुळं हे प्रकरण फक्त पंधरा हजारांत मिटवणं बापू, नानूला कमीपणाचं वाटलं असावं. त्यांनी स्वत:ची अक्कल चालवून बकुळवहिनींकडून दागिने घेतले होते. ते परत करणंही भाग होतं.

❑❑❑

चोर-शिपाई

यशोदाबाई घाबरलेल्या चेहऱ्यानं घरात शिरल्या आणि सोफ्यावर बसत, ''अहो, पंखा चालू करा'' असं कळवळून म्हणाल्या.

तातडीनं पंखा चालू करत केशवरावांनी विचारलं ''काय गं, झालं काय? रिक्षावाल्यानं रिक्षा अंगावर घातली की काय?''

''रिक्षावाल्यानं काही केलं नाही, पण दत्ताच्या देवळाबाहेर मी पडले आणि मोटरसायकलवरून दोन तरुण मुलं मागून आली... त्यातील एकानं...''

यशोदाबाई मध्येच थांबल्या.

''त्यातील एकानं काय? तुझं मंगळसूत्र तर काढून घेतलं नाही? होय, तुझ्या गळ्यातील मंगळसूत्र कुठं आहे?''

''तुम्हांला कसं समजलं?''

''त्यात समजायचं काय, पेपरात रोज छापून येतंय, मी पेपरात डोकं खुपसून सारखं काय करतो, तर हेच वाचतो! तुला मी चार वेळा बजावलं होतं— सोन्याचं मंगळसूत्र काढून ठेव,

खोटं मंगळसूत्र गळ्यात घाल.''

"माझं चुकलं, मी ऐकायला हवं होतं. तीन तोळ्यांचं होतं... पंचवीस हजारांचं तरी असेल.''

"पंचवीस? पंचेचाळीस हजारांचं होतं! सोनं पंधरा हजार रुपये दहा ग्रॅम आहे. पेपरात किमती येतात.''

यशोदाबाई चक्क रडू लागल्या. पत्नीचे अश्रू पाहून केशवराव पाण्यात पडणाऱ्या ढेकळाप्रमाणे फुटले. ते लगबगीनं बायकोजवळ गेले आणि तिच्या खांद्यावर थोपटत म्हणाले, "रडतेस कशाला? मंगळसूत्रच गेलं ना; जाऊ दे मंगळसूत्राचा मालक— मी सुखरूप आहे, मंगळसूत्र घालणारी तू जागेवर आहेस. आपण दोघं खुशाल आहोत, हे काय कमी आहे का? तुझ्या गळ्याला काही झालं नाही ना?''

"गळ्याला काही झालं नाही. मोटरसायकल मागून आली, तीवर दोन तरुण पोरं होती...''

"मागच्या सीटवर बसलेल्या तरुणानं तुझ्या मंगळसूत्राला हात घातला, झटका दिला आणि मंगळसूत्र एका क्षणात ओढून घेतलं. मोटरसायकल पुढे निघून गेली.''

"तुम्हाला एवढं सविस्तरपणे कसं समजलं?''

"पुन्हा तेच! मी पेपरात डोकं खुपसून दिवसभर बसतो, हे तुला माहीत नाही का?''

"मी तुमच्या पेपर वाचण्यावर चिडते, हे खरं आहे. पण मी काय करू? मी एकटी पडते. मला कंटाळा येतो. तुम्ही स्वयंपाकघरात येऊन बसाल, चार गप्पा माराल, म्हणून मी हाक मारते. मी तुम्हाला कोरडी हाक थोडीच मारते? तुमच्याकरता आलं घातलेला चहा करूनच तर हाक मारते. माझा चहा रामभरोसे हॉटेलातील चहाहून शंभरपट चांगला असतो, असं तुम्हीच म्हणता! मला तुमच्या पेपर वाचण्याचं महत्त्व समजलं आहे. मी तुमचं ऐकायला हवं होतं, म्हणजे माझं मंगळसूत्र वाचलं असतं. मी सोन्याचं मंगळसूत्र घालायला नको होतं.''

"जाऊ दे, मंगळसूत्र गेलं तर. तू आता खोटं मंगळसूत्र आण व ते वापर. चल, मला आता पेपर वाचू दे.''

"अहो—''

"आता काय?''

"मंगळसूत्र गेलं त्यांचं काय?''

"त्याचं काही नाही. मंगळसूत्र गेलं, हे विसर."

"अहो, काही तरीच काय सांगताय? असं कसं विसरता येईल? पंचेचाळीस हजार रुपयांचा फटका बसला आहे; थोडाथोडका नाही. काही तरी करा, हात-पाय हलवा.

"कोणी हात-पाय हलवायचे? मी? माझं वय आहे ऐंशी, तुझं चौऱ्याहत्तर. आपली मुलं अमेरिकेत. आपण जगण्याकरता जेवढे हात-पाय हलवतो, तेवढ्या हालचालीनं आपण दमतो. आपण काय हात-पाय हलवणार?"

"अहो, पोलिसांत जाऊन तक्रार नोंदवा. पोलीस खातं आपल्याला मदत करेल."

"पोलीस काय काय विचारतील, ते मी इथं बसून सांगतो. मी पेपर वाचतो. मला पोलीस खातं माहीत आहे. मोटरसायकलचा नंबर तुम्हाला माहीत आहे काय? मंगळसूत्राच्या खरेदीची पावती तुमच्याकडं आहे? मोटारसायकलवरच्या दोन्ही तरुणांना तुम्ही ओळखता का? तुमच्या पत्नी एवढ्या वयस्कर त्या मंगळसूत्र घालून देवदर्शनाला का गेल्या? देव भक्ती पाहतो, मंगळसूत्र पाहत नाही, हे सुशिक्षित असूनही तुम्हाला कसं माहीत नाही? हे सर्व मला पोलीस विचारतील— तेही गेल्या गेल्या नाही; तासभर पोलीस ठाण्यावर प्रथम बसवून ठेवतील. आणि मग माझीच उलटतपासणी घेतील... मंगळसूत्र खेचणारे बाजूलाच राहतील!"

"हे पाहा, तुम्ही तुमचे तर्क लढवू नका. मंगळसूत्राच्या मध्यावर दोन वाट्या असतात. त्यांपैकी एका वाटीला पोचा गेला आहे. ही खूण पोलीस ठाण्यावर सांगा. आणखी एक खूण आहे. चार काळे मणी, नंतर एक सोन्याचा मणी— अशा पद्धतीनं मंगळसूत्र गोठवलं आहे. सांगून तर या; विसरण्याचं काम नंतर करू. विसरण्याचं काम तसं सोपं आहे."

"असं म्हणतेस? ठीक आहे, विचार करतो. पोलीस ठाण्यावर तासभर वेळ कसा काढायचा, यावर विचार करतो."

"विचार काय करता? पोलीस ठाण्यावर जा, बरोबर पेपर घेऊन जा. तासभर थांबावं लागेल, एवढंच ना? पेपर घरी वाचायचा तो ठाण्यावर वाचा. पण एकदा जाऊन या. पंचेचाळीस हजार रुपये ही रक्कम किरकोळ नाही."

पंचेचाळीस हजार रुपये रक्कम मोठी आहे, हे केशवरावांना माहीत होतं; पण त्याहून त्यांना पोलीस खातं माहीत होतं. त्यांना त्या खात्याचे अनेक अप्रत्यक्ष अनुभव होते.

त्यांचा मोठा भाऊ बँकेच्या एका छोट्या शाखेचा मॅनेजर होता. सिंग नावाचा

एक कस्टमर दारू पिऊन बँकेत आला. दारूच्या नशेत काहीबाही बरळू लागला. इतर कस्टमरना सिंगचा उपद्रव होऊ लागला. दोन महिला कस्टमरनी मॅनेजरकडं तक्रार केली. त्यांचा भाऊ केबिनमधून बाहेर आला व म्हणाला ''सिंग, तुम्ही जास्त प्यायला आहात. तुम्ही घरी जा.'' सिंग दुरुत्तरे करू लागले. मग त्यांच्या भावानं बँकेच्या शिपायामार्फत सिंगना ब्रँचबाहेर काढलं.

सिंग रस्त्यावरून भावाला शिव्या घालत म्हणाला, ''बँकेतील शिपायाच्या जोरावर रुबाब दाखवतोस? हिंमत असेल, तर बाहेर ये.'' भावानं बराच वेळ दुर्लक्ष केलं, शेवटी तो संतापला व बाहेर आला.

सिंग भावाच्या अंगावर धावून गेला. भावानं त्याला नुसतं ढकललं. प्यायलेला सिंग तोल जाऊन रस्त्यावर पडला. त्याच्या कपाळाला खोक पडली. भावानं त्याला जवळच्या दवाखान्यात नेलं व मलमपट्टी करून घरी पाठवलं.

सिंगने, 'मॅनेजरनी मारहाण केली' म्हणून भावावर पोलीस केस केली. भावाच्या बाजूनं सहा कस्टमर साक्षीला होते, बँकही भावाच्या बाजूने होती; फक्त पोलीस सिंगच्या बाजूने होते. कारण हा दारुड्या सिंग पोलिसांच्या बैठकीतील होता. शेवटी भावाला सिंगबरोबर तडजोड करावी लागली. कारण सिंगच्या बाजूने पोलीस उभे होते. सिंग दारू प्यायला होता, हेच पोलिसांना अमान्य होतं. मनुष्य अडखळत बोलतो, अडखळत चालतो; म्हणजे दारू प्यायलेला असतो, असं थोडंच आहे? अंगात ताप असेल तर म्हणे असंच होतं! ब्रँचजवळचे डॉ. सलढाणा यांनी सर्टिफिकेट दिलं की— सिंग त्यांचा पेशंट होता, त्याच्या अंगात ताप होता. अशा रुग्ण कस्टमरशी ब्रँच मॅनेजरने गैरवर्तन केलं, हे अयोग्य ठरलं. भावाला माफी मागावी लागली.

केशवरावांचा दुसरा अनुभवही चांगला नव्हता.

त्यांच्या एका मित्राच्या तरुण मुलीचा तिच्या नवऱ्यानं गळा दाबून जीव घेण्याचा प्रयत्न केला होता. त्या नवऱ्याचं आपल्या पत्नीवरचं प्रेम संपलं होतं. त्याला दुसरी कोणी तरी हवी होती. मित्राच्या मुलीनं जिवाच्या आकांतानं आरडाओरड करायचा यत्न केला. पायाशी पिण्याच्या पाण्याचं तांब्याभांड होतं, ते तिच्या पायांनी उडालं. तांब्या दारावर जाऊन आदळला. त्याचा मोठा आवाज झाला. शेजारच्या बिऱ्हाडातील जोडपं, ''काय झालं? काय गडबड आहे?'' असं विचारत दारावर थापा मारू लागलं. नवऱ्यानं नाइलाजानं दार उघडलं व ''काही नाही— चुकून तांब्या लवंडला'' असं सांगून शेजाऱ्यांना वाटेला लावायचा यत्न केला. त्याचा फायदा घेऊन पत्नी घरातून ओरडली, ''मला वाचवाऽऽ मला आजची रात्र तुमच्या

घरी आश्रय द्या. माझा नवरा गळा दाबून माझा जीव घेत होता!''

दुसऱ्या दिवशी मुलीच्या वडिलांना फोन आला. केशवरावांचा मित्र मुंबईहून कराडला गेला. बरोबर केशवरावही होते. पोलीस ठाण्यावर केशवरावांचा मित्र तक्रार नोंदवायला गेला. पण जावई मूळचा कराडचा होता! जावयातर्फे वकील आधीच पोलीस ठाण्यावर पोचले होते. 'बायको पळून गेली आहे... शेजाऱ्यांची तिला फूस आहे' अशी तक्रार जावयानं नोंदवली होती. या प्रकरणातून आपली मुलगी जिवानिशी सुटावी, तिला न्याय मिळावा म्हणून नाही; मुंबईच्या एका वरिष्ठ पोलीस अधिकाऱ्यांनी कराडला फोन केला, तेव्हा कुठं केशवरावांचा मित्र, त्यांची मुलगी आणि तिला एक रात्र आसरा देणारे शेजारी कसे तरी बचावले! गळा दाबणाऱ्या जावयाचे काहीही वाकडं झालं नाही. मुलगी सुखरूप मुंबईत राहिली आणि तिचा नवरा पुन्हा गळा दाबायला मुंबईत आला नाही! या सर्व प्रकरणात केशवराव मित्राबरोबर होते.

मागचे हे अनुभव विचारात घेऊन व आपल्या ऐंशी या वयाची मर्यादा ओळखून केशवरावांनी मंगळसूत्र चोरीला गेल्याची तक्रार पोलीस ठाण्यावर दाखल करायचीच नाही, असं ठरवलं होतं. काय नेम— मंगळसूत्र चोरणारे पोलिसांचे मित्र असायचे! पब्लिक कितीतरी वेळा खिसेकापूला पकडून पोलीस ठाण्यावर हजर करतात. खिसेकापू पुन्हा खिसे कापायला रस्त्यावर तासाभरात हजर असतो. केशवरावांनी अशा हकिगती वाचल्या होत्या. यशोदेनं विषय काढलाच तर विसरलो म्हणून सांगायचं. ऐंशिव्या वर्षी काहीही विसरायला मुभा असते!

दुसऱ्या दिवशी सकाळी केशवराव पेपर वाचायला बसले आणि यशोदाबाई हजर झाल्या. ''हं, हा तक्रारीचा अर्ज घ्या व पोलीस ठाण्यावर जा. मंगळसूत्र कोठे, केव्हा व कसे गेले, हे मी लिहिलं आहे. मंगळसूत्र शोधायला पोलिसांना मदत व्हावी म्हणून मंगळसूत्राच्या खुणा आणि लांबी पण त्यात लिहिली आहे.''

''ऑ! मंगळसूत्राची लांबी तुला कशी काय माहीत?''

''अहो, मंगळसूत्र गळ्यात घातलं की, ते गळ्याच्या खाली कोठपर्यंत यायचं, हे मला माहीत होतं. मी एक दोरी घेतली व ती नेमकी गळ्याच्या पुढं त्या जागेवर यायला किती लांब असावी लागते, हे मोजलं.''

''यशोदे, तू चांगलीच हुशार आहेस. छान! छान!'' केशवरावांनी पुन्हा पेपरात डोळे खुपसले.

''तुम्ही पोलीस ठाण्यावर जा अन् तिथं पेपर वाचा. तुम्हाला काहीही खास करायचं नाही. मी कागदावर सर्व लिहिलं आहे. पत्ता पण लिहिला आहे. गणाधिराज

हउसिंग सोसायटी., तळमजला, रामभरोसे हॉटेलसमोर, हनुमान रोड... तुम्ही जा. माझ्या समाधानाकरता एकदाच जा. तुम्ही येईपर्यंत मी गुळाचा सांजा करून ठेवते.''

तक्रारीचा कागद व वर्तमानपत्र घेऊन केशवराव पोलीस ठाण्यावर गेले. ठाण्यात बाहेरच्या खुर्चीवर हवालदार बसले होते. केशवरावांनी नमस्कार करून ''साहेब आहेत का?'' असं विचारलं.

''नाहीत.''

''मी बसू का? त्यांची वाट पाहत थांबतो.''

''बसा. आरामात बसून घ्या.'' हवालदारांनी परवानगी दिली.

जरा वेळ गेला. पंचविशीचा एक दणकट तरुण आत शिरला. तरुणानं जीन्स घातली होती. अंगावर लाल टी-शर्ट होता, मनगटावर निळा रुमाल होता. हवालदारांनी विचारलं, ''माल्कम, आज सकाळी सकाळी ठाण्यावर फेरी? काही विशेष?''

''साहेबांनी निरोप पाठवला, म्हणून आलो आहे.''

''साहेबांच्या धाकट्या मेहुणीचं काम आहे बहुधा! जा की आत. साहेब एकटेच आहेत.''

साहेब आत आहेत, एकटेच आहेत— हे ऐकून केशवराव थक्क झाले.

''साहेबांनी शौकतला पण बोलावलं आहे. शौकत आल्यावर आम्ही दोघं एकत्रच आत जाऊ. साहेबांच्या मेहुणीचं काय?''

''साहेबांची मेहुणी राहते अंधेरीला. तू अन् शौकत अंधेरीला काम करत नाही, हे मी साहेबांना सांगितलं. तरीही त्यांनी न राहवून निरोप दिला आहे. मेहुणीचं म्हणजे बायकोच्या बहिणीचं काम आहे! चहा घेणार का?''

''नको.''

जरा वेळ गेला. माल्कमनं केशवरावांना विचारलं, ''भाऊसाहेब, तुम्ही जंटलमन दिसता! ठाण्यावर काय काम काढलंत?''

''चोरी झाली आहे. चोरीची तक्रार नोंदवायची आहे. साहेबांना भेटायचं आहे.''

''जा की आत. साहेब मोकळेच आहेत. आता हवालदारांनी सांगितलं, ते ऐकलं नाही तुम्ही?''

हवालदाराकडं पाहत केशवराव म्हणाले, ''मला तर या हवालदारांनी साहेब नाहीत, असं सांगितलं!''

''काय?'' माल्कमच्या प्रश्नात चीड होती. माल्कमनं रागानं पाहिलं. हवालदारांना

माल्कमची नाराजी नको होती. त्यानं घाईघाईनं खुलासा केला, "माल्कम, हे केवढे मोठे, एज्युकेटेड, जंटलमन, सिनिअर सिटिझन आहेत! मला वाटलं की, त्यांना एकदम वरच्या कमिशनरसाहेबांना भेटायचं असणार. दमलेलेही दिसले. म्हटलं, घ्या बसून."

"आजोबा, तुमचं नाव काय?"

"केशवराव पानसरे."

तेवढ्यात शौकत हा दुसरा तरुण आला.

"आजोबा, तुम्ही आत जाऊन या. शौकत व मी नंतर जातो." माल्कम म्हणाला.

"माल्कम, तू आत जा— आजोबा थांबतील. काय आजोबा?" हवालदारांना माल्कमचं महत्त्व माहीत होतं. माल्कम महिन्याच्या महिन्याला हप्ता देत होता.

"मी थांबतो, तुम्ही जा," केशवराव पुटपुटले. एज्युकेटेड, जंटलमन, सिनिअर सिटिझन अशा शेलक्या विशेषणांनी हवालदारांनी केलेला आपला उद्धार केशवरावांनी ऐकला होता.

"नाही, आम्हीच थांबतो. आजोबा, तुम्ही प्रथम आला आहात. तुम्हीच प्रथम जा." माल्कमनं हवालदारांकडे पाहत केशवरावांना विनंती केली.

हवालदारांचा नाइलाज झाला. शौकत व माल्कमच जर सरळपणे वागू लागले, तर हवालदार तरी काय करतील?

केशवराव आत गेले व पाचच मिनिटांत उतरलेल्या चेहऱ्यानं बाहेर आले.

माल्कम व शौकत आत गेले. हवालदारांनी चौकशी केली, "आजोबा, काम झालं का?"

"साहेब बघतो म्हणाले. पण त्यांनी माझी तक्रार लिहून घेतली नाही."

"आपण लिहून द्यायची. तुम्ही तर एज्युकेटेड आहात!"

"मी तक्रार लिहूनच आणली होती. त्यांनी तक्रार व कागद परत केला."

"बघू—" हवालदार कागद वाचत मनात म्हणाले, 'आज या आजोबांनी तक्रार नोंदवायला मुहूर्त अयोग्य निवडला! साहेबांच्या मेव्हणीच्या गळ्यातील सोन्याची साखळी गेली आहे, साहेब त्रस्त आहेत— त्यात आजींची मंगळसूत्र गेल्याची तक्रार!'

'हवालदारांनी उघडपणे केशवरावांना मार्गदर्शन केलं— "आजोबा, आम्ही तुम्हाला काय शिकवायचं? लेखी तक्रार अशी देतात काय? टाइप करून आणा. तीन प्रती करा. आमदार, नगरसेवक यांच्यापैकी कोणी ओळखीचं असेलच की—

त्यांच्याकडून अटेस्ट करून घ्या.''

केशवराव शांतपणे म्हणाले, ''मला हे टाइप करण्याचं माहीतच नव्हतं. उद्या टाइप करून घेऊन येतो. नगरसेवकांची सहीही आणतो. आपलं नाव काय? बक्कल नंबर काय? नगरसेवक आम्हाला सहजासहजी भीक घालणार नाहीत. तुमचं नाव सांगितलं की, काम होऊन जाईल.''

हवालदार चपापला. हा म्हातारा बेरकी आहे का भोळा आहे? हा आपलं नाव का विचारतोय? हे आजोबा पेपरात आपलं नाव वगैरे देणार आहेत की काय?

हवालदारांनी पवित्रा बदलला, ''साहेबांनी सांगितलं तर मी तक्रार आता नोंदवून घेतो. पण साहेबांनी सांगायला हवं.''

''टाइप करण्याची गरज नाही म्हणता?''

''नाही.''

''मंगळसूत्र मिळायला हवं. हवालदारसाहेब, तुम्हीच काही तरी मार्ग सांगा.''

''तक्रारीवर वजन ठेवा.'

''म्हणजे?''

''मी याहून जास्त बोलणार नाही. किती वजन ठेवायचं, ते तुम्हीच ठरवा.''

''तरीपण? मंगळसूत्र पंचेचाळीस हजारांचं आहे. वजन किती टक्के ठेवू? टक्के सांगा—'' केशवरावांनी चेहरा शांत व निष्पाप ठेवला होता. आपलं काम होणार नाही, मंगळसूत्र मिळणार नाही याची त्यांना खात्रीच होती.

''दहा टक्के ठेवा.''

''ठीक आहे. उद्या येतो. वजन घेऊन येतो.'' केशवराव उद्विग्नपणे बाहेर पडले.

केशवराव वर्षानुवर्षे पेपर वाचत होते. अपघात झालेलं ठिकाण कोणत्या पोलीस हद्दीत, हा कायम वादाचा विषय असतो. पंचनामा कोणी करायचा— या मुद्द्यावर पंचनामा अडकतो, अपघातात सापडलेल्या व्यक्तीची सुटका होत नाही. दोन्ही पोलीस ठाण्यांनी पंचनामा करावा व नंतर कोणता पंचनामा कायदेशीर, हे सावकाश ठरवावं— असं का होत नाही?

मंगळसूत्र परत मिळणं हा फार पुढचा प्रश्न आहे. चौकीवर गेलेल्या व्यक्तीची तक्रार नोंदवून घेऊन, तक्रारीची एक प्रत शिक्का मारून तक्रारदाराच्या हाती ठेवा ना! तक्रार करणाऱ्या माणसांची एज्युकेटेड, जंटलमन म्हणून टिंगल तरी करू नका. राजकीय पक्षाचे तगडे पुढारी चौकीत घुसतात, तेव्हा त्यांच्यापुढे जेवढे नम्र होतात त्याच्या दहापट मध्यमवर्गीयांबाबत उर्मट का होतात?

हवालदारांचे आभार मानून केशवराव बाहेर पडले. 'आपल्यावर कुऱ्हाड मारणाऱ्यालाही वृक्ष छाया देतात, तसे वागावे' असे केशवरावांना शाळामास्तरांनी शिकवले होते! तेवढ्यात माल्कम व शौकतही बाहेर पडले. केशवराव त्यांच्या हळू चालीनं चालले होते. पुढच्या वयात गर्रकन् वळणाऱ्या रिक्षा व कोठूनही, कशाही येणाऱ्या सायकली यांपासून जपावं लागतं.

रामभरोसे हॉटेलजवळ केशवराव आले. घर समोरच होतं. रस्ता क्रॉस करायचा व घरात शिरायचं आणि शांतपणे पेपर वाचायचा. पुढच्या वयात आपण इकडं-तिकडं हिंडू शकत नाही, जगाशी प्रत्यक्ष संबंध ठेवू शकत नाही. पेपर हे माध्यम उत्तम आहे. जगच आपल्या घरात येतं! रस्त्यावर वाहनांची वर्दळ होती. ती कमी व्हावी, म्हणून केशवराव थांबले होते.

तेवढ्यात रामभरोसे हॉटेलमधून माल्कम व शौकत बाहेर पडले. दोघांनी विचारलं, "भाऊसाहेब, रस्ता क्रॉस करायचा आहे का?" भाऊसाहेबांनी मान हलवली मात्र, दोघांनी केशवरावांना दोन बाजूंनी धरले— नव्हे, उचलले व रस्त्याच्या पलीकडे अलगद नेले.

"अहो, हा रस्ता मी दिवसातून चार-सहा वेळा सहज ओलांडतो!" हे वाक्य केशवरावांच्या जिभेवर दहा वेळा आलं होतं, पण माल्कम व शौकत यांचा उत्साहभंग व हिरमोड होऊ नये म्हणून केशवराव काही बोलले नाहीत.

केशवरावांच्या परत येण्याची यशोदाबाई केव्हापासून वाट पाहतच होत्या! खिडकीतून त्यांनी दोन तरुण केशवरावांना उचलून आणत आहेत, हे पाहिलं आणि त्यांच्या काळजानं ठाव सोडला. पोलीस ठाण्यावर केशवरावांना मनस्ताप देणारी घटना घडली की काय? घडली असणार. जाताना हे म्हणतच होते! हा रस्ता हे दिवसातून चार-सहा वेळा सहज ओलांडतात. आपलं घरही तळमजल्यालाच आहे. झालं तरी काय? यशोदाबाई दार उघडून, लगबगीनं फाटकापाशी आल्या व ओरडल्या, "आणा, आणा, त्यांना थेट घरातच आणा— मध्ये सोडू नका."

माल्कम व शौकत यांना केशवरावांचं ओझं तसं काहीच नव्हतं. आजींची आज्ञा प्रमाण मानून माल्कम व शौकत यांनी केशवरावांना तडक त्यांच्या घरात पोचवलं. यशोदाबाईंनी केशवरावांना पाणी दिलं. "पोरांनो, तुम्ही मोठं काम केलंत हो!" असं म्हणून त्यांना बसायला सांगितलं. यशोदाबाई अपराधी स्वरात कबुलीजबाब देऊ लागल्या, "माझंच चुकलं हो. हे मला सांगतच होते, पोलीस ठाण्यावर जाऊन काही उपयोग नाही म्हणून! पण मलाच मेलीला त्या मंगळसूत्राचा मोह पडला! झालं तरी काय? तुम्ही ठीक आहात ना? पोलीस नीट बोलले नाहीत, होय ना?"

"बरं, आम्ही निघतो." असं म्हणून माल्कम व शौकत निघाले. मंगळसूत्राचा उल्लेख झाल्याबरोबर आजींचा चेहरा त्यांना ओळखीचा वाटला!

यशोदाबाई म्हणाल्या, "असेच कसे जाता? तुम्ही होता, म्हणून हे घरी सुखरूप पोहोचले. थांबा— आलेच."

यशोदाबाई आत गेल्या व गुळाच्या सांज्याच्या दोन पूर्ण भरलेल्या थाळ्या घेऊन बाहेर आल्या. "गरमगरम सांजा खा, मग जा. यांच्याकरता केला होता. त्यांना खूप आवडतो. तुम्ही आताच सांजा खाणार या पोरांच्या बरोबर, का नंतर थोडा विसावा घेतल्यावर?"

"आता मी बोलू का?" केशवरावांनी विचारलं.

"हे काय विचारणं झालं? बोला—"

"हे पाहा, मला काहीही झालेलं नाही. मी नेहमीप्रमाणे, माझ्या पद्धतीनं रस्ता ओलांडणार होतो. माल्कम व शौकत यांचा गैरसमज झाला. त्यांना वाटलं की, मला रस्ता ओलांडता येणार नाही. यांचा व माझा पोलीस ठाण्यावरच परिचय झाला. यांनी मला उचललं आणि रस्त्याच्या पार आणलं. तुम्ही खिडकीतून माझं बोचकं उचललेलं पाहिलंत आणि घाबऱ्या-घाबऱ्या बाहेर आलात. आता तुमच्या मंगळसूत्राच्या कामाचं. ते काम माझ्या हातून झालं नाही. ते होणार नव्हतं, हे मला माहीतच होतं. ठाण्यावर गेलो. हवालदारांनी मला, 'साहेब ठाण्यात नाहीत' असं सांगितलं; साहेब आत होते तरीही! मी किती वेळ बसून राहिलो असतो, कोण जाणे! पण तेवढ्यात हे माल्कम आले. माल्कमशी हवालदार आदराने बोलले, त्यांनी माल्कमना चहा देऊ केला. माल्कम पोलीस अधिकाऱ्यांना माझ्याप्रमाणे भेटायला आले नव्हते, अधिकाऱ्यांनीच माल्कमना बोलावून घेतलं होतं. माल्कम व शौकत यांच्या मेहेरबानीमुळे मला आत जाता आलं. मी गेलो व साहेबांना तुझं मंगळसूत्र गेल्याचं सांगितलं."

"सांगितलंत ना? दत्ताच्या देवळाबाहेर मी पडले न पडले तोच, मोटर-सायकलवरून दोन तरुण आले व त्यांनी मंगळसूत्र खेचलं— हेही सांगितलंत ना?"

"सांगायची गरज काय होती? तू सविस्तरपणे सर्व तक्रार लिहिलेली आहेसच की! ही बघ तुझी तक्रार."

"म्हणजे, तुम्ही तक्रार परत आणलीत की काय?"

"परत आणली नाही, साहेबांनी वाचून परत केली. मी तुमच्या तक्रारीकडं लक्ष देतो, असं म्हणाले! तक्रार लिहून घेतली नाही, माझा कागद मला परत केला— याचा अर्थ काय? साहेबांना काहीही करायचं नाही, हे उघड आहे!"

"मग आता हो?"

"मंगळसूत्र गेलं, हे विसरायचं. हवालदारांनी माझ्या जखमेवर मीठ चोळलं. मला ते एज्युकेटेड, जंटलमन म्हणाले. तक्रार टाइप करून घेऊन या, तीन प्रती आणा, नगरसेवकांची त्यावर सही आणा— असं त्यांनी सुचवलं."

"पण आजोबा, तुम्ही गप्प का बसलात? माझी तक्रार नोंदवून घ्या, असा पॉवरफुल जोर तुम्ही लावायला हवा होतात." शौकतनं मत दिलं.

"शौकत, मी मध्यमवर्गीय आहे. माझी तक्रार त्यांनी का नोंदवून घ्यावी? माझ्यामागं कोणताही राजकीय पक्ष नाही. मी झोपडपट्टीत राहत असतो, तर पोलीस ठाण्यावर माझ्याबरोबर झोपडपट्टीतले शंभर जण आले असते! माझ्या गणाधिराज सोसायटीतील एक सभासदही माझ्याबरोबर येणार नाही. मी पेपर वाचतो. अलीकडची हकिगत सांगतो. दोन बिल्डर्समध्ये चुरस होती. एक बिल्डर पोलीस ठाण्यावर जातो, किंमत मोजून पोलिसांची मदत मिळवतो. पोलीस खोट्या गुन्ह्याखाली दुसऱ्या बिल्डरला अटक करून तुरुंगात टाकतात. वर त्याला तू बांधकामाचं कंत्राट सोड नाही, तर तुरुंगातच सड— म्हणून सांगतात. तुरुंगातील बिल्डर जामीन मिळवून तुरुंगाबाहेर येतो. पहिला बिल्डर व पोलीस यांच्या विरुद्ध हायकोर्टात दाद मागतो. हायकोर्ट हुकूम देतं की, 'प्रकरणात तथ्य दिसतं, सर्व पोलीस अधिकारी व पहिला बिल्डर यांच्यावर खटला दाखल करा.' मला तुरुंगात जायचं नाही, हायकोर्टाकडेही जायचं नाही. मी मंगळसूत्र विसरायला तयार आहे. पोलीस ठाण्यावर मला माल्कम व शौकत हेच काय ते सभ्य व सरळ दिसले."

"चला, मग मीही मंगळसूत्र विसरते. नाही तरी एका वाटीला पोचा आलेलाच होता."

"शिवाय चार काळे मणी व मग एक सोन्याचा मणी— असा स्वस्त थाट होता; चार सोन्याचे मणी व एक काळा मणी असा श्रीमंती व्यवहार नव्हता." केशवराव हसत म्हणाले,

"तरीपण पंचेचाळीस हजारांचं होतं."

"हवालदारांनी मला उद्या अर्जावर वजन ठेवायला पाच हजार रुपये घेऊन बोलावलं आहे. मी मध्यमवर्गीय आहे, मी शिकण्याची चूकही केली आहे; पण मी मूर्ख नाही, हे हवालदारांना कळायला हवं होतं. मी पेपर वाचतो. पोलीस खात्याचे प्रताप मला माहीत आहेत."

यशोदाबाई म्हणाल्या, "अस्सं आहे तर! अरे, या पोरांचा सांजा संपला वाटतं? थांबा, मी आणखी आणते. आता तुम्हीही पोरांच्या बरोबर घ्या."

यशोदाबाईंनी आतून सांज्याचं पातेलंच आणलं.

तृप्त मनानं माल्कम व शौकत घराबाहेर पडले. दोघं बाहेर पडल्यावर केशवराव उसळले, ''या दोघांचं स्वागत करून, त्यांना दोन-दोन वेळा सांजा द्यायचं तुझं काय नडलं होतं? ही दोघं सभ्य व सरळ नाहीत. हे गुंडच असणार! पोलीस अधिकारी यांना ठाण्यावर बोलावून घेतात, हवालदार यांच्याशी आदरानं बोलतात— याचा अर्थ काय? पोलीस सभ्य लोकांशी कधीही चांगलं वागत नाहीत. मी पेपर वाचतो.''

''बाई गं!ऽऽ माझ्या हे ध्यानातच आलं नाही! या पोरांनी तुम्हाला घरापर्यंत आणलं... मला त्या दोघांचं कौतुक वाटलं?''

''ठीक आहे. पुन्हा हे दोघे घरी आले, तर त्यांना घरात घेऊ नकोस.''

''नाही घेणार.''

शौकत व माल्कम बाहेर पडल्या-पडल्या उत्स्फूर्तपणे एकमेकांना म्हणाले, ''आजींनी आपल्याला ओळखलं नाही, हे आपलं नशीब! काल यांचंच मंगळसूत्र आपण खेचलं होतं. आज रात्री खिडकीतून आजींचं मंगळसूत्र त्यांच्या घरी कागदाच्या पुरचुंडीतून टाकायचं. गुळाचा सांजा आजींनी किती मायेनं दिला. साहेबांच्या मेहुणीची साखळी आपल्याकडंच आहे. ती मात्र मुळीच परत करायची नाही. ठाण्यावर आपण हप्ता दिला आहे.''

''शौकत, आजींना आपण सरळ व सभ्य पोरं आहोत, असं वाटलं. पण आजोबांनी आपल्याला न पाहताही ओळखलं असेल का? पेपर वाचणारे आजोबा हुशार दिसतात!''

❑❑❑

दुसरीचा बंदोबस्त

विकास फिस्कारला, ''अहो मुळूमुळूबाई, बातमी ऐका. वाचतो.'' काहीही न ऐकता शैला स्वयंपाकघरात चालती झाली. विकास वर्तमानपत्रासह पाठोपाठ गेला, ''बातमी ऐक—'' शैला स्वयंपाकघरातून बाहेर पडली व रस्त्यावरची वाहतूक पाहत बाल्कनीत उभी राहिली. विकास बातमी ऐकवण्यासाठी तिथं हजर झाला. शैला आता बाल्कनी सोडणार व हॉलमध्ये येणार, हे ध्यानी आल्यावर, बाल्कनीचं दार अडवून विकास उभा राहिला व म्हणाला, ''शैला, बातमी ऐक. मी तुला मुळूमुळूबाई म्हणालो, ही चूक केली. मी दिलगीर आहे.''

शैला शांत स्वरात म्हणाली, ''विकास, मुळात तू वाकडं-तिकडं बोलतोसच का? नंतर माफी मागणं म्हणजे जखम करून लेप लावण्याजोगं आहे. तुला सरळ बोलायला शिकवून-शिकवून मी थकले.''

"तू नेहमी तक्रार सांगतेस, कुरकुरतेस; म्हणून मी तुला मुळूमुळूबाई म्हणालो."

"ठीक आहे. तूही सारखा फिसफिस करतोस, संतापतोस, उकळतोस; मी तुला फिसफिसे, संतापे, उकळे या नावांनी हाका मारू? चालेल?"

विकासनं अत्यंत थोड्या वेळात ही तीन नावं मनानं उच्चारून पाहिली. एकही नाव त्याला आवडलं नाही. माघार घेत विकास म्हणाला, "नको— नको, तू मला विकास म्हण. मी तुला शैलाच म्हणेन."

शैला कोचावर बसली. विकासनं बातमी ऐकवली. बातमीचा सारांश खालीलप्रमाणे होता—

सरस्वती नावाची कोणी बाई रस्त्यावर भाजी विकण्याचा व्यवसाय करी. सरस्वती नाकी-डोळी नीटस होती. समोरच्या इमारतीत राहणारे मुसळे नावाचे गृहस्थ तिच्याकडून रोज भाजी घेत. त्यांना सरस्वती ही भाजीवाली आवडली. त्यांनी तिला लग्नाबाबत विचारलं. सरस्वतीनं समजावून सांगितलं, "भाऊसाहेब, माझं लगीन झालं हाय. मला नवरा हाय, दोन मुलं हायेत. मी माझ्या संसारात सुखी आहे. संसाराला मदत म्हणून मी भाजी विकते. तुमचा काही तरी गैरसमज झाला आहे."

ही माहिती मिळाल्यावर मुसळ्यांचा काही गैरसमज असता, तर तो दूर व्हायला हरकत नव्हती. पण मुसळ्यांना सरस्वती आवडली होती व ती आज ना उद्या त्यांच्याबरोबर लग्न करेल, असा त्यांचा भ्रम होता. या भ्रमापोटी ते सरस्वतीकडूनच भाजी घेत राहणार होते, अधूनमधून तिला लग्नाबाबत विचारतही राहणार होते.

मुसळे आले की, पूर्वी सरस्वती इकडचे-तिकडचे दोन शब्द बोलायची. पण मुसळ्यांचा भंपकपणा ध्यानी आल्यावर तिनं अवांतर बोलणं एकदम बंद केलं. मुसळे वैतागले, तोल गमावून बसले आणि एके दिवशी भाजी घेता-घेता त्यांनी सरस्वतीचा हात धरला व लग्नाबाबत विचारलं. सरस्वतीनं भर रस्त्यावर मुसळ्यांच्या मुस्कटात मारली, वरती चार झणझणीत शिव्या हासडत आरडाओरडा केला. आसपासचे चार जण आले आणि त्यांनी मुसळ्यांची धुलाई केली.

बातमी ऐकल्यावर शैला म्हणाली, "छान झालं. या असल्या पुरुषांना धडा शिकवायलाच हवा!"

"शैला, तू सरस्वतीचा कित्ता का गिरवत नाहीस? मी तुला बातमी ऐकवली ते तू या सरस्वतीकडून काही तरी शिकावंस, यासाठी."

"म्हणजे मी माझ्या साहेबांच्या थोबाडीत मारावी, असं तर तुला सुचवायचं नाही?"

"मग काय, तेच तर सुचवायचं आहे! तुला काय वाटलं, तू रस्त्यावर भाजी विकायला बैस, असं मला सांगायचं आहे? तू गौतम देवकुळेच्या कानाखाली आवाज काढ.''

"तू काय बोलतोस त्याचा अर्थ तरी तुला समजतोय?''

"मी काहीही चुकीचं बोललो नाही. तूच सांगतेस, 'डूल कोठून विकत घेतले' असं साहेब तुला विचारतो. 'तुमची त्वचा मुळातच सतेज आहे की तुम्ही कोणतं क्रीम वापरता? साडीची किंमत फक्त सहाशे आहे? खरं नाही वाटत. तुम्ही ती नेसलीत की बाराशे की पंधराशेची होते!'' अशा प्रकारची वाक्ये तो देवकुळे उच्चारतो. या वाक्यांचा तुला त्रास होतो. अशी स्तुती करण्यामागं त्याचा हेतू नेक नाही, हे तूच मला दहा वेळा सांगितलं आहेस. होय ना?''

"होय.''

"गौतम देवकुळे आणि बातमीतील मुसळे यांच्यात काय फरक आहे? दोघे एकाच जातीचे आहेत.''

"बरोबर आहे.''

"बरोबर आहे ना? मग भाजी विकणाऱ्या सरस्वतीनं जे केलं, ते तू का करू शकत नाहीस? सरस्वती ही बाई अशिक्षित आहे. तिला गणित व इंग्रजी हे विषय येत नाहीत. ती तुझ्यासारखी फर्स्ट क्लास बी. कॉम. नाही; वरती तुझ्यावर जसे तुझ्या माहेरी श्रेष्ठ दर्जाचे संस्कार झाले आहेत तसे— तिचं व तुझं माहेर एक नसल्यानं— तिच्यावर झालेले नाहीत. तुझ्या माहेरी अंगणभर सडा टाकणारं बुचाचं झाड होतं...''

"विकास— उलटसुलट, वाकडं, तिरकस खूप बोललास. दमला असशील. जरा पाणी पी, विसावा घे. तुझ्या सगळ्या प्रश्नांची उत्तरं मी देते. मी बी. कॉम.ला फर्स्ट क्लास मिळवला, हा माझा गुण आहे. तुला मिळाला नाही, हा तुझा दोष आहे. माझे इंग्रजी व गणित विषय तुझ्याहून चांगले आहेत, याचं कारण माझ्या वडिलांनी माझ्यावर व माझ्या सर्व भावंडांवर या विषयांच्या बाबतीत मेहनत घेतली होती. तू आमच्या घराच्या जवळपास राहत असतास, तर तुझाही फायदा झाला असता.''

"शैला, मूळ मुद्द्याशी ये; अवांतर बोलू नकोस.''

"बरं, मुद्द्याचं बोलते. अवांतर, धबधब्यासारखं बोलण्याची मक्तेदारी तुझी आहे, हे मी विसरलेच होते. माझा साहेब गौतम देवकुळे हा लुब्रा, चाटू आहे, हे मला नीट समजलं आहे. पण त्यानं मुसळेप्रमाणे मला 'लग्न करशील का?' हा प्रश्न विचारलेला नाही, माझा हातही धरलेला नाही. त्यानं विचारलेल्या प्रश्नांमागचा हेतू

सरळ नाही, हे मला समजलं आहे. त्याचबरोबर तो धूर्तपणे प्रश्न विचारतो. या प्रश्नांवरून मी तक्रार केली, तर मी हास्यास्पद ठरेन.''

''का? का?''

''कारण अशा प्रश्नांकडे खिलाडू वृत्तीनं पाहावं, एक पुरुष व एक स्त्री यांच्यातील प्रश्न अशा प्रकारे न पाहता दोन मित्रांतील संवाद म्हणून पाहावं— असा नवा, प्रगत विचारप्रवाह आहे. विकास, तूही ऑफिसात अशा प्रकारचे खेळकर प्रश्न तुझ्या मैत्रिणींना खात्रीनं विचारत असशील. 'ओ! यू लुक व्हेरी फ्रेश टुडे', 'आज तुझा बर्थ डे आहे ना? काय बत्तिसावा? खरं नाही वाटत— तू पंचविशीची वाटतेस!' 'तुझा नवरा लकी आहे. त्याच्या जीवनाचा प्रवास छान होणारच. चोवीस तास तुझ्यासारखा जोडीदार मिळाला आहे ना!' ...अशा प्रकारचे मैत्रीपूर्ण संवाद तू उच्चारत असणारच!''

''काही तरीच!''

''विकास, तू माझ्या गळ्याची, प्रसंगी तुझ्या गळ्याचीसुद्धा शपथ बिनदिक्कत घेतोस, हे मला माहीत आहे; पण तू तुझ्या आईची शपथ घेत नाहीस, हे मला माहीत आहे. तू सासूबाईंच्या गळ्याची शपथ घे आणि सांग की तू असली हलकी-फुलकी गंमतदार व फुलपाखरांच्या वृत्तीला शोभणारी वाक्ये उच्चारत नाहीस!''

''आपल्या वादात तू माझ्या आईला ओढू नकोस. मी तुला सरस्वतीची बातमी वाचून दाखवली, ही माझी चूक झाली. ही चूकही मी केली नसती... पण ऑफिसातून आल्यावर तूच तुझी ऑफिसातील दुखणी माझ्यापर्यंत पोचवतेस— 'गौतम देवकुळे हा साहेब म्हणजे नुसता वैताग आहे, तो माझ्याकडे पाहतो, असा बोलतो आणि तसा बोलतो—' असं तू मला सांगतेसच कशाला? मी माझ्याकडून उपाय सुचवला.''

''मी माझ्या तक्रारी तुला सांगते, कारण तू माझा नवरा आहेस. बायकोनं आपली बोच नवऱ्याजवळ बोलून दाखवायची नाही, तर कोणाजवळ बोलायची? मला मित्र नाहीत, त्यामुळं मी तुझ्याजवळच बोलते. तुझं वेगळं आहे. तुला काय बाई— मैत्रिणी आहेत! तू त्यांच्याजवळ आपलं दुःख बोलू शकतोस. माझ्याविषयीच्या तक्रारीही तू मैत्रिणीजवळ बोलत असशील.''

''मला मित्र आहेत, मैत्रिणीही आहेत. तुला मित्र नाहीत, पण मैत्रिणी आहेत ना? तुझी ती खास, जीवश्चकंठश्च मैत्रीण दीपा आहे; तिला केशव हा हुशार नवरा आहे. बोलव त्यांना जेवायला आपल्याकडे आणि वाढ त्यांच्या पानात तुझ्या तक्रारी.'' विकास फुणफुणला.

"अहो फुणफुणराव, मी नेमकं तेच केलं आहे. मागच्याच आठवड्यात मी दीपाशी बोलले आहे. केशव-दीपा आज आपल्याकडे येणार आहेत. मी त्यांना जेवायचा आग्रह करणार आहे. तू त्या आग्रहात भर घाल. केशव-दीपानं उपाय शोधला असणार. जेवणात तुझ्या आवडीचे जिलबी व सामोसा हे पदार्थ आहेत."

"त्यांचा उपाय बुळबुळीत, मिळमिळीत, मध्यमवर्गीय असणार. अशा उपायांचा उपयोग काय? भाजीवाल्या सरस्वतीचा हात तू वापर!"

"विकास, त्यापेक्षा असं केलंस तर? मी तुझ्याजवळ माझी व्यथा मांडलीच आहे. तूच सरस्वतीचा हात तुझा हाताला आतून पॅडिंग म्हणून लाव. माझ्या ऑफिसात प्रवेश कर आणि गौतम देवकुळे या माझ्या साहेबाला धोपट. तू कोण, कशासाठी मारलेस, हे काही सांगू नकोस. तू दंगा कर आणि निघून जा. तू गेल्यावर मी चाचरत, घाबरत तू कोण हे साहेबांना सांगेन. 'साहेब, माझे व तुमचे तसले काही तरी वेगळेच संबंध आहेत, असं माझ्या तापट व भडक नवऱ्याला कोणी तरी सांगितलं असणार. तो मुळात गुंड प्रवृत्तीचाच आहे. साहेब, तुमचं नशीब बरं की, तो सुरा घेऊन आला नाही. छी! माझ्या नवऱ्याची चीड येते. तुमचे व माझे काका-पुतणीसारखे संबंध आहेत. पण आमच्या गुंड नवरोबाला हे कोठून कळायला? जाऊ दे, यापुढं काही महिने मी तुमच्याशी बोलणं टाकते. तुमच्या जिवाला धोका नको' असं सविस्तर खोटं मी गौतम देवकुळे या साहेबाच्या कानात ओतेन. या उपायानं माझ्यामागचा साहेबाचा ससेमिरा खात्रीने नाहीसा होईल. तू एवढं कर. मग मी तुला रोज जिलेबी, सामोसा खिलवेन आणि तुझं वजन कितीही वाढलं तरी तुला धबधब्या म्हणणार नाही."

"वा गं वा! शैला, तू चांगलीच हुशार आहेस. म्हणजे मी माझी मध्यमवर्गीय, सभ्य छबी कायमची गमवायची आणि गुंडाचा मुखवटा चढवायचा? गुहागरला माझ्या आई-वडिलांना हे समजलं म्हणजे? त्यांना तोंड दाखवायला जागा उरणार नाही आणि तुझी प्रतिष्ठा वाढणार. एका दारुड्या, जुगारी, सुराधारी गुंडाचा संसार निभावणारी सोशीक स्त्री— असा तुझा लौकिक होणार! सामोसा, जिलबी तू मला खिलव, वाढून-वाढून तुझी तृप्ती होऊ दे. मी तुझ्या तृप्तीच्या आड येणार नाही; पण त्याचबरोबर मी माझ्या प्रतिष्ठेला व लौकिकाला जपणार."

"विकास, तुला दारुडा, जुगारी ही विशेषणं प्रिय असतील तर ती तू स्वत:ला अवश्य लावून घे. तू फक्त गुंड हो, एवढंच मी म्हणाले होते. जाऊ दे, वायफळ चर्चा नको. तू काय किंवा मी काय— आपण बुळबुळीत, मिळमिळीत आहोत, हे सत्य आहे.

“केशव-दीपा येतील आणि आपणा मध्यमवर्गीयांना करता येणारा उपाय सुचवतील, याची मला खात्री आहे. मी तो उपाय करून पाहीन.”

तेवढ्यात केशव-दीपा आले.

“विकास, नमस्कार! आपल्या दोघांच्या बायका वर्गमैत्रिणी; पण आपली काही गाठ पडत नव्हती.” अशी मैत्रीच्या शब्दाची सलामी केशवनं आल्या-आल्या दिली आणि “तुझ्याकरता तुझ्या आवडीचे सामोसे व जिलबी हे पदार्थ आणले आहेत. आपल्याला तुझी खाण्याची उमदी आवड आवडली!” ही पुरवणी जोडली.

केशव हा बरा माणूस आहे, असं विकासचं मत झालं. आपली खाण्याची आवड केशवला कशी काय कळली, हे विकास विचारणारच होता; तेवढ्यात केशवच म्हणाला, “तुझ्या आवडीचं शैलाला खूप कौतुक आहे. शैला आमच्याकडं आली असता केव्हा तरी सामोसे आणले होते, केव्हा तरी जिलबी आणली होती. दोन्ही वेळा शैलानं अळेबळे अर्धा सामोसा खाल्ला, जिलबीचं एक कडं खाल्लं. दीपानं विचारलं, ‘का? डाएट-बिएट आहे की काय?’ शैला म्हणाली, ‘हे पदार्थ विकासच्या आवडीचे आहेत. त्याला सोडून हे पदार्थ खाताना माझ्या जिवावर येतंय्...” शैलाला आठवलं, मेदवृद्धी करणारे हे दोन्ही पदार्थ तिला त्याज्य वाटत. हे पदार्थ टाळायचे आणि वरती केशव-दीपा यांना पटेल असं कारणही द्यायला हवं, म्हणून तिनं विकासच्या आवडीची व तो हजर नसण्याची सांगड घातली होती.

केशवनं तेव्हाच विकासची आवड मनात नोंदवली होती.

केशवनं प्रारंभ केला, “शैला, दीपानं मला तुझी समस्या सांगितली. समस्येवरचा उपाय मी शोधला आहे. मी व दीपा हा उपाय गौतम देवकुळे यांच्या घरात पेरून आलो आहोत. त्या उपायावर पाणी घालण्याकरता तुला अन् विकासला तुझ्या देवकुळेसाहेबांच्या घरी येत्या रविवारी जावं लागेल. तिथं विकासचं स्वागत-सामोसा-जिलबी यांनी होईल. तशी व्यवस्था करण्यात येईल.”

आपल्या आवडीचे पदार्थ या देवकुळ्याच्या घरी आपल्याला मिळणार! कमाल आहे. केशवनं उपाय तरी काय शोधला आहे? विकासची उत्सुकता वाढली. तो म्हणाला, “केशव, नीट खुलासेवार सांग.”

“विकास, शैला— ऐका. गौतम देवकुळे घरी नाहीत्, हे पाहून त्यांची पत्नी देवयानीबाई यांना मी व दीपा भेटलो. त्यांना आम्ही विश्वासात घेऊन खोटं सांगितलं की ‘आम्ही दोघं स्त्रीसाह्य संघाचे कार्यकर्ते आहोत. गौतम देवकुळे हे साहेब त्यांच्या ऑफिसातील स्त्री कर्मचाऱ्यांना उद्देशून, उघडपणे चावट-चहाटळ न वाटणारे पण सूचक शेरे मारतात. अशा लेखी तक्रारी आमच्याकडे आल्या आहेत...

तुमचे केस लांबसडक, दाट व चमकदार आहेत, असा शेरा मारतात व कोणता शांपू वापरता, मी तोच माझ्या पत्नीला वापरायला सांगणार आहे— अशी मखलाशी करतात... कानातील डूल तुम्हाला किती शोभून दिसतात! छान आहेत, मी देवयानीकरता तसेच घेणार आहे, तुम्ही कोठून घेतले?— असं विचारतात. तुमच्या नाजूक पावलांना चपला शोभतात, काय किंमत आहे?— असं विचारतात.'' केशव सांगत होता.

''विकास, हे ऐकताना देवयानीबाई सरळ-सरळ प्रक्षुब्ध झाल्या. त्या कडाडल्या, 'घरी, दारी, शेजारी आणि आता ऑफिसात! हा गौतम जिकडं-तिकडं असा कसा वाहवतो?' मी खोलात जाऊन विचारलं नाही; पण मला अर्थ समजला. घरी येणारी कामाची बाई, दारावर येणाऱ्या विक्रेत्या मुली आणि शेजारच्या स्त्रिया यांच्याशीही तुझा गौतमसाहेब असाच लुब्रेपणानं वागत असणार. म्हणून देवयानीबाईंना केशवचं बोलणं थेट पटलं असावं.'' दीपानं भर घातली.

केशव म्हणाला, ''मी देवयानीबाईंना सांगितलं की, स्त्रीसाह्य संघातर्फे आम्हाला लेखी तक्रार करता येईल; पण अशा तक्रारीला यश येतंच, असं नाही. कारण ठोस पुरावा नसतो. नोकरदार स्त्रियांची बदनामी होते. देवकुळेंची बदली होऊ शकते; पण आमच्या तक्रारींचा अप्रत्यक्ष त्रास तुमच्यासारख्या नेकीनं, जिद्दीनं संसार पेलणाऱ्या संस्कारसंपन्न गृहिणीला होतो आणि देवकुळे मात्र सावध होतात. आपलं वाकडं पाऊल ते अधिक दक्षतेनं टाकतात. बाहेर स्वतंत्र ब्लॉक घेतात. तुमच्यासारख्या साध्वी स्त्रीच्या संसारावर दुसऱ्या स्त्रीची सावलीही पडायला नको. तुमचे मिस्टर गौतम देवकुळे निष्पापपणेही चावट शेरे मारत असतील; पण आम्ही विचार केला की, सावधगिरी घ्यावी. दुसरी तुमच्या संसारात येण्यापूर्वीच दुसरीचा बाहेरच्या बाहेर बंदोबस्त करावा.''

''शैला, केशवच्या काळजीवाहू बोलण्याचा देवयानीबाईंवर एवढा परिणाम झाला म्हणून सांगू! त्यांनी आम्हाला चहा-बिस्किटं दिली.'' दीपा म्हणाली.

''दीपा, मूळ मुद्द्यावर ये. उपाययोजना सांग.'' शैलानं चर्चा वळणावर आणली.

''ऐका, नीट ऐका. शैला, आज जरी तू सौ. शैला विकास चित्रे आहेस; तरी तू एके काळची माहेरची शैला आपटे होतीस. शैला, तुझ्या आईला एक काल्पनिक, पण सख्खी मावसबहीण होती. तिचं माहेरचं नाव उषा बोकील. उषा बोकील म्हणजे सौ. देवयानी गौतम देवकुळे.''

''दीपा, हे खोटं खपणार नाही. देवयानी देवकुळे यांचं माहेरचं खरं नाव

त्यांच्या नवऱ्याला माहीत असणार!'' शैलानं योजनेतील दोष दाखवला.

''शहाणे, सौ. देवयानी देवकुळे यांचं माहेरचं खरं नावच उषा बोकील आहे. त्या आपल्या कटात सामील आहेत. पुढं ऐका— येत्या रविवारी सकाळी दहा वाजता तू व विकास सहज म्हणून वांद्र्याच्या मंगल अपार्टमेंटमध्ये जायचं. अजय देसाई हा विकासचा वर्गमित्र त्याच अपार्टमेंटमध्ये राहतो. अजय देसाईनं वर्षापूर्वी मुंबई सोडली आहे हे विकासला माहीतच नव्हतं, असं तुम्ही दाखवायचं. तिथं कोणी एक अजय देसाई खरंच राहत होता. त्यानं मुंबई सोडली, हेही खरंच आहे. ही सर्व माहिती आम्हाला देवयानीबाईनीच दिली आहे. शैला, तू विकासशी खोटी-खोटी हुज्जत घालायचीस, 'मित्र वर्षापूर्वी मुंबई सोडून गेला, तरी तुला माहीत नाही? अजयनंही तुला कळवलं नाही? कमाल आहे! ही कसली मैत्री?' वगैरे वगैरे. त्याच वेळी आपल्या ब्लॉकचा दरवाजा उघडून देवयानीबाई बाहेर येतील. त्यांना पाहून शैलानं आनंदानं ओरडायचं— 'उषामावशी, तू इथं कशी?' यानंतर उषामावशी म्हणजे देवकुळेबाई तुम्हा दोघांना घरात घेतील व त्या तुमची ओळख गौतम देवकुळेशी करून देतील. शैला, मग तू पुन्हा एकदा ओरडायचं, 'मावशी, अगं तुझे मिस्टर म्हणजेच तर माझे ऑफिसातील साहेब! अय्या, कमालच झाली!' विकास, यानंतर तुझी पाळी. तू शैलावर ओरडायचंस— ''शैला, माझा मित्र अजय भेटला नाही म्हणून तुला मावशी भेटली, मावशीला भाची भेटली!'

मग तुम्हाला मावशी सामोसे, जिलबी व सरबत देतील. सामोसे-जिलबी आम्ही पाठवणार आहोत, सरबत देवयानीबाईंकडून.

''गप्पात तुझ्या मावशी तुला सहज विचारतील, 'काय गं शैला, माझा नवरा ऑफिसात तुम्हा मुलींशी नीट वागतो ना? हल्ली वाचायला, ऐकायला मिळतं की, पुरुष अधिकारी स्त्री कर्मचाऱ्यांशी सैल बोलतात, सूचक पाघळतात, जिव्हालौल्य भागेल असं बरळतात.' मग तू म्हणायचंस, 'मावशी, आमचे साहेब एकदम भिडस्त, संकोची व सभ्य आहेत. माझ्या साहेबांची गमतीतही तू टिंगल करू नकोस. मला राग येईल.'

''मग तुझी मावशी म्हणेल, 'तू खरं बोलते आहेस, का साहेबांचा राग ओढवू नये म्हणून वरकरणी बोलतेस? माझा नवरा कसा आहे, हे मला नीट माहीत आहे. यापुढे तू त्याच्यावर ऑफिसात नजर ठेव. पुरुष साधे नसतात. काही वावगा वागला, बोलला तर मला फोन कर. तू तुझ्या नवऱ्यावरही त्याच्या ऑफिसात लक्ष ठेवायची काही व्यवस्था कर. हे नवरे स्वयंपाकिणीच्या पातळाची तारीफ करतील, कामवालीच्या गजरा माळलेल्या बुचड्याकडं डोळे खिळवून पाहत राहतील, शेजारणीच्या

ताकाला दूध म्हणतील!'

"यानंतर तू व विकास यांनी साहेबांकडं डोळे विस्फारून पाहत राहायचं. बस्स! मग काय? जिलबी-सामोसे खायचे, सरबत घ्यायचं. मात्र अधून-मधून साहेबांच्याकडं डोळे फाकून पाहायचं. नंतर परतायचं. परतताना दोघांनी मावशींना वाकून नमस्कार करा. मावशी खूष होतील."

विकासनं विचारलं, "केशव, तुला वाटतं, ही योजना सफल होईल?"

दीपा म्हणाली, "विकास, पंधरा दिवसांनी तूच शैलाला विचार."

विकासला पंधरा दिवस थांबायला लागलं नाही, स्वत:हून काही विचारायला लागलं नाही. सोमवारी संध्याकाळी ऑफिसातून परतल्या-परतल्या शैलानं दीपाला केलेला फोन विकासला ऐकायला मिळाला.

"दीपा, अगं— योजना फत्ते! आज ऑफिसात गेल्या-गेल्या साहेबांनी मला केबिनमध्ये बोलावून घेतलं व म्हणाले, सौ. शैलाबाई चित्रे, मी आपला अत्यंत आभारी आहे. काल आपण माझ्याविरुद्ध एक वावगा शब्द बोलला असतात, तर मी मेलो असतो. माझी बायको मुलूखमैदान तोफ आहे. मी ऑफिसात यापुढे स्त्री कर्मचाऱ्यांशी फाईलवरच बोलेन. हो, आणखी एक— माझी पत्नी तुमची मावशी आहे, हे कोणालाही कळू देऊ नका."

❑❑❑

लेखक परिचय

नाव	:	भालचंद्र लक्ष्मण महाबळ (जन्म - ३ ऑगस्ट १९३२)
व्यवसाय	:	एम. ई. (सिव्हिल इंजिनिअरिंग), व्ही. जे. टी. आय. मुंबई-१९ या इंजि. कॉलेजातून प्राध्यापक व खातेप्रमुख म्हणून निवृत्त.
लेखन	:	खालील पुस्तके प्रसिद्ध झाली आहेत
कथासंग्रह	:	अस्सा नवरा (१९९२) ते जपून चाल (२०१०) असे १९ कथासंग्रह
कादंबरी	:	दत्ता दि ग्रेट, अपराध
लेखसंग्रह	:	संसाराचा सारीपाट, आई रिटायर झालीच आहे!, रुबाबदार वार्धक्य, आजी-आजोबा : आधार की अडचण, जमवाजमव, किस्से नोकरांचे, किस्से धन्यांचे
एकांकिका	:	नांदा सौख्यभरे
विनोदी चुटके	:	हसरी चोरी, हसरे किस्से, हास्यविनोद, हास्यतुषार, हास्यतारे, हास्यवारे, हास्यझरे, हास्यपाठ, खळखळ, गडगड, फसफस, खसखस
पुरस्कार	:	- महाराष्ट्र साहित्य परिषद, पुणे, १९९३-९४, चिं. विं. जोशी पुरस्कार ('नवरा बनवावा तसा बनतो' - या कथासंग्रहासाठी)
		- महाराष्ट्र शासन (प्रौढ वाङ्मय - विनोद, १९९९३-९४, ('नवरा बनवावा तसा बनतो' - या कथासंग्रहासाठी)
		- सार्वजनिक वाचनालय, नाशिक, १९७७-७८, वि. मा. दि. पटवर्धन पुरस्कार ('शंभर धागे प्रेमाचे' या कथासंग्रहाकरता)
		- पुणे मराठी ग्रंथालय, पुणे, राजेंद्र बनहट्टी कथा पुरस्कार, २००८

('विनंती विशेष' या कथासंग्रहाकरता)
- दै. खानदेश स्मिता पाटील ललितगद्य पुरस्कार, २००९
  (आजी-आजोबा : आधार की अडचण या लेखसंग्रहाकरता)
- कोकण महाराष्ट्र साहित्य परिषद वैचारिक वाङ्मय पुरस्कार,
  २०१२
  (आजी-आजोबा : आधार की अडचण या लेखसंग्रहाकरता)

❑❑❑